CÙNG NHAU ĐẤT TRỜI

Tặng Phạm Hiền Mây

Ghi nhớ mười năm hạnh ngộ

KHANH TRƯỜNG

CÙNG NHAU ĐẤT TRỜI

du ký tiểu thuyết

xin thêm một ít hồn nhiên
cho nhau này chút bình yên mối tình
dẫu buồn vui vẫn bóng hình
chẳng đầu chẳng cuối trăng mình dòng sông

Phạm Hiền Mây

MỞ NGUỒN

CÙNG NHAU ĐẤT TRỜI
Tiểu thuyết Khánh Trường
Bìa tác giả
Tựa Phạm Hiền Mây
Hoàn chỉnh bản thảo và dàn trang Công Nguyễn

ISBN: 9798330300921

TỰA

PHẠM HIỀN MÂY
Khánh Trường, ***Cùng chung đất trời***

1.

Cuốn tiểu thuyết còn đang viết dở những trang cuối cùng, thì anh đã gởi thư sang cho tôi, rủ rê "hùn hạp".

Anh nói: *Mây viết Lời Tựa truyện này, đồng thời sửa chánh tả giùm anh nghen. Cuốn truyện sẽ là kỷ niệm của anh em chúng mình, sau mười năm hạnh ngộ nhau trên trang mạng.*

Làm sao mà từ chối được, người anh đáng quý, đáng mến, đáng nể, đáng phục này. Làm sao mà từ chối được, "bà mụ" Khánh Trường, bà mụ đỡ cho sáu đứa con thơ của tôi được ra đời, tròn trịa, xinh đẹp, hài hòa dáng vóc.

Tôi bèn gõ trả lời: *dét-sơ, đồng chí Khánh Trường!*

*

2.

Anh chuyển bản thảo cho tôi xem, rồi nhắn thêm, nếu được, em đặt tên truyện cho anh luôn nha.

Tôi định buột tay gõ: chèn, vừa phải thôi nha đồng chí, thấy người ta hiền rồi làm tới, sai bảo đủ chiện nha.

Nhưng ngưng kịp, vì nhớ đến sáu cuốn thơ của tôi, chúng ra đời mà không tốn một hơi rặn nào. Từ tập hợp bài, từ trình bày bìa đến ruột, từ đặt tên cho từng cuốn sách, từ liên lạc với nhà xuất bản, nghĩa là từ A cho đến Z, tất tần tật, anh lo hết cho tôi. Ở bên này, Việt Nam, tôi chỉ nằm trên sofa, chờ sách ở bển gởi dzìa.

Nên giờ đây, ảnh nhờ có nhiêu đây, bây nhiêu đây chớ có nhiều hơn, tôi, cũng chẳng thể nào từ chối.

Tôi bèn gõ trả lời: *dét-sơ đồng chí Khánh Trường!*

*

3.

Hôm qua, chat với anh, tôi hỏi, anh kể sơ lược cho Mây nghe về "đời bệnh" của anh đi. Thế là, ảnh hì hục gõ, gởi cho tôi, nguyên văn như sau:

- 2001, tai biến lần thứ nhứt

- 2002, tai biến lần thứ hai

- 2003, tai biến lần thứ ba

Chưa kể vài lần nữa, nhưng nhẹ.

Lần thứ hai, song song với tai biến là suy tim, hậu quả của cao máu.

Lần thứ ba, song song với tai biến là loét bao tử và ung thư cuống họng, hậu quả của rượu và thuốc lá.

Chà, bệnh lung tung, ra vô nhà thương như cơm bữa.

Anh sống đến bi chừ, chính anh còn thấy lạ.

Mấy tay bác sĩ điều trị cho anh cũng lắc đầu. Ngô Thế Vinh bảo: Y Khoa phải xét lại.

Lần anh loét bao tử, máu ra nhiều, chỉ còn 10/4, Ngô Thế Vinh nói: bình thường như vậy, nếu còn thở thì não đã chết, sẽ sống thực vật, vây mà anh vẫn tỉnh queo, trí óc vẫn minh mẫn, có khi còn sáng hơn. Kỳ chưa?

Chuyện khó tin nhưng có thiệt.

Đúng là phép lạ.

Tôi bèn gõ trả lời: *dét-sơ đồng chí Khánh Trường!*

*

4.

Hôm rồi, xem video Khánh Trường vẽ chung với họa sĩ Ann Phong do Nina Hòa Bình quay, trong lòng tôi nghe xúc động quá chừng. Nghĩ thương ảnh thiệt nhiều. Ảnh quá chừng là giỏi.

Ảnh quá chừng là nghị lực. Ảnh quá chừng là cố gắng. Hai mươi ba năm ngồi trên xe lăn. Họa sĩ mà không cầm cọ được Nhà văn mà không cầm viết được. Buồn chớ sao không. Rầu lắm chớ sao không.

Một tuần, ra vô bệnh viện tới ba lần để lọc máu. Trên người, không còn chỗ nào không đâm kim. Chưa kể, nhiều lúc bị kháng thuốc, ói mửa. Chưa kể, những lần té lên té xuống, trong phòng ngủ, ngoài phòng khách, ngay cả trong phòng tắm… Đủ thứ gian nan. Đủ thứ vất vả.

Gắng gỏi chịu hết. Bạn đến, chỉ thấy ở anh một nụ cười. Lâu lâu, u uẩn quá, mới lên facebook gõ bâng quơ vài chữ, đại loại, sống gì mà dai nhách, đại loại, đời gì mà chán quá đi thôi. Bạn bè, không người này thì người kia, vào ra an ủi. Vậy đó, mà đỡ sầu. Vậy đó, lại được thêm một ngày bình an trôi qua.

Tôi ghẹo ảnh, hay là đặt tên cuốn truyện này là *Cuốn Tiểu Thuyết Cuối Cùng* đi, cho hấp dẫn, cho thu hút, cho gợi óc tò mò, cho đặc biệt, cho xúc động bà con chơi.

Khánh Trường cười haha một tràng dài, chắc nịch, chưa đâu, phải thêm hai, ba cuốn nữa rồi anh mới chịu ngỏm củ tỏi.

Tôi bèn gõ trả lời: *dét-sơ đồng chí Khánh Trường!*

*

5.

Truyện của Khánh Trường rất ít hư cấu.

Tất cả các nhân vật, tất cả các tình huống trong truyện, đều từng là những mảng, những khoảnh đời thật của chính anh và của những người chung quanh anh.

Nếu có khác, ấy là khác về những cái tên trong truyện. Nếu có khác, ấy là khác về tình huống, gia giảm, thêm bớt chút cho đỡ đau thương, cho đỡ buồn, cho đỡ sầu, chớ thiệt ra mà nói, chuyện thực của cuộc đời anh, đôi lúc, còn bi thảm hơn nhiều.

Tôi nói với ảnh: *Vẽ, cũng đã vẽ rồi. Thơ, cũng đã làm thơ rồi. Truyện ngắn, cũng đã truyện ngắn rồi. Truyện dài, cũng đã truyện dài rồi. Thôi, bây giờ viết sang thể loại khác đi. Kể chuyện hậu cung của giới làm văn nghệ? Kể chuyện sau cánh gà, sau ánh đèn màu của văn nhân, thi nhân? Hay viết Hồi Ký, chẳng hạn?*

Ảnh đáp: *Viết về giới nghệ sĩ thì không khó, chuyện vui buồn, có mà đầy. Nhưng các ông, các bà mà anh biết, phần lớn, đã về miền chín suối cả rồi, thôi để họ yên. Còn Hồi Ký ư, cũng khác chi. Viết Hồi Ký là kể chuyện đời mình, mà đời anh, phần lớn là làm văn nghệ. Lại đụng chạm, không người này thì cũng người kia. Phiền phức.*

Tôi bèn gõ trả lời: *dét-sơ đồng chí Khánh Trường!*

*

6.

Khánh Trường không chỉ rành tâm lý phái nam, người già, anh còn rất sành tâm lý phái nữ, trẻ con, mới lớn, xuân thì. Người tốt, kẻ xấu; người sang, kẻ hèn; người gian, kẻ ngay thẳng - loại người nào anh mô tả cũng đều sinh động, đều hay, nên cuốn hút.

Bằng cách nào, tôi cũng không biết, có thể qua gia đình, vợ con; có thể qua bạn bè, họ năng đến chơi với anh rồi kể chuyện cho anh nghe; có thể qua việc đọc sách, đọc báo; nên vẻ như, anh rất rành chuyện ở Việt Nam, dẫu anh cách xa quê nhà cả một đại dương. Mà không chỉ Việt Nam, thế giới, cũng dường trong lòng bàn tay anh vậy. Là năng khiếu tưởng tượng bẩm sinh, tự nhiên của một nhà văn? Hay, do anh tích lũy tốt tất cả những kiến thức thu lượm được xưa nay, cất vào kho tâm trí, rồi khi cần dùng, cứ thò tay vào mà nhón ra thôi?

Thành thử, đọc truyện Khánh Trường, không chỉ thích về mặt nội dung, không chỉ khoái về mặt tình tiết, mà nó còn mang lại nhiều lợi ích khác cho người đọc, nhất là về mặt kiến thức, đa dạng, phong phú. Đặc biệt, kiến thức lần này là đất nước, là con người, là phong tục tập quán, là chuyện ăn, chuyện ở, chuyện mặc, của những vùng đất nổi tiếng nhứt trên hành tinh chúng ta.

Trao đổi cùng anh nhận xét này, anh tán đồng và cho biết thêm: *Anh là thằng đàn ông thích đi đây đi đó, không chịu ở yên một chỗ bao giờ. Khi bị đột quỵ anh chỉ mới có năm mươi tuổi. Từ lúc ấy đến nay, chỉ có thể ngồi trên xe lăn, từ phòng ngủ lăn ra phòng khách, từ phòng khách lăn vào phòng ngủ, bức bối lắm. Nên viết là nhu cầu xả stress của anh. Viết về nơi này, nơi kia, làm sống lại những ngày tháng cũ rong chơi khắp chốn, anh cũng đỡ buồn bực.*

Tôi bèn gõ trả lời: *dét-sơ đồng chí Khánh Trường!*

*

7.

Chuyện quê hương, chuyện con người, nhất là những gì anh đã trải qua, trong suốt chiều dài gần tám mươi năm sống, đều được anh kể với giọng mạch lạc, rành rẽ, đâu ra đó.

Điều làm tôi khoái nhứt khi đọc truyện của anh, ấy là, anh luôn trung dung trong cách nhìn, không cực đoan khi nhìn nhận và đánh giá. Không chỉ thế, anh còn có lòng khoan dung và độ lượng. Khoái thứ hai, là kết thúc nào của anh cũng tốt đẹp. Điều này, phải chăng, bắt nguồn từ tánh cách đôn hậu của anh?

Tôi không biết. Nhưng đọc xong một cuốn truyện, mà kết thúc là chia ly, là mất mát, là thù hận kéo dài từ đời này sang đời khác, thú thiệt, cũng nặng lòng lắm.

Bày tỏ cùng anh suy nghĩ này, anh gật đầu lia lịa rồi nói: *Không biết em có tin không, từ ngày cuộc đời dính chặt với chiếc xe lăn như thế này, anh ngộ ra nhiều điều, mà trước đây, lúc còn: chọc trời khuấy nước mặc dầu / dọc ngang nào biết trên đầu có ai (Truyện Kiều - Nguyễn Du) - anh cũng chưa hề một lần thoáng qua, chớ đừng nói là nghĩ tới.*

Hồi ấy, anh sân si, anh hơn thua ghê lắm. Giờ nghĩ lại, mới thấy mình trẻ con, nông cạn, ngựa non háu đá. Những thứ vì nó mà mình tranh giành quyết liệt, sống mái, cũng chẳng giúp mình vui mãi, chẳng giúp mình sướng mãi, chẳng giúp mình khỏe mãi, chẳng giúp mình trẻ mãi.

Cát bụi, không sớm thì muộn, rồi sẽ hoàn cát bụi cả thôi.

Tôi bèn gõ trả lời: *dét-sơ đồng chí Khánh Trường!*

*

8.

Thơ, với tôi là những khơi gợi. Thơ, với tôi là những bỏ lửng. Thơ, với tôi là những điền thêm, những điền thêm từ phía người đọc để bài thơ được trở thành của mình.

Anh nhờ tôi nghĩ giùm cho một cái tên truyện. Truyện ngắn thì hai, ba trăm trang. Truyện dài thì năm, bảy trang. Một cái tên, kiểu gì, cũng không thể gói hết, ôm hết, bọc hết được nội dung gần ngàn trang của thể loại tiểu thuyết

Hai nhân vật Nhã và Lâm, cuối cùng có đến được với nhau không. Thiệt là tôi không biết, vì cho đến giờ phút này, tôi chưa nhận được phần kết truyện. Thế nên, đề xuất tên truyện ư? Thì đây, bài thơ:

Cùng nhau đất trời

xin thêm một ít hồn nhiên
cho nhau này chút bình yên mối tình
dẫu buồn vui vẫn bóng hình
chẳng đầu chẳng cuối trăng mình dòng sông

dẫu trong ngoài vẫn mênh mông
xa gần rồi cũng màu không vợi vời
mộng hay thực đóa mây trời
tụ tan nhất niệm xin đời hồn nhiên.

Đồng ý hay không đồng ý, thì với anh, tôi cũng vẫn luôn luôn: *dét-sơ đồng chí Khánh Trường!*

Sài Gòn 01.06.2014
Phạm Hiền Mây

KHANH TRƯỜNG

CÙNG NHAU ĐẤT TRỜI

du ký tiểu thuyết

Phần I

Ngày... tháng...

Ba mươi tám tuổi, hai mối tình, không nhiều nhưng cũng đủ để tôi như con thú một lần thoát chết trước họng súng bọn thợ săn. Tôi sợ, nỗi sợ càng lớn nếu kẻ muốn đến với tôi có ngoại hình bảnh bao và mồm miệng lưu loát.

Thấy tôi không mặn chuyện chồng con, mẹ (người đàn bà thương con rất mực) không ngừng thúc hối,

"Này, phải tính đi chứ, chả nhẽ muốn ở giá à?"

Ba (người đàn ông nghiêm cẩn tôi hết lòng nể trọng), sốt ruột,

"Cô tưởng cô còn trẻ lắm sao? Kén cá chọn canh mãi, mai mốt thành gái già, hối không kịp."

Lão anh cả đã bốn mươi ba, vợ giáo viên cấp hai hiền thục, ba con, đứa lớn nhất vừa lên đại học, đứa nhỏ nhất vào mẫu giáo năm rồi. Thấy tôi lần khân mãi, rủa,

"Đã ba tám lần hâm rồi đó, coi chừng hâm riết cạn hết nước, cháy nồi."

Con bạn khá thân, cùng tuổi, đã yên bề gia thất từ lâu, chồng thành đạt, con ngoan. Mỗi lần gặp tôi luôn cảnh tỉnh, đại để,

"So với tao, nhan sắc mày hơn xa. Khối thằng xin mang trầu cau đến rước. Mày õng ẹo mãi, bộ không sợ mang tiếng "ống chề" sao?"

Ba mẹ, lão anh, bạn bè mật thiết đều mong tôi có chồng, đều sợ một ngày tôi biến thành hòn vọng phu khi nhan sắc tàn phai, sẽ chết già trong cô quạnh!

Hầu hết mọi người đều có chung nhận xét: tôi đẹp, công dung ngôn hạnh đủ đầy. Chính tôi cũng thấy thế, mỗi lần soi gương, nhìn trước, nhìn sau, nhìn ngang, nhìn ngửa, tôi không thể không tâm đắc. Cao một thước sáu năm, vóc dáng thon gọn, ngực nhu nhú như tuổi dậy thì, eo thon, chân dài, hai má phúng phính, mắt long lanh, mũi cao, môi trên bên khóe có nốt ruồi duyên, môi dưới hơi trề. Bạn bè thường trêu, "cái môi, tham ăn và tham… các cái thấy rõ, tên nào vô phúc vớ phải, sẽ nhanh chóng xanh xao vàng vọt, tay chân lẩy bẩy tựa mèo phải mưa!", thêm suối tóc đen mượt chảy xuống hai vai, ôm ngấn cổ cao. Tôi đẹp, nét đẹp trời cho, không phấn son dao kéo, không gọt chỗ này, đắp chỗ kia, căng chỗ nọ (tôi hay ví von với đôi chút hài mãn trịch thượng: đã và sẽ tiết kiệm được một số tiền không nhỏ cho những "phụ kiện" linh kinh bọn đàn bà con gái chẳng may buộc phải sở hữu tấm nhan sắc khiêm nhường).

Nói tóm chẳng những ngoại hình hoàn chỉnh, tâm hồn lại phong phú, có kiến thức, có trình độ thẩm định sâu sắc văn chương, hội họa, âm nhạc. Bếp núc tuy chưa đạt cấp bậc cao song thừa khả năng chu toàn vai trò vợ đảm, mẹ hiền.

Có thể tư tin khẳng quyết: tôi là mẫu phụ nữ lý tưởng bất cứ đàn ông nào cũng mơ ước chiếm giữ. Vậy mà đã ba mươi tám vẫn chăn đơn gối chiếc.

Tôi nào mơ ước cao xa. Không ham có chồng giàu, chức phận, ăn trên ngồi trước, quyền uy lệch đất nghiêng trời, ngoại hình lý tưởng như diễn viên điện ảnh, tâm hồn phong phú như nhân vật tiểu thuyết, chỉ mong gặp được một mẫu đàn ông đáng mặt trượng phu tựa tùng bách, để tôi làm thân chùm gửi, bám vào, nở hoa.

Nhưng nếu có ai hỏi thế nào là một trượng phu?

Làm sao định nghĩa rốt ráo? Chỉ nghĩ đó là đối tượng không như hai gã đàn ông trước, sẽ tác động mạnh đến tâm hồn tôi, trí não tôi, dấy lên trong tôi khát vọng muốn được dâng hiến trọn vẹn cả hồn lẫn xác. Tôi mong gặp được người ấy. Thế mà tháng năm vẫn trôi nhanh, hết hè, sang thu, đông tàn, xuân đến, rồi lại một vòng tuần hoàn khác, như thế đã bao nhiêu lần! Chẳng còn bao lâu nữa sẽ bước vào tuổi bóng xế mà người tôi trông chờ vẫn biền biệt mù tăm! Hỏi tôi có lo sợ không? Thật thà thú nhận: có! Nhìn thời gian lừng lững qua, tôi nóng lòng đến quặn thắt tâm can, người ấy vẫn như bóng mây xa, như hư ảnh chỉ xuất hiện trong chiêm bao!

Tôi thường phơi trải ước mơ bằng những bài thơ, những dòng chữ ngất ngây mộng ảo, với người tình tưởng tượng, những hò hẹn, những kỷ niệm ngọt ngào, những môi hôn, những vòng ôm, những bình minh trong, những hoàng hôn vàng, những đêm xanh… gởi đến các tờ báo văn nghệ, hoặc *post* lên mạng xã hội, để được nghe những lời tán tụng có cánh mà lòng đắng cay, bởi tôi biết những tán tụng ảo kia hầu hết đều xuất phát từ những kẻ bất toàn, nếu không tâm hồn cũng thể xác. Những gã vợ chết, hoặc người tình cao bay xa chạy cô đơn chiếc bóng, hoặc nữa, từ nhân dáng đến lời ăn tiếng nói vô duyên, nhạt thếch như thịt không hành canh không mắm!

Hay tìm quên qua những chuyến đi, từ Nam ra Bắc trong nội địa, từ Đông sang Tây ngoài biên giới quốc gia. Những tưởng đường xa, cảnh lạ sẽ giúp nguôi ngoai nỗi buồn cô quạnh, rốt cục tôi không thể đánh lừa được bản thân.

Nhiều đêm chợt thức giữa chăn mền và căn phòng xa lạ, khung giường sao mênh mông rộng và lạnh. Nhìn qua cửa sổ, ngọn đèn trong bãi đậu xe vàng lạnh giữa bầu khí tịch mịch khuya sâu. Nhìn chiếc va-li nằm yên góc tường ngoan ngoãn chờ đợi sẽ theo chủ nhân tiếp tục hành trình đến một địa danh nào đó. Nhìn con thằn lằn bám bất động trên trần trong vùng sáng ngọn đèn ngủ.

Nhìn bóng cây chao động trên vách tường dãy phòng bên kia sân cỏ. Nhìn chất nâu nhạt gần cạn đáy trong ly cà phê sữa, và đĩa *sandwich* thịt nguội ăn dở trên mặt bàn đêm người bồi phòng mang lên hồi chiều theo yêu cầu. Nhìn bức tranh in lại của một họa sĩ người Hà Lan thuộc thế kỷ mười chín, vẽ hai cô bé chạy chơi trước sân căn nhà gạch tường phủ kín dây leo có cột khói vươn cao, nằm dưới bóng râm tàn cây cao, hậu cảnh là cánh đồng cỏ xanh nhiều sắc độ trải dài tận chân trời, tiếp giáp dãy núi chập chùng mờ trong mây. Nhìn màn hình TV trên tủ thấp kê sát vách mở hai bốn trên hai bốn, chuyển đổi hình ảnh không ngừng. Nhìn quẩn quanh chán rồi nhìn xuống thân thể nõn nà, cặp vú nhọn, vòng bụng phẳng, rốn sâu, gò tình màu mỡ, đùi săn, mười ngón chân thon móng tô màu hồng phấn. Chắc chắn nhiều người nữ mơ ước có được thân thể này, một thân thể khỏe mạnh, đường cong, nét lõm, đồi cao cỏ mượt, khoảng trũng mời gọi.Tôi thở dài nhớ những lần ân ái mê đắm với hai người tình cũ, một ngón nghề điêu luyện, một trẻ trung mạnh khỏe, bất giác trong vô thức, tôi đưa tay xoa nắn hết bên này đến bên kia hai bầu vú, tay còn lại vuốt chậm thảm cỏ phủ kín đồi thịt mum múp, rồi hạ thấp, nhẹ đưa hai ngón vào khe sâu, cảm nghe thịt da rờn rợn, mạch máu chảy nhanh dưới lớp biểu bì sượng tê. Tôi nhắm nghiền mắt, tăng tốc, trân người, cắn chặt hai hàm răng, thở gấp, tiếng rên bật ra hổn hển khi cao trào đạt đỉnh điểm. Tôi nằm im hồi lâu, cơ thể dần trở lại bình thường.

Ba mươi tám tuổi, sinh lực no ứ, hàng đêm phải lấp đầy đòi hỏi bằng động thái *masturbate*! Bất giác nước mắt ứa ra không thể ngăn giữ. Tôi cảm thấy cô đơn và tủi thân cùng cực.

Thế đấy, sau cơn tự thỏa, tôi chìm vào giấc ngủ chập chờn, sáng ra vào *restroom* làm vệ sinh, thay đồ, xuống căng-tin, tìm bàn trống góc phòng, với tay cầm tập thực đơn, lật xem lơ đễnh các món ẩm thực, gọi nhân viên phục vụ, *order*. Chung quanh là những gia đình với vợ chồng con cái xôn xao nói cười, những cặp tình nhân ngồi sát vào nhau, âu yếm chuyện trò. Tôi đoán lát nữa khi ăn uống xong họ sẽ lên xe *bus* đến các danh lam theo lộ trình du lịch định sẵn. Bên trong phòng không khí mát dịu, trần nhà cao, dàn đèn lớn ghép khéo léo bằng nhiều mảnh kính, phản chiếu ánh sáng lấp lánh. Quầy rượu chai lọ sắp hàng cùng nhiều cốc thủy tinh treo dài trên giá ngay ngắn. Cô thâu ngân tóc vàng ngồi trên ghế cao, áo thun ba lỗ cổ rộng khoe ngấn cổ dài và vùng da thịt trắng nõn nổi bật cây thánh giá nằm ngoan giữa vùng trũng hai bầu ngực lớn thả rông. Bên ngoài khung kính rộng là vuông sân lót gạch màu vàng đất, một nửa tắm trong nắng mai. Vuông sân bao bọc bởi hàng rào thấp bằng gỗ sơn trắng, ngăn chia khuôn viên khách sạn với bãi cát rợp bóng dừa chạy xuống biển sáng im sóng. Vài con hải âu sà thấp tìm mồi, những đôi cánh xòe rộng quạt chậm. Bầu trời cao không mây xanh nhạt. Nhân viên phục vụ bê đến khay các món tôi vừa *order*: cốc rượu vang, đĩa món ngon tiêu biểu của vùng miền. Tôi nâng cốc hớp một ngụm nhỏ chất nước vàng óng, cầm thìa găm miếng thịt trừu xông khói nằm giữa vài bẹ cải non và ngò gai tắm nước sốt sền sệt thơm mùi tiêu xanh đưa lên miệng. Nhưng dường như khẩu vị tôi mất cảm giác, thức uống, cao lương mỹ vị trở thành thuốc đắng và rơm rạ.

Tôi ngán ngẩm buông thìa, đẩy đĩa thức ăn sang bên, hớp thêm hai ngụn cam vắt nữa rồi gọi người phục vụ bảo ghi luôn vào hóa đơn thuê phòng, trở lên nằm vật ra giường, không nén nổi tiếng thở dài.

Thế này mãi sao?

Tôi quá mỏi mệt, đường xa cảnh lạ mất dần sức quyến rũ. Tôi mong vô cùng được cắm sào vĩnh viễn trong một bến đỗ bình yên không sóng to gió lớn.

Vẫn câu hỏi đã nghìn lần tự hỏi: làm sao tìm thấy bến đỗ bình yên?

Ngày... tháng...

Phòng khách rộng, trang trí trang nhã. Dãy đèn âm vòng quanh trần nhà xối xuống màu sáng dịu mát mắt. Tiếng nhạc thính phòng vừa đủ nghe trôi lướt thướt. Sát tường một bàn dài trên mặt nhiều khay thức ăn quen thuộc: chả giò, tôm lăn bột, cá thu lát, đùi gà, sườn miếng dài, khoai tây, bắp nguyên trái nướng, mì xào dòn, một âu lớn trái cây đủ loại đã được gọt vỏ cắt vuông vừa miệng, đầu bàn chồng dĩa, ly giấy ống hút, cùng dao nĩa muỗng nhựa, tất nhiên không thể thiếu rượu đỏ dành cho các ông, nước ngọt dành cho quí bà. Trên giá đặt ở góc tường một *poster* lớn trong khung nẹp viền quanh những đóa hồng chụp chân dung ngày cưới của hai vợ chồng, bên dưới có hàng chữ *10 years Wedding Anniversary*. Hôm nay là ngày kỷ niệm Thục Đoan, bạn tôi và Kiệt lấy nhau tròn một thập niên. Buổi tiệc tuy đơn giản nhưng ấm cúng nhờ khách mời giới hạn, khoảng trên hai mươi người, tất cả là bạn bè thân, từ hồi còn trung học, đại học hay đồng nghiệp của cả hai. Cô vợ sáng rỡ bên cạnh anh chồng luôn tươi cười và ba đứa con sinh cách năm. Họ hạnh phúc, tôi nghĩ.

Thục Đoan tiến về phía tôi cùng một trung niên,

"Rober Phùng, anh họ mình, Việt kiều từ Mỹ mới về. Thanh Nhã, bạn thân của em thời Đại học."

Trung niên đưa tay,

"Rất hân hạnh được biết cô."

Tôi cầm bàn tay mềm nhũn, và kín đáo quan sát đối tượng. Thấp người, áo quần đỏm dáng, cà vạt xanh nước biển sọc trắng, thắt lưng to bản, xệ xuống vì bụng lớn, bên hông đeo bao da điện thoại, tóc cắt ngắn, mặt tròn, mắt một mí đục lờ, giọng nói the thé. Thoạt nhìn tôi đã không thiện cảm.

Có tiếng gọi tên nữ chủ nhân từ nhóm bạn ngồi quanh bàn tròn cạnh cửa. Thục Đoan quay về phía các bạn nói lớn,

"Mình tới ngay."

Rồi nhìn Robert và nháy mắt với tôi, cười tươi,

"Hai vị làm quen đi, lát mình sẽ trở lại."

Đợi Thục Đoan rời xa, trung niên nói,

"Tôi là anh bà con của cô ấy."

"Lúc nãy Đoan đã giới thiệu."

Trung niên cười,

"Đoảng thực, gặp người đẹp tôi mất bình tĩnh. Xin lỗi, tôi ngồi được không?

"Vâng."

Trung niên kéo ghế ngồi đối diện tôi sau khi đã lại bàn ẩm thực bê về hai ly rượu vang và hai đĩa đầy vun các món ăn, cộng đĩa trái cây cũng đầy vun.

Trung niên nói,

"Tôi lấy luôn phần cô, chúng ta vừa dùng vừa nói chuyện."

"Cảm ơn, tôi no, anh cứ tự nhiên."

"Từ khách sạn đến đây, chưa kịp ăn gì, đói quá."

Tôi lặp lại,

"Anh tự nhiên."

Không khách sáo, trung niên vừa ăn uống tận tình vừa ba hoa về nhân thân mình, giọng miền ngoài âm sắc nặng. Đại để anh ta khoe là lập trình viên mạng xã hội Facebook, lương hai trăm ngàn đô một năm, sở hữu chủ hai căn nhà khu trung lưu gần sở làm, một để ở, một cho thuê, chưa kể một nhà hàng nhỏ khai thác ẩm thực Á châu chia từ cuộc ly dị vợ hai năm trước, hiện tạm thời giao người quen điều hành, lợi tức chia bốn sáu, đợi lúc nào tái hôn sẽ giao quyền quản lý cho vợ mới. Lần này về Việt Nam nhờ Thục Đoan mai mối cho cô nào phẩm hạnh tốt, có học thức.

Nhìn cách ăn uống rất tận tình, hai đĩa thực phẩm sạch láng, và cách diễn đạt khoa trương, tự mãng về bản thân tôi càng mất cảm tình, nghĩ, dẻo mồm, giảo hoạt, khoác lác thế này rất hợp với các ngành nghề đại loại như bán bảo hiểm nhà đất, nhân thọ, hay nhân viên tiếp thị một hãng xe hơi hoặc máy móc gia dụng như TV, tủ lạnh... nào đó hơn là kỹ sư vi tính.

Chiều hôm qua tôi và mẹ đang mua sắm thực phẩm trong siêu thị thì Thục Đoan gọi, bảo tối mai, tức hôm nay, sẽ tổ chức mừng mười năm lấy nhau của vợ chồng nó.

"Mày phải đến nhé."

"Tất nhiên, nhưng sao lại phải?"

"Tao sẽ giới thiệu ông anh họ vừa từ Mỹ về, tay này được lắm, nhà cửa, công ăn việc làm vững chãi, nếu hợp, mày vừa được chồng vừa có cơ hội định cư ở xứ thiên đường mọi người đều mơ."

"Tay này được lắm" đây sao? Tôi kín đáo thở dài. So với hai gã đàn ông từng đến với tôi trong dĩ vãng, trung niên xem chừng, tuy có khác, song tựu chung cũng cá mè một lứa, tay này có lẽ còn tệ hơn hai người cũ, ăn uống thô tục, nói năng khoác lác, tự thị. Tôi mong có chồng, nhưng với loại đàn ông thế này, thà ở giá còn hơn.

Tôi đảo mắt nhìn quanh, mọi người đều vui vẻ, nhất là vợ chồng gia chủ, họ sánh vai nhau đi từ bàn nọ đến bàn kia, nụ cười luôn trên môi. Hạnh phúc, họ hạnh phúc, tôi lại nghĩ.

Chấm dứt màn thuyết trình khá hoành tráng về bản thân, trung niên nâng cốc uống cạn phần rượu còn lại, xoa bụng ợ nhỏ, rồi nhìn tôi bằng cặp mắt đục,

"Thục Đoan nói cô là chuyên viên thiết kế thời trang?"

"Vâng."

"Thảo nào, nhìn trang phục, không cần giới thiệu tôi cũng đoán biết."

Thục Đoan trở lại,

"Thế nào, vui vẻ chứ?"

"Rất vui." Trung niên nhanh miệng.

Thục Đoan quay sang tôi,

"Còn mày?"

Không muốn bạn buồn lòng, tôi nói dối,

"Vui."

Và lấy cớ chuồn,

"Tiếc quá tao phải về sớm, lúc nãy bà già gọi nhờ tao đưa xuống BD thăm một người bạn đang bệnh nặng."

Trung niên nhanh miệng,

"Tiếc thực, tôi còn cơ hội gặp cô?"

Tôi cười, ỡm ờ,

"Có duyên sẽ gặp."

Thục Đoan nói với trung niên,

"Anh còn ở đây cả tháng, lo gì."

Tôi chào hai người ra xe. Chín giờ, khí hậu đã dịu nhưng vẫn còn oi bức, đường phố náo nhiệt, hai bên lộ hàng quán rực ánh đèn, trên vỉa hè khách bộ hành tấp nập, dưới lòng đường xe gắn máy, xe hơi, xe đạp chen nhau, tiếng động cơ và tiếng còi inh ỏi. Tôi cho xe hướng ra ngoại ô, một phần để tìm tí không khí trong lành, phần khác, tôi chưa muốn về nhà giờ này. Nghĩ đến trung niên tôi lại thở dài, sống với một người chồng như thế chả khác gì sống chung với bệnh mãn tính, không chỉ một hai năm mà suốt cuộc đời, làm sao chịu nổi!

Câu hỏi tôi vẫn thường tự hỏi lại trở về: làm thế nào tìm được một trượng phu? Nghĩ đến thái độ sốt ruột của ba: "Cô tưởng cô còn trẻ lắm à? Kén cá chọn canh mãi, đến lúc già hối không kịp." Và lời rủa của lão anh: "Đã ba tám lần hâm rồi đó, coi chừng hâm riết cạn nước, cháy nồi!" Tôi sợ chứ, nhưng…

Xa lộ vắng, tôi tăng tốc, chiếc xe lao nhanh, những cột đèn đường và thành bê tông thấp ngăn hai chiều xuôi ngược lùi về phía sau, nhà cửa thưa dần, ruộng đồng mở ra bao la. Gió mát. Tôi rẽ vào con đường nhỏ dẫn đến quán cà phê quen. Quán nằm sâu giữa vườn cây trái, cách lộ khoảng ba trăm thước. Lúc trước tôi vẫn thường lui tới với hai người tình cũ.

Người đầu tiên đưa tôi đến là giảng viên của đại học nơi tôi vừa chập chững bước vào. Anh ta hơn tôi khoảng mười tuổi, dáng dấp phong nhã, cặp kính cận và nụ cười mím chi vẻ cao ngạo khiến tôi thoạt diện kiến đã bị hớp hồn. Mười chín tuổi, cái tuổi đầy ắp mộng mơ, người đàn ông này là hình ảnh điển hình của hầu hết mọi thiếu nữ vừa bước vào tuổi thành niên, nên tôi nhanh chóng trở thành "con họa mi bé nhỏ" của anh ta.

Một cuối tuần tôi theo thần tượng đến vùng quê, nơi khí hậu trong lành, xa hẳn cái hỗn tạp, ồn ào, nực nồng mùi khói xăng, ầm ĩ tiếng động cơ chi phối rất nhiều tính lãng mạng của tình yêu, theo lời anh ta. Và trong túp lều chăn vịt bỏ hoang cạnh dòng sông đục phù sa, bằng lời ngon tiếng ngọt cùng ngón nghề điêu luyện, anh ta dễ dàng triệt tiêu sức đề kháng, lấy đi tiết trinh của tôi.

Những tưởng hạnh phúc sẽ đến trong tương lai gần. Một mái ấm, chồng giảng sư Đại học, vợ sau khi ra trường sẽ có việc làm vững chãi, và những đứa con ra đời, hai thôi như mong muốn của anh ta trong những lần ái ân.

Nhưng không lâu sau tôi phát hiện ra, trước đó đã có không ít nạn nhân, xấp xỉ tuổi tôi, cũng bị choáng ngợp bởi dáng vẻ *playboy* nhưng rất trí thức, cao ngạo qua cặp kính cận và nụ cười mím chi, để rồi u mê dâng hiến cái quí giá nhất của đời con gái. Tôi đau đớn tưởng không sống nổi, thì ra mình chỉ là con nai khờ trước móng vuốt của mãnh thú.

Càng ê chề hơn khi khám phá ra anh ta chỉ là một loại đĩ đực, chuyên giăng lưới mồi chài những người đàn bà dư thừa của cải nhưng thiếu nhan sắc và cô quạnh, cùng bọn con gái mới lớn chưa từng va chạm với giả trá.

Tồi tệ đến tận cùng là sau khi anh ta sở hữu được thân xác con mồi, không cần che giấu nữa bản chất thực của mình, dần dần hiện nguyên hình một gã đàn ông đểu cáng, thực dụng đến trơ trẽn, chỉ tôn thờ lạc thú thân xác và mọi tiện nghi vật chất. Thảo nào với lương tiền một giảng viên Đại học, tuy thoải mái nhưng không thể đến độ đi xe hơi, quần áo hàng hiệu, đồng hồ Rolex đắt tiền, nhẫn đeo tay kim cương, và trà đình tửu quán như công tử Bạc Liêu!

Người đàn ông thứ hai cũng thường với tôi đến đây là một cậu trai kém tôi mười lăm tuổi, đồng nghiệp cùng công ty. Hai mươi lăm, có ngoại hình phảng phất tài tử điển trai Hàn quốc Kim Woo Bin, không khác tôi lần đầu gặp gã giảng viên, cậu trai bị tôi hớp hồn, yêu tôi đắm đuối, tìm mọi cách chiều chuộng bất cứ chuyện gì tôi muốn. Như hầu hết mọi người nữ, luôn muốn được trở thành thần tượng của đối tác, cậu ta đáp ứng quá nhiệt tình yêu cầu này. Tuy thích cái trẻ trung và ngoại hình nhưng Phan (tên cậu trai) quá nhỏ so với tôi. Tưởng tượng một ngày nào đó tôi trở nên già nua bên cạnh người chồng còn đầy ắp sinh lực, tôi sợ. Tuy vậy, nhớ những lần ôm tấm thân đẹp tựa tác phẩm điêu khắc thời Phục Hưng, nhớ động tác vào ra mạnh mẽ, dai dẳng tạo cảm giác sướng ngất từng cơn, nhớ môi lưỡi bò lăn trên từng phân da thịt nổi gai, rồi nghĩ đến tuổi tác không còn son trẻ, tôi mong vô cùng một bến đỗ bình yên, và tự đánh lừa bản thân, dù chênh lệch tuổi tác nhưng với tình yêu say đắm của Phan, hy vọng bến đỗ này sẽ là nơi tôi sẽ cắm sào cho đến ngày xuôi tay.

Ngoài xa lộ tiếng động cơ xe không ngớt vang vọng và những luồng sáng quét đến tận quán. Trong bữa tiệc nhà Thục Đoan tôi chưa kịp ăn gì, giờ bụng đói, tôi gọi một *croissant* nhân thịt chà bông và bình trà nóng, vừa nhâm nháp chậm rãi vừa nhìn vu vơ chung quanh. Bao năm rồi quán vẫn như xưa. Góc kia, sau chậu kiểng thiết mộc lan xanh mướt những bẹ lá dài, Phan đã nắm tay tôi, tha thiết,

"Hãy cho Phan cơ hội."

Tôi nhìn Phan, nhìn khuôn mặt non choẹt, nghĩ, có nên chăng mở lòng ra một lần nữa? Tuy đã trưởng thành từ lâu song trong suy nghĩ tôi Phan chỉ là một cậu em ngoan, dễ thương, hết lòng lo cho tôi mọi chuyện. Đã trở thành quán tính trong nếp nghĩ, đối tượng tôi muốn tìm phải là người tôi nể trọng, kính yêu, muốn được là vợ hiền chăm lo mọi chuyện tuy bình thường nhưng vô cùng cần thiết, như bữa cơm ngon hàng ngày, như bộ quần áo tươm tất, đôi giày bóng… để chồng yên tâm đối mặt với bao nhiêu chuyện to tát ngoài xã hội. Quan niệm này đã ăn sâu, bám rễ trong tôi nói riêng, và phụ nữ Á đông nói chung, nên tôi cứ phân vân mãi, không biết nên trả lời thế nào.

Nhưng phải quyết định thôi, chần chừ gì nữa khi cơ hội mỗi ngày mỗi cạn, tỷ lệ thuận với tuổi đời lừng lững cao.

Vẫn đôi mắt đăm đắm, Phan thúc dục,

"Trả lời Phan đi."

Tôi mỉm cười bóp nhẹ bàn tay Phan, một biểu tỏ bằng lòng.

Từ hôm ấy tôi chính thức là người yêu của Phan. Tuổi trẻ, sinh lực sung mãn, sự chiều chuộng, từ miếng ăn, vui chơi đến chăn nệm ái ân Phan đáp ứng no đủ, nếu không muốn nói trên mong muốn. Càng lúc tôi càng bị cuốn vào vòng xoáy, không còn sáng suốt nhận biết chân giả. Gã giảng viên đại học dần ra khỏi tâm trí.

Nhưng (lại nhưng), một sự cố đã đẩy tôi lìa xa bến đỗ này.

Trong khu thương xá một cuối tuần, chúng tôi tay trong tay đang dạo chơi thì một nhóm ba gã thanh niên ùa tới buông lời chọc ghẹo sỗ sàng, bất chấp có Phan bên cạnh.

"Các anh nên lịch sự." Tôi sẵng giọng.

Một gã trong bọn nhìn Phan, cười phá,

"Ái chà, tốt số thế, phi công trẻ lái máy bay bà già."

"Các anh vừa phải thôi." Phan phản ứng.

Gã thanh niên bước tới,

"Đụ mẹ, tao nói không phải à?"

"Tôi…"

Gã thanh niên không cho Phan nói hết câu, thộp cổ áo gằn giọng,

"Câm mồm, khôn hồn cút ngay."

"Bọn này có làm gì phật ý các anh đâu."

"Tao bảo cút."

Mặt xanh xám, Phan ấp úng,

"Tôi… tôi..."

"Tao đếm đến tiếng thứ ba mày chưa cút, đừng trách."

Gã thanh niên xoắn chặt thêm cổ áo. Phan nhìn tôi vẻ tuyệt vọng.

"Một… hai…"

Phan như khóc,

"Các anh xử ép quá."

Thanh niên đẩy mạnh nạn nhân chúi nhủi kèm tiếng rủa,

"Khốn kiếp."

Phan gượng lấy lại thăng bằng, quay nhìn tôi bằng ánh mắt tuyệt vọng rồi cúi đầu lầm lũi đi chậm về phía cửa ra.

Tôi sửng sốt, cậu trai trẻ tôi nghĩ sẽ là chồng, là cây cao bóng cả cho tôi làm thân chùm gửi thế đó sao? Chỉ một sự cố nhỏ cậu ta đã "bỏ của chạy lấy người", huống gì bao tháng năm dài sau này! Đường đời lắm chông gai, một đồng hành hèn yếu như thế liệu đủ sức đưa tôi vượt qua thác ghềnh chắc chắn sẽ có trong tương lai?

Tuy không như mối tình đầu, Phan vẫn yêu tôi say đắm, và tôi cũng nhớ lắm những lời mật ngọt, những nụ hôn nồng nàn, những môi lưỡi rờn rợn, những ái ân tê điếng thịt da, nhưng tôi chưa u mê đến độ mù quáng tiếp tục du mình vào biển sương may ít rủi nhiều. Tôi chấm dứt liên hệ với Phan, dù cậu ta không ngừng van nài.

Qua hai mối tình, tôi đâm sợ không dám đến với ai khác nữa. Năm tháng trôi nhanh, tuổi đời chất chồng, đúng như lời lão anh: "hâm đi hâm lại mãi, không khéo cạn nước, cháy nồi!"

Cháy nồi! Xác suất không nhỏ, khó tránh. Đi tìm trượng phu như mơ ước sao khó quá! Mỗi lần sau cơn tự thỏa, tôi vẫn vùi mặt vào gối, cắn răng kìm giữ tiếng khóc.

Ngày... tháng...

Sắp đến ngày nghỉ phép thường niên.

Nửa tháng không đến sở làm, không loay hoay với công việc nhàm chán, không chạm mặt với bà trưởng phòng mặt mày lúc nào cũng cau có khó ưa. Khỏe. Mọi năm trước tôi thường đi du lịch, nếu không trong nội địa thì nước ngoài, Âu châu, Á châu, có lần sang tận Nam Phi. Mỏi mệt và chán ngán, tôi không còn hứng thú đường xa cảnh lạ. Nghĩ đến những căn phòng lạnh lẽo trong một khách sạn nào đó, những cảnh thổ xa lạ, những người sẽ phải tiếp xúc, khác màu da, tiếng nói, khác văn hóa, tập tục. Ngày trước đó là trải nghiệm thú vị, nhưng bây giờ thì ngược lại, lòng tôi lạnh, tim tôi chai. *Người buồn cảnh có vui đâu bao giờ.* Đúng thế. Cụ Nguyễn Du nói không sai. Thế nhưng ở nhà mãi, đi ra đi vô, hết nằm lại ngồi càng chán hơn. Chợt nhớ dù đã một lần sang Âu châu, đến hầu hết các quốc gia tiên tiến nhất lục địa này, Pháp, Đức, Tây Ban Nha, Na Uy, Đan Mạch, Ba Lan... Nhưng còn một đất nước đáng tới nhất tôi lại bỏ qua, đó là Italia. Bỏ qua, không đúng, lãnh thổ này rộng lớn, lừng danh với những thắng tích cổ xưa và kỳ vĩ nhất. Lần trước vì thời gian giới hạn, tôi không muốn viếng thăm đất nước này một cách qua quít, tự hứa sẽ trở lại.

Bây giờ tôi trở lại. Đi, tôi nhủ thầm, lần cuối.

Tôi lên *online* đặt vé rồi ra phố mua sắm ít vật dụng cần thiết. Tôi vào khu *shopping* mênh mông vừa khánh thành tháng trước. Nếu so với những khu thương mại của các nước Á châu giàu có như Nhật, Đại Hàn hay phương Tây tiên tiến như Pháp, Đức,

Mỹ, khu thương mại này hiện đại không kém. Các dãy kệ ăm ắp hàng hóa đến từ mọi quốc gia, bao bì mỹ thuật, thiết kế tiện lợi. Mẹ kể ngày trước có thương xá Eden, tuy chỉ chiếm một diện tích khiêm nhường gồm hai tầng góc ngã tư đại lộ Trần Hưng Đạo và Tự Do (Đồng Khởi bây giờ), song vào thời ấy được xem là qui mô nhất miền Nam. Sau 1975 nước nhà qui về một mối, nhưng vì nhiều nguyên nhân, cảnh sống trở nên tồi tệ. Chế độ tem phiếu đẩy nửa phần đất nước thụt lùi hàng vài mươi năm. Thương xá Eden đóng cửa, mọi cơ sở kinh doanh nhỏ lớn theo nhau dẹp tiệm. Thay vào đó, trên mọi miền mọc lên vô số những cửa hàng cung cấp nhu yếu phẩm, từ gạo mắm thịt cá rau củ quả phục vụ bữa ăn hàng ngày đến những món "xa xỉ" nằm ngoài nhu cầu thiết yếu. Ngoại trừ thiểu số khá giả, không dưới tám mươi phần trăm dân chúng cơm không đủ ăn, phải dặm thên khoai sắn, bobo. Đồ gia dụng, quần áo, giày dép, ống kem đánh răng, bịch xà phòng, thậm chí cuộn băng vệ sinh cũng phải sắp hàng hoặc lòn lót cửa sau. Mẹ than, cả đời mẹ đã trải qua nhiều cảnh khổ, nhưng như thế này thì chưa bao giờ!

Mấy mươi năm trôi qua, đất nước dần hồi sinh, nhất là sau ngày Mỹ bỏ cấm vận. Sức sống của một dân tộc đã trải nghiệm quá nhiều trầm luân trong quá khứ, hồi sinh không phải là điều không thể. Bỏ qua định kiến chính trị ít nhiều chủ quan, dù còn lắm tiêu cực, hạn chế, nhưng cơ bản đã có tiến triển tích cực. Tôi ra đời sau ngày chấm dứt chiến tranh, dù thời gian không đủ lâu để xóa quên mọi chuyện, tuy nhiên bằng con mắt khách quan của một người không ân oán với chế độ, ngoài buồn phiền riêng tư, cuộc sống vật chất của tôi khá thoải mái, công ăn việc làm vững chãi, tôi có thể đi khắp nơi dịp nghỉ phép thường niên. Bốn năm Đại học, hai năm tu nghiệp ở nước ngoài và những chuyến du lịch đến nhiều quốc gia đã bổ sung cho tôi rất nhiều kiến thức về mọi mặt. Tạm quên trắc trở trong lĩnh vực tình cảm, có thể khẳng định, tôi thuộc thành phần được xã hội ưu đãi.

Tôi lên tầng trên, vào cửa hàng quần áo và các thứ gia dụng. Tôi muốn tìm một vali có bánh xe kích thước vừa phải để thay thế cái đã có hơi nhỏ và cũ. Đang trao đổi với cô bán hàng về màu sắc, kiểu dáng món hàng định mua thì có người vỗ vai, tôi quay nhìn. Thùy, cô bạn cùng lớp thời Đại học. Tóc vấn cao, son môi đậm, váy đầm bó sát thân trên đầu gối, áo lụa sọc ngang cổ rộng, sợi dây chuyền vàng trắng với viên kim cương phản quang lấp lánh nằm giữa khoảng trũng hai đồi ngực nở. Chững cạc, đẫy đà, dáng mệnh phụ. Khêu gợi và ngon mắt như hầu hết mọi thiếu phụ trung niên nhan sắc trên trung bình no đủ vật chất. Nhưng nhìn chung, không khác bao nhiêu ngày xưa, vẫn đôi mắt một mí, hơi xếch, linh hoạt; Vẫn nụ cười và chiếc răng khểnh duyên dáng; Vẫn bộ ngực hỗn hào. Lúc trước bạn bè thường trêu, thằng nào sở hữu hai trái vú của mày bảo đảm không sợ đói, chỉ bú thôi, đủ no, khỏi cần ăn.

"Lâu quá không gặp." Thùy mừng rỡ.

"Ồ, đi đâu biệt tăm, hơn hai mươi năm rồi." Tôi cũng reo vui.

"Tao theo chồng ra ĐN, chỉ thỉnh thoảng về thăm ông bà già rồi đi ngay nên chẳng gặp ai."

Thùy nhìn tôi, tiếp,

"Trông mày vẫn như xưa, tao nhận ra ngay."

"Như xưa thế nào được, già khú đế. Mày vào một mình?"

"Không, có cả thằng chả, đang ở nhà ông bà già."

"Mấy con rồi?"

"Ba, hai trai một gái, bọn chúng đã trưởng thành, nhờ trời, đứa nào cũng ok."

"Trông tướng mày, mắn con phải biết. Sẽ không dưới vài mống nữa là cái chắc."

"Thôi, ngán lắm, ba đứa đã ngất ngư, thêm nữa không kham nổi. Còn mày?"

"Tao còn độc thân."

"Thật?"

"Thật, tao ế."

"Khó tin, ngày xưa mày được tiếng đẹp nhất bọn..."

Tôi cười cay đắng,

"Cái số tao nó thế."

"Số với phận! Vớ vẩn, tại mày kén cá chọn canh quá chứ gì."

Tôi thở dài,

"Có nằm trong chăn mới biết chăn có rệp. Mày không phải tao, có nói mày cũng không hiểu."

Thùy bật cười,

"Mày làm tao nhớ lại bài học triết Đông phương thuở trước bọn mình rất tâm đắc, anh không phải tôi, làm sao anh biết tôi biết cá vui."

Tôi nhớ ông thầy già, tứ thời bát tiết khăn đóng áo dài, nhất định không sơ mi cà vạt như mọi đồng nghiệp, giảng say sưa một chương trong Nam Hoa Kinh: Trang tử cùng Huệ Tử đứng chơi trên cầu sông Hào. Trang tử nói: "Đàn cá xanh bơi lội thung dung, cá vui đó." Huệ Tử hỏi: "Ông không phải cá, sao biết cá vui?" Trang Tử vặn: "Ông không phải tôi, sao biết tôi không biết?" Huệ Tử nói: "Tôi không phải là ông, nên không thể biết được ông, còn ông không phải cá, ông cũng hẳn không sao biết được cái vui của cá!" Trang Tử nói: "Xin hãy xét lại câu hỏi đầu. Ông đã hỏi tôi làm sao biết được cá vui? Đã biết là tôi biết, ông vẫn hỏi làm sao mà biết, thì đây, là thế này: Tôi đứng trên cầu sông Hào mà biết được."

Chuyện chỉ thế, nhưng là đề tài cho bọn tôi được dịp tán tụng, tất cả đều đồng ý, mỗi người là một cá thể biệt lập, không ai có thể đem cái biết của mình áp đặt lên kẻ khác.

Thùy gợi lại chuyện xưa, tôi bồi hồi. Ngày đó thật hạnh phúc, đứa nào cũng tham lam nhồi nhét kiến thức, cũng triết với lý, cũng chuyền tay những cuốn sách nặng ký, dù thật tình mà nói, thường khi chỉ hiểu lõm bõm hay tệ hơn, chả hiểu gì. Tuổi trẻ, luôn muốn mang vác những hành trang quá sức mình, giờ nghĩ lại thấy buồn cười. Thực tế khác xa với sách vở. Các ông triết gia Đông cũng như Tây một thời được bọn tôi tôn sùng, nay dường như đã trở thành hư ảnh khói sương, thảng hoặc có nhớ lại, thì cũng chỉ như kỷ niệm vui, vô thưởng vô phạt. Bao nhiêu chuyện lớn nhỏ chiếm lĩnh đầu óc, bao nhiêu lo toan liên quan đến cơm áo gạo tiền, bao nhiêu vấn đề thiết thân chi phối nếp nghĩ, cách ứng xử trong cuộc sống thường ngày. Đứa có gia đình tối mày nám mặt với con cái, nhà cửa, xe cộ, công danh sự nghiệp, đứa còn độc thân, như tôi, thở vắn than dài số phận hẩm hiu, nơm nớp lo sợ tuổi già lừng lững ập tới không phương trốn chạy. Triết với lý, văn với chương, chuyện trà dư tửu hậu, mục đích để điểm trang cho tuổi chanh cốm ai cũng từng trải qua.

Mười một giờ trưa, *shopping* đã đông.Tôi và Thùy xuống tầng trệt, vào căn giải khát. Bạn bè xa cách nhiều năm, bao nhiêu chuyện, bao nhiêu kỷ niệm.

Tôi hỏi Thùy,

"Mày *ok* chứ?"

"Tàm tạm. Mày thừa biết bọn đàn ông ta, có tí quyền lực và vật chất no đủ là gái gú nhí nha nhí nhô."

"Chồng mày cũng thế?"

"Cũng, tháng trước tao vừa tẩn con bé đào nhí của thằng chả một trận nên thân, nếu không nhân đạo tao đã cho một đường dao lam vào má, nhan sắc tàn tạ, hết đường rí ré."

"Đánh ghen à?"

"Chứ sao, có thế mới giữ được chồng."

"Khiếp, mày làm tao rét quá."

"Mai mốt mày có chồng sẽ biết, không đẹp như thuở mười tám đôi mươi bọn mình thường mơ mộng đâu. Thôi bỏ qua chuyện tao. Mày thường gặp đám bạn cũ?"

"Ít lắm, bao nhiêu năm, mỗi đứa một hướng đời."

Thùy tám,

"Thằng Phùng lùn du học Pháp, nghe nói có vợ đầm cao hơn hắn cái đầu, nhận quê vợ làm quê hương, không về. Con Khuê điệu có thằng chồng cán bộ cao cấp hải quan, nhà bị tịch thu, tài khoản ngân hàng bị đóng băng để đền cho nhà nước trên ba mươi tỷ. Báo chí khai thác tận tình, đại khái móc ngoặc, tham ô sao đó, xộ khám, ra tòa lãnh bảy năm tù.Tội, con nhỏ số con rệp, giờ một mình lo sinh kế cho bản thân và lũ con vô tích sự, đầu bù tóc rối, hết còn điệu đà, chảnh chọe như xưa."

Nâng ly cam vắt uống một hơi dài, già nửa, Thùy tám tiếp,

"Mày còn nhớ lão Phán chứ?"

Tôi cười,

"Sao quên được, chuyện của lão với con Linh lãng mạn như chuyện tình Lan và Điệp, đình đám cả phân khoa."

"Thế nhưng cái kết lại đắng hơn mật gấu. Năm rồi cả hai đưa nhau ra tòa. Giống con Khuê điệu, nó cũng số con rệp. Ly dị trắng tay. Tài sản không có, tiền của cũng mậu, nhà ở thuê, con cái tuy đã trưởng thành nhưng chẳng đứa nào ra hồn, nó cùng hai con phải khăn gói về Cai Lậy ăn bám ông bà già."

"Lạ nhỉ, lão Phán đạo mạo, chân chỉ lắm mà, lương giáo sư tuy không cao nhưng thừa sức nuôi vợ con, huống chi con Linh cũng đi dạy."

"Cuộc đời đổi trắng thay đen không sao ngờ được, lão Phán bỗng dở chứng nghiện ngập hút sách, rượu chè đến mất dạy, gia cảnh rơi xuống địa ngục, gấu ó lục đục triền miên, dẫn đến kết quả anh đường anh tôi đường tôi."

Lâu nay chỉ loay hoay chuyện bản thân, không màng chuyện bè bạn, nay Thùy làm tôi hoang mang, những tưởng mình bất hạnh lắm, không ngờ nhiều phần số còn tệ hơn. Tôi tự an ủi bằng triết lý quá quen của nhà Phật, đã sinh làm người không mấy ai không khổ. Đẹp hay xấu, trí thức hay ngu dốt, quyền cao chức trọng hay cùng đinh khố rách, tuy cung bậc, cấp độ có khác, nhưng cái khổ chắc không khác.

Tôi chia tay với Thùy ngoài bãi giữ xe, nhìn theo con bạn khuất trong dòng người ngược xuôi dưới lòng đường, tôi thầm nhủ, dù không mấy an tâm - Ừ thì tôi ế, nhưng biết đâu lại là may!

Ngày... tháng...

Từ chỗ tôi đang ngồi nhìn xuống thành phố đa sắc. Những mái ngói đỏ, những tường vôi trắng, vàng, xám, nâu..., thấp cao, xe cộ đủ màu giữa lòng đường ven những dòng kinh uốn lượn quanh co, bộ hành trên vỉa hè, những tàng cây xanh, bùng binh tròn chính giữa là tượng đài một kỵ sĩ trong trang phục chiến binh, tay vung cao ngọn kiếm, uy nghi trên lưng ngựa cất cao vó, có lẽ là một danh tướng. Tượng bằng đồng đen nổi rõ trên nền trời xám nhạt không mây. Tất cả tựa đồ chơi bằng nhựa đứng im hoặc chuyển động lặng lẽ trong ánh nắng gay gắt buổi trưa.

Restaurant tọa lạc trên đỉnh ngọn đồi cao, giữa mẫu đất rộng rợp bóng mát nhiều cây lớn với tàn lá rộng, và những luống hoa bao quanh, chạy thoai thoải xuống thấp chừng năm thước, nơi những chiếc xe nằm im trong khu *parking* tráng *ciment* loang loáng bốc hơi.

Tôi gõ nhẹ chiếc thìa vào thành ly nước. Cô phục vụ nhanh nhẹn đến, nụ cười trên môi.

"Cho tôi mượn cái *menu*."

Cô ta đến quầy lấy tấm *menu* mang lại. Tôi lướt chậm mắt qua hàng trăm món ăn thức uống với hình chụp đính kèm, món nào trông cũng ngon mắt. Tôi hỏi cô phục vụ,

"Món nào đặc biệt nhất của nhà hàng?"

"Thưa, món nào cũng đặc biệt, cũng nhất, tuy nhiên bà là người Á châu, hẳn rất quen thuộc với gạo, tôi xin giới thiệu món *Risotto*, một loại cơm Ý cổ điển, bà có thể dùng chung với thịt hoặc hải sản, tôm, cá..., tùy thích."

"Ồ, hay quá. Cho tôi *order* món này."

"Với thịt bò, heo hay hải sản?"

"Tôm và cá."

"Bà uống gì?

"Một cốc rượu vang."

"Bà đã dùng *Prosecco* chưa?"

"Chưa."

"Vậy nên thử, vang này sản xuất từ làng *Prosecco*, gần *Treviso* và *Venice*, rất thích hợp với nữ giới, thơm mùi trái cây và hoa, ngon, đằm, khác với rượu vang của Pháp, nặng đô."

Người phục vụ quay lưng. Tôi nhìn vào bên trong, khách thưa, hầu hết đều tươm tất, trông chững chạc, lịch sự, đúng điệu đất nước hàng đầu về thời trang. Gần cửa, một cặp trai gái vừa dùng bữa vừa nhỏ tiếng đàm đạo. Thiếu nữ tóc vàng màu kim nhũ, mắt to, vóc người thon thả như phụ nữ Á châu. Cô ta mặc chiếc váy dài phủ chân, trông kín đáo và duyên dáng. Anh con trai dong dỏng cao, cũng tóc vàng, đôi mắt xanh sau cặp kiếng cận. Trông cách săn sóc của anh con trai, tôi đoán cặp tình nhân này mới đến với nhau.

Restaurant bài trí khéo léo mỹ thuật khiến môi trường xét chung rất dễ chịu, khác xa các nhà hàng Á châu, điển hình như khu phố Tàu ở *San Francisco*, Mỹ quốc, ồn ào, bát nháo không thua các hàng quán trong Chợ Lớn Việt Nam. Tôi thích bầu khí nhẹ nhàng, yên tĩnh, thoải mái của các nhà hàng phương Tây, không chỉ ẩm thực, còn là nơi thư giãn tốt.

Lần đầu tôi đến đất nước có tòa thánh *Vatican*, một quốc gia nhỏ nhất thế giới, có đủ mọi yếu tố, luật lệ, từ kinh tế, tài chính, xã hội… nhưng lại nằm trong lãnh thổ Ý, nơi được xem như biêu tượng của giáo hội công giáo toàn cầu. Một điều nghịch lý, tuy là cái nôi của hội thánh Công giáo nhưng lại là quốc gia nổi tiếng vì nạn cướp giật, trộm cắp nhất Âu châu. Khi đặt vé máy bay ở các hãng du lịch, khách luôn được nhắc nhở phải cẩn thận tối đa túi xách, hành lý, đồ trang sức như bông tai, dây chuyền, đồng hồ… bọn trộm đạo tài tình như làm ảo thuật, chỉ cần chúng đi ngang, chiếc đồng hồ đeo trong cổ tay ta lập tức biến mất, nhanh và lạ lùng đến khó tin.

Dùng xong bữa tôi bấm điện thoại gọi người tài xế *taxi*, chỉ hai phút sau khi chiếc xe đậu trước cửa, tôi nói,

"Anh đưa tôi vào phố."

Chiếc *taxi* trôi chậm xuống dốc, con đường bê tông nhỏ, hai bên thảm cỏ xanh mướt cắt tỉa cẩn thận, trải dài đến chân đồi, có vẻ được chăm sóc hàng ngày.

Venice, thành phố lừng danh, là nơi tôi đến trước tiên khi vừa xuống phi cơ. Hôm qua tôi đã dạo quanh một góc gần khách sạn, hôm nay tôi muốn xem rộng hơn. Tôi biết nếu tường tận mọi ngóc ngách của *Venice*, không chỉ một hai ngày mà chí ít cũng cả tuần. Nhưng qua sách vở và các cuốn phim đã xem, tôi tò mò muốn được nhìn tận mắt những địa danh tiêu biểu thường được nhắc đến. Quả thực thành phố đẹp quá, sạch sẽ, cổ kính và trữ tình, rợp cánh bồ câu ở các công viên, trên vỉa hè, trên vai, thậm chí cả trên đầu những tượng đài. Các chàng trai đẹp như thần *Apollo* chèo thuyền *gondola* đưa khách trôi chậm khắp mọi dòng kênh. Ngồi trên thuyền, du khách có thể ngắm cầu "tình yêu" *Rialto* và nghe người chèo thuyền hát những bài ca truyền thống của Ý trong ánh hoàng hôn đỏ thẫm cuối chân trời. Bây giờ thì tôi hiểu lý do tại sao *Venice* được gọi là "thành phố tình yêu", nơi tương truyền bất cứ ai cô đơn đặt chân đến đều sẽ tìm thấy tình yêu đích thực.

Những chàng trai chèo thuyền gondola đưa khách dạo chơi trên các con kinh

Tôi mỉm cười thầm hỏi với đôi chút tự trào, tôi đang ở đây, liệu sẽ có chăng một tình yêu sẽ đến?

Chiếc xe đã vào thành phố. Tài xế giảm tốc độ, dừng ở ngã tư đèn đỏ.

"Bà muốn đến đâu?" Người tài xế hỏi.

"Anh cho tôi xuống bên trái quảng trường"

Tôi bước chậm trên hè đường loáng nắng, những cửa hàng bán đồ lưu niệm, dòng kinh in bóng lung linh những căn nhà vàng sẫm, dân bản địa và du khách tấp nập ngược xuôi. Sinh động nhưng êm ả. Sát cây cầu nhỏ vắt ngang khúc kinh hẹp, tôi nhìn thấy một chàng trai, nhìn mặt tôi biết ngay là đồng hương, đang vờn nét cuối cùng trên tấm ký họa cho một du khách, có lẽ, đang ngồi bất động trên chiếc ghế xếp cạnh lan can cầu. Chàng trai nói,

"Xong rồi."

Cô gái đứng dậy cầm bức ký họa chàng trai vừa đưa, nhìn, vẽ hài lòng. Cô ta quay hỏi người thanh niên đi cùng,

"Anh thấy thế nào?"

"Giống và đẹp lắm."

Họ trả tiền rồi sóng vai đi dọc hè phố, khuất sau khúc quanh.

Tôi định dợm bước nhưng không hiểu sao vẫn đứng yên nhìn xuống dòng kinh. Chàng trai ghim tờ giấy vẽ mới trên tấm ván ép, mỉm cười với tôi,

"Would you like a sketch?"

Chàng trai hỏi bằng tiếng Anh, giọng trầm, chuẩn.

Tôi buột miệng,

"Anh người Việt Nam?"

Chàng trai nhìn tôi vẻ ngạc nhiên, trả lời cũng bằng tiếng Việt,

"Vâng, sao cô biết tôi người Việt Nam?"

Tôi cười,

"Nhìn mặt biết ngay."

"Trung Hoa, Nhật, Đại Hàn và nhiều dân tộc Á châu khác đều có màu da, khuôn mặt từa tựa, làm sao cô phân biệt được?"

"Cảm thôi."

Chàng trai cười,

"Hay nhỉ."

Và lặp lại câu hỏi.

"Vâng, xin anh một tấm làm kỷ niệm."

Chàng trai bảo tôi ngồi xuống chiếc ghế xếp, thực hiện công việc một cách thuần thục. Mươi phút bức ký họa hoàn tất, nhìn nét chì than phóng túng trên mặt giấy màu vàng nhạt, tôi không thể không trầm trồ,

"Anh vẽ đẹp và nhanh quá."

Chàng trai vẻ tự tin,

"Giống chứ?"

"Giống, giống lắm."

Chàng trai nhìn đồng hồ đeo tay rồi khép giá vẽ và chiếc ghế mang bỏ vào cốp xe đậu cạnh chân cầu.

"Đến giờ ăn trưa, lâu lắm rồi tôi mới gặp một đồng hương, xin cho tôi được mời cô."

"Tiếc quá, tôi mới vừa dùng bữa chỗ kia."

Tôi chỉ tay về hướng *restaurant* trên đồi.

Chàng trai nói,

"Tiếc thật, thôi thì một ly cà phê, được chứ?"

Phân vân vài giây, tự nhủ, mình đang dạo chơi, có người hàn huyên cũng tốt thôi. Tôi gật đầu,

"Ok."

Chàng trai mời tôi lên xe chạy dọc bờ kinh, đến một nhà hàng nhỏ,

"Quán có món mì *spaghetti* truyền thống của Ý rất ngon, tôi là khách quen, vẫn ăn trưa tại đây."

"Qua các sách du lịch, tôi biết loại mì ống này phổ biến hàng đầu của Ý."

"Cô đã ăn chưa?"

"Đã, nhiều nơi, kể cả Việt Nam."

"Cô phải thưởng thức món *spaghetti* tại đất nước sản sinh ra nó mới cảm được vị ngon trọn vẹn."

Và như một hướng dẫn viên chuyên nghiệp, chàng trai thuyết,

"Món mì dài và mỏng này được chế biến theo truyền thống chỉ với tỏi, dầu ô liu và nước sốt cà chua, thên rau húng quế, dần dà họ biến tấu thêm bằng nước sốt thịt băm, hạt tiêu, nghêu, hoặc với thịt xông khói, tất cả thường được phủ một lớp pho mát cứng của Ý như *Parmigiano Reggiano* hoặc *Grana Padano* nổi tiếng thế giới."

"Anh có vẻ rành nhỉ."

"Tôi sống ở đây đủ lâu nên chả lạ gì những món ăn này. Nếu cô không bị câu thúc bởi *tours* du lịch, và không ngại, tôi sẽ đưa cô thăm thú nhiều thắng tích nổi tiếng, đồng thời thưởng thức các món ngon đặc sản từng vùng miền."

Chàng trai kéo ghế mời tôi rồi ngồi đối diện,

"Cô uống cà phê loại gì, đậm hay nhạt?"

"Nhạt thôi."

Chàng trai gọi nhân viên phục vụ *order* cho tôi một cà phê đá *Mocha Cappuccino* và món *steak* cho mình.

Trưa đứng bóng, nắng trải kín sân gạch mặt tiền nhà hàng, dẫn xuống dòng kênh sóng nhẹ gây ra bởi những con thuyền chở khách du lịch trôi chậm trên mặt nước.

Chàng trai chỉ hai lát thịt bò tẩm tiêu đen, trên phủ vài cọng ngò xanh trông bắt mắt người phục vụ vừa mang ra,

"Món *steak* này là *Bistecca Fiorentina*, có nguồn gốc từ miền *Florenc*e, theo truyền thống món này được chế biến bằng thịt xương ống nướng trên than rực, cô thấy, thịt có màu nâu đậm từ bên ngoài nhưng ngon ngọt, mềm và đỏ từ bên trong. *Steak Bisteca Fiorentina* là một trong những món ngon nhất của *Tuscany* và *Florence*."

"Nếu được một người hướng dẫn sành mọi chuyện như anh, còn gì bằng. Tôi đi không theo chương trình của công ty du lịch nên khá thoải mái, nghĩa là tôi chủ động thời gian cũng như muốn đến nơi nào tùy thích."

"Vậy thì cho phép tôi được được đóng vai nhân viên hướng dẫn."

"Tuyệt, chỉ ngại không tiện cho anh."

"Là sao?"

"Anh còn phải làm việc."

Chàng trai cười,

"Tôi là họa sĩ, có xưởng vẽ cách đây vài *block*, cuối tuần như hôm nay tôi thường đến nơi này cùng vài địa điểm khác ký họa cho du khách, cốt vui, và cũng để thêm thu nhập hầu thoải mái hơn trong sinh hoạt hàng ngày, nên hoàn toàn tự do, *free* thời gian."

Chúng tôi rời quán khi mặt trời đã ngã sang chiều. Trước khi đưa tôi về khách sạn, chàng trai chở tôi đến xưởng vẽ. Đó là một không gian rộng, mái cao không *ceiling*, lộ nhiều ống sắt, có lẽ là các ống nước và *gas*. Một gác lửng cuối phòng đi lên bằng cầu thang sắt. Anh cho tôi biết địa điểm này tiền thân là nhà kho của cơ sở may gia công bên cạnh.

"Anh ở hẳn chỗ này à?" Tôi hỏi.

Chàng trai chỉ căn gác lửng,

"Phòng ngủ của tôi. Trên nguyên tắc, khu thương mại không được ở, nhưng ở lậu, ai biết."

"Thiếu tiện nghi quá, mùa lạnh chịu sao thấu."

"Tôi không nhiều nhu cầu, bên trong có phòng vệ sinh, ăn uống hàng quán, bữa nào lười, gọi điện thoại người ta mang đến, mùa lạnh có máy sưởi cá nhân, ổn chán."

Tôi đi một vòng quanh phòng, tranh treo kín vách lên tận trần, hầu hết theo trường phái trừu tượng, màu sắc u trầm, đường nét uốn lượn, gấp khúc, phảng phất hơi hướm Việt Nam.

"Tranh anh gợi nhớ kiến trúc cung đình Huế và đền chùa lăng miếu trên mọi miền đất nước, nhất là miền Bắc, cố đô Thăng Long xưa."

"Đó là dấu ấn làm nên phong cách của mọi họa sĩ thuộc mọi chủng tộc, dù họ ngụ cư ở bất cứ nơi nào trên trái đất này.

Nó là căn tính ăn sâu trong tư duy, máu huyết không thể tẩy rửa nếu được nuôi dưỡng trong cái nôi văn hóa giống nòi. Tôi sang đây khi đã trưởng thành, nghĩa là tôi đã có thời gian dài, suốt thời niên thiếu rồi thanh niên, tắm đẫm trong môi trường quê hương. Sách vở, báo chí, đền đài miếu mạo được đọc và nhìn thấy khắc sâu trong tâm hồn, dẫn dắt màu sắc, đường nét trên khung bố. Nếu cô quan tâm và thích hội họa, hẳn đã nhìn thấy tranh của các họa sĩ gốc Á châu, khác xa với các họa sĩ phương Tây, nhìn, ta biết ngay họ thuộc dân tộc nào: Nhật, Trung Hoa, Ấn Độ, Đại Hàn, Indonesia, Thái Lan, Lào, Campuchia..."

"Việt Nam nữa chứ."

"Đúng vậy, không loại trừ."

"Anh yêu Việt Nam nhỉ."

"Hàng năm tôi vẫn về."

"Thế à. Quê anh ở đâu?"

"N.T."

"Hai năm trước tôi có ra vùng này, từng viếng tháp Chàm dưới chân cầu xóm Bóng, tham dự lễ hội Tháp Bà *Po Nagar*, vui lắm."

Hôm sau, và ngót mười ngày nữa, trên chiếc BMW cũ nhưng còn khá tốt, Lâm, tên chàng trai, đưa tôi ngao du các thắng tích lừng danh ở mọi miền trên đất nước xinh đẹp, trữ tình và có bề dày lịch sử không thua các quốc gia khác trên lục địa châu Âu ngày nay. Tôi từng đọc, từng xem qua sách báo, phim ảnh, nhưng thua xa vẻ diễm lệ, kỳ vĩ của thực địa khiến tôi không ngừng choáng ngợp.

Nơi đầu tiên Lâm đưa tôi đến là *Rome*, thủ đô ngày nay của nước Ý, được ví như một viện bảo tàng bởi rất nhiều dấu vết lịch sử hiện hữu khắp nơi, trên những con đường, những khu phố, những vuông đá mòn nhẵn trong quảng trường, trên các vỉa hè. *Rome* vẫn giữ được nét cổ kính với những nhà thờ, những đài phun nước (nổi bật và được nhiều du khách biết đến nhiều nhất là đài phun nước Trevi. Trong phim *Romeo and Juliet* do hai tài tử Olivia Hussey và Leonard Whiting thủ vai có cảnh Juliet rửa chân tại nơi này. Thành phố đã công bố mỗi năm thu được trên dưới 30.000 *euro* – tiền cắc - do du khách ném xuống hồ, bởi theo truyền thuyết, hành động ấy mang đến may mắn, nhất là trong tình yêu. Số tiền này dành cho các cơ sở từ thiện, nuôi dạy trẻ mồ côi, cơ nhỡ), những cung điện uy nghi thời trung cổ và phục hưng, những bảo tàng mênh mông với hàng nghìn cổ vật, tranh tượng nghệ thuật hầu như vô giá.

Nhưng song song là một *Rome* hiện đại, những nhà hàng, hí viện, khu vui chơi, *shopping* sang trọng hào nhoáng, đường phố nhộn nhịp, cư dân bản địa quần là áo lượt thời trang tiêu biểu, và cuộc sống sôi động về đêm với những vũ trường, những hộp đêm rực rỡ đèn màu.

Rome cũng là nơi tọa lạc của tòa thánh *Vatican*, và nhà thờ thánh *Peter* hoành tráng.

Đài phun nước Trevi, hoàn tất năm 1762

Một ngày tham quan nhiều thắng tích khắp thủ đô, chúng tôi ngồi dưới mái hiên một quán giải khát, đối diện quảng trường rộng trước giáo đường thánh *Peter* được phủ kín bởi giàn giáo kim loại. Người ta đang chỉnh trang, tôn tạo và tẩy rửa công trình kiến trúc kỳ vĩ và cổ kính này.

Nắng chiều xô ngã bóng râm ngôi thánh đường trải kín ngót hai phần ba quảng trường. Nắng chiều cũng viền quanh khuôn mặt Lâm với mái tóc dài và dày nghệ sĩ, với đôi mắt đăm đắm thẳm sâu, ẩn chứa một nội tâm phong phú, và chiếc cằm vuông cương nghị. Lâm đẹp, vẻ đẹp đầy nam tính. Lần đầu tiên nhìn thấy trung niên này tôi đã có ngay ấn tượng tốt, ấn tượng trở nên sâu đậm hơn, tỷ lệ thuận với thời gian gần cận. Tôi linh cảm một ngày không xa Lâm sẽ là nhân tố quan trọng chiếm lĩnh, chi phối nếp nghĩ và **đời** sống tôi. Từ hai mối tình trước, tôi ngại ném mình vào cuộc tình nào khác, tôi sợ lại thêm một lần nữa thất vọng, dù trong thẳm sâu tâm hồn tôi không ngừng thèm một bờ vai làm chỗ tựa đầu. Cũng bằng giác quan bén nhạy của phái nữ, tôi cảm nhận tình cảm Lâm dành cho tôi vượt mức bình thường. Chủ quan chăng? Tôi tin ở sự mẫn cảm của mình.

Nâng ly cà phê hớp một ngụm nhỏ, nhìn mặt trời như chiếc nong khổng lồ sắp lặn, nhìn những cuộn mây ửng đỏ phía sau thánh đường, tôi nói với Lâm,

"*Rome* đẹp quá."

"Ngày mai chúng ta sẽ đến một thành phố cũng đẹp không kém, em (từ lúc nào danh xưng "anh em" đã có giữa chúng tôi) sẽ kinh ngạc trước vẻ đẹp cổ kính và lãng mạn có một không hai."

"Nơi nào vậy anh?'

"Thành phố *Pisa.*"

"Có phải nơi ấy có tháp nghiêng lừng danh?"

"Phải."

Tháp nghiêng Pisa

"*Pisa*, không chỉ nổi tiếng bởi ngọn tháp nghiêng, mà còn rất nhiều những giáo đường, quần thể tượng, lâu đài đồ sộ từ thời trung cổ vẫn còn nguyên vẹn, dù đã trải qua bao dâu bể. *Pisa* mang vẻ đẹp yên bình của những nhà thờ, cung điện và những cây cầu lãng mạn bắc qua sông *Arno*. Ngoài tháp nghiêng *Pisa* em sẽ còn được mục kích nhà rửa tội của thánh John nằm trong khuôn viên *Piazza dei Miracoli*, nổi bật bởi phong cách thời phục hưng, cùng nhiều tác phẩm điêu khắc sống động, tinh xảo và đặc sắc rải rác khắp nơi trong thành phố."

Trở lại nơi tạm trú, hoàng hôn sắp xuống, trước khi về phòng, chúng tôi ngồi ở *Restaurant* của khách sạn ăn tối. Giàn đèn khổng lồ trên trần cao tưới xuống căn phòng rộng màu sáng dịu. Trên bục thấp cuối phòng gã nhạc công ngồi trước giàn *piano* lớn chơi một tấu khúc của *Giacomo Puccini*, một trong những nhạc sĩ sáng tác *opera* vĩ đại nhất của Ý, mười ngón tay mềm lướt trên những phím đàn, mặt gã ngước cao, mắt nhắm say đắm. Tiếng dương cầm khi dồn dập, lúc khoan thai trôi bềnh bồng khắp phòng, âm thanh được điều chỉnh vừa đủ nghe.

Lâm cầm tấm thực đơn đọc lướt, hỏi tôi,

"Em thích ăn gì?"

Tôi cười,

"Hỏi em như hỏi đầu gối, anh là thổ công, toàn quyền quyết định."

"Chúng ta dùng vài món đặc thù của *Rome* nhé."

Lâm chỉ vào tấm thực đơn,

"Món này, mì Ý sốt kem ăn kèm thịt hun khói, là một trong các món "kinh điển" dân bản địa và du khách đều ưa thích. Món này, *Trippa alla Romana*, cũng được coi là đặc sản của *Rome*, lòng bò om nước xốt cà chua. Món này nữa..."

Lâm thao thao. Tôi vội ngăn màn thuyết trình,

"Bộ anh muốn *order* tất cả các món có trong thực đơn sao?"

Lâm cười, gọi ba món và hai ly vang trắng, chúng tôi vừa ăn vừa nói chuyện. Lâm dùng thìa cuốn những sợi mì đưa lên miệng,

"Ăn món này anh bỗng nhớ món bún chan nước mắm ớt chanh pha mỡ mẹ anh thường cho ăn những ngày đông rét, ngon lạ lùng."

"Thường những món "ngày xưa" đó chỉ ngon trong ký ức, giờ nếu cho ăn lại, chưa hẳn như anh tưởng."

"Có thể."

"Ký ức luôn đánh lừa chúng ta. Cái gì "ngày xưa" cũng hay, đẹp, đáng nhớ."

"Nhưng cũng có chuyện đau thắt tâm can. Ví dụ bị tình phụ chả hạn."

"Tất nhiên. Em chỉ muốn nói ký ức luôn ghi đậm, có khi thái quá, những sự cố đã xảy ra trong dĩ vãng."

Khí hậu gây lạnh và ly rượu vang trắng làm tôi ngây ngất. Đẩy dĩa thức ăn sang bên, tôi nói,

"Em buồn ngủ."

Chúng tôi rời chỗ ngồi về phòng. Làm vệ sinh xong, như hôm qua, Lâm mang gối chăn ra *sofa*.

"Good night."
"You too."

Tôi trả lời và vặn thấp bóng đèn trên bàn đêm. Căn phòng chìm trong ánh sáng nhá nhem. Những tưởng sẽ ngủ được ngay nhưng lạ quá, cơn buồn ngủ biến đâu mất. Tôi nhắm mắt nghĩ mông lung. Không tay chơi đều cáng ngụy quân tử như chàng giảng viên đại học, không trẻ tuổi đẹp trai nhưng ủy mị hèn yếu như Phan. Rắn rỏi, vẻ ngang tàng bất cần toát ra từ khuôn mặt, từ dáng dấp tạo cho Lâm một hấp lực mạnh. Tâm hồn tôi chao động.

Đêm yên tĩnh, có lẽ ngày mới đã sang. Phải ngủ thôi, tôi xua mọi nhớ tưởng khỏi đầu, áp dụng bài học cũ, hít sâu, thở nhẹ và sổ tức: một, hai, ba...

Vì biết thời gian không còn nhiều, Lâm tranh thủ đưa tôi đến những thắng tích và các thành phố tiêu biểu như *Napoli*, cách *Rome* chỉ khoảng 2 giờ xe về hướng nam. Thành phố *Naples* hay còn gọi là *Napoli* thuộc vùng duyên hải của Ý, được ví như thành phố có hai mặt trái ngược, một mặt là giá trị lịch sử văn hóa đáng trân trọng, mặt còn lại là thế giới đen tối liên quan đến *Mafia*. Dù vậy, không thể phủ nhận *Naples* vẫn là một trong những thành phố đẹp và đáng ghé thăm nhất *Italia* với bờ biển Địa Trung Hải xinh đẹp uốn lượn cùng những công trình kiến trúc đậm nét *baroque* và *gothic* làm say mê bao du khách.

Điểm kế tiếp, *Florence*, thành phố có hàng ngàn năm tuổi, được xem là cái nôi của nghệ thuật thời kỳ Phục hưng, với những tên tuổi lẫy lừng như *Leonardo da Vinci, Dante, Michelangelo...* Do đó tôi thực sự bị mê hoặc không chỉ bởi được ngắm nhìn các kiến trúc cổ xưa, sờ chạm những tường đá nhám, mát lạnh, mà còn có thể tận mắt chiêm ngưỡng những nguyên tác nghệ thuật đặc sắc trong một thời kỳ rực rỡ của nền văn minh châu Âu.

Cũng tại đây, qua Lâm, tôi bước chân vào thư viện *Lairentien* được xây dựng từ thế kỷ 15, với kiến trúc giản dị nhưng lịch thiệp đúng chất *Italia.* Nhìn hàng triệu cuốn sách quí được bảo quản cẩn trọng qua hàng ngàn năm trên các kệ dài, tôi nhủ thầm thảo nào đất nước này có một nền văn hóa cao và vững chãi. Rời thư viện tôi và Lâm vào quảng trường *Doumo* nổi tiếng được biết đến như điểm quy tụ các tác phẩm giá trị của các nghệ sĩ thời kỳ Phục hưng. Buổi chiều trước khi về lại khách sạn ăn tối, tắm rửa, nghỉ ngơi, Lâm đưa tôi lên tháp chuông *Campanile* cao gần 100m, tại đây tôi có thể nhìn toàn cảnh thành phố.

Ngày hôm sau chúng tôi tham quan thị trấn *Cinque Terre,* một trong những điểm đến nổi bật là nhà thờ *San Loenzo* với họa tiết ngựa vằn có niên đại từ thế kỷ 12 trong thời kỳ Phục hưng.

Nhà thờ San Loenzo

Và cảng biển *Genoa* lâu đời biểu tượng của thành phố.

Ngoài ra chúng tôi dành một lượng thời gian thoải mái để tham quan những di tích kiến trúc thời Trung cổ như các nhà thờ, thánh đường, lâu đài và những bảo tàng ấn tượng có hấp lực lớn trong thành phố.

Được mệnh danh là thị trấn nhiều màu sắc nhất thế giới, tôi cũng như hầu hết khách du lịch hẳn không thể bỏ qua vẻ đẹp như cổ tích của thị trấn biển *Cinque Terre*. Nằm dọc theo bờ biển *Liguria* phía tây bắc *Italia*, thị trấn này được hình thành từ thời trung cổ, mang đậm dấu ấn Địa trung hải với với những dãy nhà màu sắc bắt mắt nằm cheo leo trên các sườn đồi, ghềnh đá. Nhìn từ trên cao, thị trấn như một bức tranh sơn dầu ấn tượng với vẻ đẹp nguyên sơ, độc đáo, cũng là lí do giúp *Cinque Terre* trở thành một trong những điểm du lịch hàng đầu.

Cinque Terre,một trong những điểm du lịch hàng đầu.

Theo tiếng Ý, *Cinque Terre* nghĩa là "năm vùng đất", bởi nơi đây gồm 5 ngôi làng xinh đẹp: *Monterosso, Vernazza, Corniglia, Manarola* và *Riomaggiore*, hai trong số này là những ngôi làng đẹp nhất nước Ý. Điểm chung của những làng là nằm trên sườn đồi bậc thang với những cánh đồng trải dài và được nối với nhau bằng một con đường ven biển.

Còn nhiều những danh thắng Lâm đưa tôi đến nhưng tôi không nhớ tên, dù các nơi này ghi khắc trong tâm hồn nhiều ấn tượng khó phai, với vô số công trình kiến trúc kỳ vĩ, đếm không xuể những quần tượng tinh xảo, với cơ man kiệt tác hội họa, với những mái vòm nhà thờ hoành tráng, những bích họa tiêu biểu cho một giai đoạn lịch sử mỹ thuật bỗng cùng loạt xuất hiện nhiều thiên tài. Liệu trong tương lai có người sánh bằng?

Ngày... tháng...

Tôi nói với Lâm,

"Ba ngày nữa em về Việt Nam, còn quá nhiều nơi chưa biết. Tiếc quá!

Lâm nói,

"Em còn sang nữa mà, lo gì."

"Em đã tự nhủ sẽ là lần cuối chuyến du lịch này."

"Sao vậy?"

Suýt tí nữa tôi buột miệng bày tỏ với Lâm suy nghĩ của mình dẫn đến quyết định trên, song tôi chợt nhủ thân tình giữa tôi và Lâm chưa sâu đậm đến mức giúp tôi phơi trải mọi góc khuất trong tâm. Tôi đánh trống lãng,

"Trở lai Venice anh hướng dẫn em mua một ít đồ làm quà cho người quen nhé."

Lâm không hỏi thêm, dường như anh đoán phải có lý do đủ mạnh khiến tôi tự "cấm vận". Sống lâu ở xứ người, nơi vốn tôn trọng tuyệt đối tự do cá nhân, và quyền riêng tư, nên Lâm đủ tế nhị kìm giữ tò mò.

Chúng tôi dậy từ lúc trời còn tối, thu vén hành lý xong xuống *restaurant* ăn sáng, uống cà phê. Hừng đông Lâm và tôi khởi hành. Xe ra khỏi thành phố vào xa lộ, nhắm hướng *Venice*. Khí hậu gây gây, tôi choàng thêm khăn quàng cổ,

"Lạnh." Tôi nói.

Lâm quay kín kiếng xe, mở máy sưởi.

"Ấm ngay thôi. Mùa hè, chỉ buổi sáng lạnh một chút, lát nữa nắng lên sẽ hết."

"Ở Việt Nam khí hậu luôn nóng nên em chưa thích nghi được."

Mười ngày viếng các thắng tích, tôi mệt nhưng vui, vốn hiểu biết của tôi có cơ hội được bồi đắp dày thêm. Lâm quả là một hướng dẫn viên tuyệt hảo, kiến thức rộng và nhiệt tình, tôi nghĩ mình thật may mắn, nếu không gặp và quen Lâm, chuyến du lịch này có lẽ không khác bao lần trước, nhàm chán.

Đường sá ở Ý như mọi quốc gia phương Tây khác đều tốt, xe lướt êm trên mặt nhựa, tôi nhìn qua cửa kính, như cuốn phim quay chậm, cảnh vật thay đổi không ngừng, từa tựa nhiều bức tranh tôi đã từng xem trong các sách ảnh và mười ngày vừa qua trong các bảo tàng. Thành phố, thảo nguyên, núi non, làng mạc, đồi cỏ, cánh đồng chạy dài ngút mắt, hàng thông cao hai bên đường làng dẫn về xóm nhỏ có gác chuông nhà thờ vươn lên nền trời cuộn mây sau bờ cây..., tất cả trôi qua, lùi và mất hút phía sau. Nhìn chán tôi ngả đầu vào tựa ghế, nhắm mắt. Lâm nói,

"Ngủ đi."

Tiếng bánh xe trên mặt đường rì rào một nhịp đều ru tôi vào giấc ngủ chập chờn.

Lâm đứng trên đồi cao, đôi mắt đăm đắm nhìn xuống thung lũng đầy sương, mờ tỏ những ngọn cây, những mái nhà, những lối mòn quanh co vắt qua địa hình chập chùng. Tôi đứng bên cạnh,

"Cảnh đẹp quá anh nhỉ." Tôi nói, âm thanh bay trong gió, lãng đãng.

Lâm tán đồng,

"Đẹp thật."

Một con tắc kè bất ngờ từ bụi cây bên cạnh phóng ra. Tôi co chân né theo phản xạ và chao đảo mất thăng bằng, vội nắm cánh tay Lâm. Con vật lủi nhanh, mất biến sau tảng đá dưới thấp,

"Làm em giật mình."

Gió từ lũng sâu cuốn lên, Lâm hỏi,

"Lạnh không em?"

"Gây gây thôi"

Tôi nép người vào Lâm, mùi đàn ông toát ra từ thân thể cường tráng làm tôi ngây ngất như say, nhìn khuôn mặt rắn rỏi đầy nam tính, cảm thấy mình thật nhỏ bé. Lâm quàng tay bế tôi lên,

"Chúng ta đi nhé."

"Đi đâu anh?"

"Đến nơi em muốn đến."

"Làm sao anh biết em muốn đến đâu?"

Lâm mỉn cười không trả lời trực tiếp câu hỏi,

"Đi."

Chúng tôi rời mặt đất, lên cao, lẫn vào mây trắng. Gió thổi tung mái tóc dài, gió lạnh tê mặt, gió luồn vào áo mơn trớn thịt da, gió choáng ngợp hai mắt. Tôi áp má vào ngực Lâm, khuôn ngực vạm vỡ,

"Em nhìn kìa."

Tôi dõi mắt theo hướng Lâm chỉ. Phía chân trời bình minh đang lên, mặt trời màu cam lớn như bánh xe bò khổng lồ nhích chậm, sắp rời khỏi những ngọn cây cao cũng rực sáng cùng màu.

Xa hơn, dãy núi trồi cao giữa màn sương đục in đậm trên nền trời tím đỏ, rải rác nhiều vẩy mây lóe sáng như dát vàng. Một đàn chim, có lẽ quạ, vụt bay lên từ rừng cây, tiếng kêu quang quác xé rách bầu khí tịch mịch.

"Đẹp quá," Tôi reo lên.

"Thiên nhiên thực kỳ vĩ." Lâm nói.

Chúng tôi qua khỏi cánh rừng, sà thấp trên thảo nguyên hoa vàng nở rộ trải rộng ngút chân trời. Màu hoa vàng dưới ánh sáng ban mai hòa với màu hồng phấn của thảm mây thành một màu khó định tên. Phiếu diễu, hư thực bất phân.

Cánh rừng lùi dần, chúng tôi lên cao, lẫn vào biển mây, chung quanh cuồn cuộn, chập chùng những cụm mây che khuất tầm nhìn.

Lâm hỏi,

"Thích không?"

"Thích."

Ý niệm thời gian không còn tồn tại. Màu sắc vây bọc chung quanh không ngừng thay đổi, từ màu trắng sữa chuyển dần sang màu vàng nhạt, rồi ửng hồng, tím nhẹ, xanh lơ... Ánh mặt trời thỉnh thoảng xé mây đâm vào chúng tôi luồng sáng chói mắt. Cả hai bay mãi, bay mãi cho đến khi chợt bừng lóe ánh nắng, chúng tôi ra khỏi biển mây. Tôi nhìn xuống, khuất sau rừng bạch dương một ngôi biệt thự màu trắng, mái ngói đỏ thấp thoáng ẩn hiện. Bên phải ngôi biệt thự là ngọn đồi thấp đổ xuống thảo nguyên mênh mông, đàn cừu hàng trăm con lốm đốm trắng trên nền xanh của cỏ.

"Có lẽ đây là nơi nghỉ dưỡng của một gia đình giàu có nào đó." Lâm nói.

"Thanh bình quá anh nhỉ."

"Việt Nam nhiều nơi thanh bình không kém, anh nhớ một lần ra vịnh Hạ Long, cảnh đẹp như thiên thai."

Việt Nam, địa danh Lâm vừa nói như câu thần chú làm cảnh quan vụt thay đổi. Từ thảo nguyên bao la với đàn cừu trên thảm cỏ xanh chợt biến thành cánh đồng rực vàng màu lúa chín, xa xa dòng sông lặng lờ, lũy tre ven bờ lã ngọn trong gió. Con đường đất quanh co dẫn về ngôi nhà ngói tường vôi rêu phong. Tôi nhận ra vùng quê mỗi năm mẹ vẫn đưa tôi về thăm hai nội. Tôi nói,

"Em nhớ nơi này. Thuở ấy em vừa bước vào tuổi dậy thì với bao ước mơ, một trong các ước mơ là ngày nào có chồng sẽ về đây cất một ngôi nhà nhỏ ven sông, cuối tuần cùng về hít thở không khí trong lành."

"Em vẫn còn mong thế?"

"Vẫn."

"Chúng ta sẽ thực hiện ước mơ ấy."

Tôi nhìn Lâm,

"Với anh?"

"Vâng, với anh."

Lâm siết mạnh vòng ôm quanh eo ếch, tôi dụi đầu vào buồng ngực vạm vỡ. Gió mạnh đưa chúng tôi tiếp tục lên cao, cao mãi, cảnh vật bên dưới nhạt mờ trong lớp lớp mây trắng. Tôi sung sướng nghĩ đến ngôi nhà nhỏ ven sông quê nội và cảm thấy hạnh phúc dâng trào.

"Em."

Lâm vỗ nhẹ vai, tôi choàng thức.

Xe vào *parking* trạm xăng, bên cạnh một quán ăn,

"Đổ xăng xong mình ăn cái gì lót dạ, ít nhất phải tối nay mới về đến *Venice*."

"Còn xa không anh?"

"Khoảng bốn trăm *miles*".

Chúng tôi ngồi sát cửa sổ nhìn ra đồng cỏ chạy tít tắp đến ngọn đồi có dãy tường cao bao quanh ngôi nhà bề thế trên đỉnh,

"Bọn nhà giàu thích cất nhà trên núi, một mình một cõi."

"Buồn chết, mua sắm, chợ búa bất tiện nữa."

"Em suy nghĩ theo cách nhà nghèo, bọn giàu đâu cần đi, họ muốn gì chỉ *order* qua *phone,* người ta sẽ giao hàng đến tận nơi."

"Ừ nhỉ, ở quê nhà ngày nay thiên hạ mua hàng hóa, chợ búa *online* cũng khá phổ biến."

Văn minh đến mọi nơi khắp hành tinh này. Xem phim hoặc đọc sách thấy nhân loại tiến thật nhanh đủ mọi mặt. Một trăm năm trước không ai nghĩ bây giờ người ta có thể nói chuyện và nhìn rõ mặt nhau, thấy tường tận từng nốt ruồi, nếp nhăn, vết tàn nhang, chân râu nhú xanh dưới cằm, dù cách xa nửa vòng trái đất.

Ăn xong chúng tôi tiếp tục hành trình, xe qua một cây cầu treo dài bắt ngang hai ngọn đồi cao, tôi nhìn xuống, dòng sông xanh thẫm rất xa bên dưới, ven hai bờ là những trang trại, chuồng bò, nhà chứa rơm rạ, và vườn tược, đồng cỏ.

Đến *Venice* trời đã sụp tối.

Lâm đưa tôi về khách sạn. Khi chia tay Lâm hẹn ngày mai sẽ đến đón tôi đi mua sắm và ngày mốt sẽ đưa tôi ra sân bay.

Chúng tôi ngồi ở quán giải khát gần *gate*. Phòng chờ tấp nập hành khách. Tiếng nói cười, tiếng loa phóng thanh chốc chốc vang vang. Hoạt cảnh sinh động. Tôi nhìn vu vơ, trên bức tường cao chạy dài đối diện các *gate* vào phi cơ treo cách khoảng nhiều tranh lớn của những họa sĩ hiện đại, màu sắc tươi sáng, đa phần thuộc trường phái trừu tượng, tạo cảm giác thoải mái cho người xem,

"Các họa sĩ kia có nổi tiếng không anh?" Tôi hỏi Lâm.

"Có, nhưng chỉ ở địa phương này thôi, chưa có tầm vóc quốc gia."

"Tranh đẹp."

"Nhưng chỉ có tính trang trí, chung chung, không gây ấn tượng, không có *style* độc đáo. Loại tranh này chúng ta thấy khắp nơi."

"Để trở thành danh họa vang danh thế giới khó quá."

"Dĩ nhiên, em ngẫm xem, theo thống kê mỗi bốn giây có một người chào đời, cứ thế liên tục bao ngàn năm qua, hàng tỉ tỉ người trên hành tinh chết đi, sinh ra liên tục, nhưng số tên tuổi còn được chúng ta nhớ có là bao."

"Anh có nghĩ một ngày nào đó sẽ vang danh?"

"Không riêng gì anh, ai cũng mong thế, nhưng anh đủ sáng suốt để hiểu rõ giới hạn của mình. Anh vẽ trước tiên cho chính anh. Đứng trước khung bố, cân nhắc từng mảng sáng tối, vạch từng nhát cọ, bắt gặp từng gam màu bất ngờ đến không định trước, anh thấy sướng lắm, như… như gì nhỉ?… . Xin lỗi em, như… như cảm giác lên đỉnh khi làm tình."

"Ước gì em cũng có đam mê như anh, cuộc đời sẽ thi vị biết bao."

"Mỗi người là một cá thể riêng biệt, không ai giống ai, cái này làm nên xã hội. Em cứ là em, đủ rồi."

Hôm nay Lâm mặc áo phông ngắn tay, nhìn bắp thịt vồng cao săn chắc, tôi hỏi,

"Anh siêng tập thể dục lắm phải không?"

"Bình thường thôi. Người ta vẫn nghĩ bọn nghệ sĩ sống bừa bãi, phóng đãng. Sai. Hay ít ra không có anh. Sức khỏe quan trọng lắm. Có sức khỏe trí óc mới sáng suốt, suy tư mới thông thoáng."

Tiếng nói phát ra từ loa phóng thanh,

"Mời các hành khách đáp chuyến bay mang số… lên phi cơ."

Tôi đứng dậy,

"Đến giờ rồi, em đi"

Lâm cầm tay tôi,

"Em đi bình yên, mình sẽ gặp nhau ở quê nhà cuối năm nay.

"Vâng, nhớ gọi cho em biết ngày giờ, em sẽ ra đón."

Trước khi bước vào đường ống dẫn đến cửa phi cơ, tôi lặp lại,

"Hẹn gặp."

Lâm đưa tay hôn gió, tôi cũng đáp lại bằng cử chỉ tương tự rồi đi sâu vào lòng ống. Hai nữ tiếp viên đứng hai bên cửa vào nở nụ cười nhã nhặn chào khách. Tôi tìm ghế của mình, sát cửa sổ.

Chiếc Boeing 747 bò chậm ra đường băng. Giọng nữ trong loa phóng thanh vang vang nhắc nhở hành khách cài dây an toàn. Con tàu tăng tốc lấy trớn rời phi đạo lao vào không trung. Thành phố nhỏ dần bên dưới và mất hút trong biển mây. Đèn dịu xuống, tiếng động cơ đều đều nhịp nhẹ. Tôi ngả đầu vào tựa ghế, kéo tấm chăn mỏng đắp kín ngực, nhắm mắt. Mười một tiếng nữa tôi sẽ đặt chân xuống mảnh đất quen, nơi tôi đã ra đời, lớn lên. Mảnh đất có tên gọi: quê hương.

Ngày... tháng...

Tôi nhìn đồng hồ trên điện thoại, đã hơn hai giờ sáng. Chí ít phải một tuần nữa may ra mới quen lại giờ giấc cũ. Đêm yên tĩnh, tôi nhớ những ngày qua, thời gian cùng Lâm ngao du nhiều địa danh, dù chỉ một phần nhỏ, trên đất nước rộng lớn và thơ mộng cách xa quê nhà nửa vòng trái đất. Cuộc du lịch lần này để lại trong tôi nhiều ấn tượng. Tôi nhớ những bức tượng tạc bằng đá tinh xảo, từng nếp gấp quần áo, từng đường gân trên cách tay, bàn chân, từng đường nhăn trên vầng trán, từng tư thế đứng, dáng ngồi, khuôn mặt, mắt nhìn…, các nghệ sĩ tạo hình chú ý đến tận cùng mọi chi tiết, lột tả được nét biểu trưng đặc thù của nhân vật; Tôi nhớ những bích họa trên các mái vòm nhà thờ và hình dung họa sĩ đã phải nằm ngửa suốt nhiều năm trên giàn giáo để tỉa tót từng đường ngang nét dọc, và phỏng đoán thế nào để hình thể tạo ra được cân đối, hài hòa vì họ không có độ xa hầu nhìn ngắm. Chưa kể màu sắc, bố cục. Càng nghĩ càng nể phục. Họ tài quá. Tôi nhớ những đài phun nước với quần thể tượng người, ngựa sinh động; Tôi nhớ những bức tranh trong các viện bảo tàng, đủ kích cỡ, đủ đề tài, từ sinh hoạt trong cung đình với dạ vũ, với những giàn đèn trên trần cao, sàn gạch hoa, màn cửa, nhân vật quần là áo lượt lướt thướt đến cảnh đồng quê với nông trại, chuồng gia súc, bò, cừu, gà, ngỗng...: Tôi nhớ những dòng kinh, những ngôi nhà nhiều màu, những cây cầu nhỏ lan can hình vòng cung, những bậc tam cấp bằng đá mòn nhẵn dấu chân, những lâu đài kỳ vĩ; Và nhớ nhất khuôn mặt, tướng đi, dáng đứng, giọng nói, ánh mắt, nụ cười của người đàn ông đã hướng dẫn tôi suốt mười ngày; Tôi nhớ giấc mơ trong giấc ngủ chập chờn trên đường về; Tôi nhớ vòng tay quanh eo ếch và mùi đàn ông quyến rũ. Lâm, người đàn ông cuối năm nay tôi sẽ gặp lại tại đây như lời hẹn. Người đàn ông đã vực tôi dậy, đã lấy lại cho tôi niềm tin, đã xóa trong tôi sự mỏi mệt, chán ngán. Tôi nhớ và mong ngày ấy chóng đến.

Tôi trằn trọc mãi đến gần sáng mới thiếp đi và bừng thức khi tiếng chuông nhà thờ gần nhà vang ngân báo hiệu giờ lễ đầu ngày.

Tôi nhìn qua cửa sổ, trời đã nhá nhem, thành phố ra khỏi giấc ngủ, tiếng động cơ xe, tiếng còi, và hàng trăm thứ tiếng khác hòa chung làm nên tấu khúc sinh động.

Cậu em dắt chiếc xe ra cửa, khởi động máy và xuống đường. Cậu em đi làm sớm, công ty của cậu mãi tận Thủ Đức. Ba cũng đã dậy, ông mang ly cà phê ra ngồi ở chái hiên vườn sau, nhấp chậm từng ngụm nhỏ chất đắng, nhìn vu vơ luống hoa hồng dọc tường, màu đỏ của những đóa hoa như đậm hơn dưới ánh sáng ngọn đèn từ chái hiên hắt ra. Ngày trước ông còn phì phèo thuốc lá nhưng hơn năm nay ông đã cai, một phần do mẹ càm ràm, một phần ông cảm thấy sức khỏe yếu, hay ho hen, khô cổ, nóng phổi. Mẹ đang lo thức ăn sáng dưới bếp. Bà dậy sớm nhất và làm việc không ngơi tay cho đến tối. Xong bữa sáng, đi chợ, sửa soạn bữa trưa rồi chiều, dọn dẹp nhà cửa, cắt tỉa cây cảnh ngoài vườn. Ba có phụ chút đỉnh nhưng chủ yếu vẫn là mẹ. Như hầu hết đàn bà Việt Nam, mẹ hay lam hay làm, "Ở không chịu chi thấu", bà nói. Những ngày nghỉ, tôi vẫn được mẹ chỉ dẫn nấu nướng. "Con gái phải rành chuyện bếp núc, đó là bí quyết giữ chồng hiệu quả nhất, đàn ông yêu vợ qua cái bao tử." Mẹ bảo thế. Tôi tin. Trông ba thì biết, mỗi lần tiệc tùng hay trà đình tửu quán với bè bạn, tan cuộc về nhà vẫn đòi mẹ dọn cơm, những món ăn giản dị, quen thuộc nhưng bắt cơm, ngon miệng. Miếng sườn ram mặn, con cá bống kho tiêu, vài đùi gà chiên dòn, đĩa gỏi xoài thịt ba chỉ thái mỏng, bát giò heo giả cầy, thậm chí chén mắm ớt tỏi, nhất nhất đối với ba, cả chị em tôi nữa, đều có hấp lực lớn. Ba nói, "Thức ăn ở các hàng quán nhiều dầu mỡ, bột ngọt, bụng dạ nào chịu cho thấu, lại nêm nếm không như mẹ mày."

Mười giờ, nắng đã lên cao, tôi sửa soạn đến nhà Thục Đoan mang theo món quà tặng, nghĩ, vợ chồng nó sẽ thích lắm. Bức tượng *Pietà*, nguyên tác của *Michelangelo*, tác giả bích họa vĩ đại trên nóc vòm nhà nguyện *Sistine* trong tòa thánh *Vatican*. Ở Việt Nam và mọi quốc gia trên thế giới đã sao chép tác phẩm này trải dài mấy trăm năm qua, tuy nhiên chỉ bằng thạch cao hoặc các chất liệu khác như đồng, kẽm, men sứ, ciment và sau này, nhựa…, được đúc hàng loạt, riêng quà tặng của tôi bằng đá, lại được tạc thủ công từ chính quê hương của tác giả. Vợ chồng Thục Đoan theo Thiên Chúa giáo, bức tượng chắc chắn sẽ vô cùng trân quí.

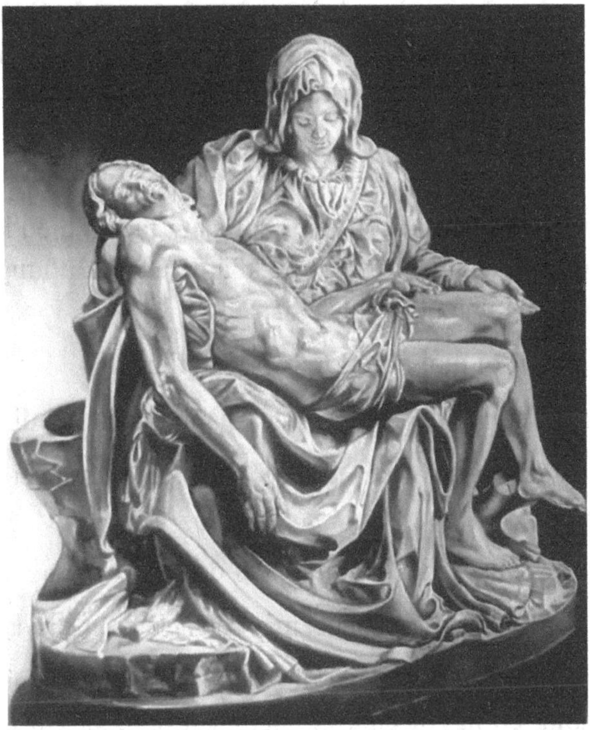

Pietà (Đức Mẹ sầu bi) by Michelangelo (1475-1564)

Thục Đoan nâng niu bức tượng, luôn miệng suýt xoa

"Đẹp quá, y như nguyên tác."

Tôi cười,

"Mày đã thấy nguyên tác chưa mà nói y như?"

"Thì thiếu gì hình chụp."

"Nói đùa vậy thôi, chứ các nghệ nhân sao chép cũng tài tình lắm, hầu hết mọi bản copy ở khắp nơi, kể cả Việt Nam, đều hệt nguyên mẫu."

"Mày được xem nguyên mẫu, tuyệt vời nhỉ."

"Ừ, hết ý, tao nghĩ chỉ có một vài thiên tài cỡ *Michelangelo* trên trái đất này. Ông ta tạc tượng này năm mới hai mươi ba tuổi. Từng nếp gấp áo, từng đường gân trên tay chân Chúa, và nét mặt xót xa của Đức Mẹ cộng bố cục hài hòa, nét tạc tinh xảo..., tất cả đều khiến người xem ngẩn ngơ xúc động. Tao đã đứng rất lâu trước tác phẩm này, trong đầu luôn tự hỏi, làm sao một người chỉ mới hai mươi ba tuổi lại có thể tạo nên một kỳ tích như thế."

"Mày đã đi nhiều, được xem lắm sáng tạo từ điêu khắc đến hội họa của nhiều danh tài lẫy lừng khắp Âu châu, nhưng lần này mày có vẻ hưng phấn thái quá."

Thục Đoan soi mói nhìn tôi trước khi tiếp,

"Tao nghĩ còn lý do sâu xa khác, thành khẩn khai đi."

Thầm phục sự nhận xét tinh tế của bạn, nhưng tôi cũng cố chống chế,

"Có lý do sâu xa nào đâu, mày chỉ đoán mò."

"Đừng giả mù sa mưa, chơi với mày bao nhiêu năm, tao lạ gì mày."

Tôi ấp úng, không qua mắt được con bạn thân, vả lại tự thâm tâm tôi mong có người chia xẻ niềm vui đang đầy ứ trong nội tâm, nên sau một lát phân vân tôi thả mặc cảm xúc vỡ òa,

"Ừ thì công nhận hưng phấn của tao quả có thái quá."

"Tao đoán không sai, khai tiếp đi."

Tôi kể chuyện gặp Lâm và những sự cố tiếp theo suốt mười ngày theo Lâm thăm viếng nhiều nơi trên đất Ý.

Tôi đã đến nhiều quốc gia khắp Âu châu, đã tham quan hầu hết các viện bảo tàng ở Pháp, Đức, Tây Ban Nha..., đã chiêm ngưỡng hàng ngàn tranh tượng của các vị khổng lồ trong hai lĩnh vực điêu khắc và hội họa, đã ngẩn ngơ, choáng ngợp trước những kiệt tác của họ, và quả thực sẽ bất công nếu chỉ ca tụng những danh tài lẫy lừng của Ý mà quên đi những tên tuổi khổng lồ khác cùng thời kỳ ở mọi quốc gia khắp Âu châu. Không thể chối cãi nhận xét của tôi phần lớn chủ quan, dẫn dắt bởi động lực nặng cảm tính.

Thục Đoan hỏi,

"Mày yêu tay Lâm nào đó rồi phải không?"

"Tao không biết, chỉ cảm thấy lòng xao động mỗi khi nghĩ đến hắn."

"Yêu rồi đó, bây giờ mày hết ngán ngẩm bọn đàn ông con trai rồi chứ?"

Tôi im lặng nhìn ra cổng, nắng chiều đổ bóng mát dãy phố đối diện chiếm nửa mặt lộ. Tôi đứng dậy,

"Tao đi đây, mãi tám chuyện tào lao với mày tao quên phải đến con Nga, con Liễu nữa."

Vẫn như mọi khi, đường phố luôn tấp nập, ồn ào. Tôi vừa điều khiển chiếc xe trong rừng người và xe đủ loại vừa nghĩ đến hai người bạn sẽ ghé lát nữa, chúng nó chả quan tâm đến nghệ thuật như Thục Đoan, điều làm chúng say mê là thời trang, quần áo, giày mũ, túi xách, khiến chúng tốn nhiều tiền của công sức. Biết thế nên tôi đã mua tặng mỗi đứa một áo choàng chính hiệu *Italia*.

Buổi chiều đã xuống sâu khi tôi về đến nhà. Gặp cậu em ngay cửa,

"Chị đi đâu cả ngày?"

"Tao đi trao quà cho vài bạn thân."

"Chị có nhớ hai ngày nữa là sinh nhật chị?"

"Ừ nhỉ, tao quên."

"Chị quên thật hay cố tình quên?"

"Mày hỏi gì lạ thế?"

Cậu em nhún vai cười khẩy,

“Em đi guốc trong bụng chị. Đừng sợ già ống chề, chị còn trẻ đẹp chán, mai mốt nhất định sẽ có chàng hoàng tử bảnh chọe tới rước nàng về dinh.”

Tôi trừng mắt,

“Guốc với dép, dinh với thự, nhảm nhí.”

Cậu em tiếp tục cười,

“Thôi bỏ qua. Em sẽ tặng chị một ổ bánh rõ to, gọi điện thoại mời bạn của chị đi. Em được dịp ăn theo, sẽ rủ tụi yêu ma đến làm một trận tới chỉ, lâu không nhậu nhẹt cũng nhớ.”

Sinh nhật tôi, lần thứ ba mươi chín, lại thêm một tuổi! Cậu em đoán đúng, tôi không quên, chỉ thấy chán, định bỏ qua.

Tôi nhẹ thở dài. Không trốn tránh được đành phải tổ chức thôi. Tôi nói với cậu em,

“Này, mày mượn cớ nhậu nhẹt thì chia phí tổn với tao chứ.”

“Chuyện nhỏ, em sẽ lo rượu và chi vài trăm nghìn nhờ mẹ làm vài món đưa cay. Nhưng mà em đã rỗng túi, chị cho em mượn trước một tê, cuối tháng lĩnh lương em trả.”

“Em trả! Mày có nhớ đã mắc nợ tao bao nhiêu tê không?”

Cậu em gải đầu lúng túng,

“Thì… thì…”

“Nói thế thôi, chứ sinh nhật tao để tao bao giàn, cho mày và đồng bọn mặc sức say sưa.”

Cậu em nhào tới ôm tôi, tỏ hiện niềm vui bừng nở trong ánh mắt, nụ cười và khuôn mặt sáng rỡ. Tuy đã hai mốt song tính tình vẫn còn ở tuổi vị thành niên, dễ dàng bộc lộ cảm xúc một cách trẻ con,

“Em biết mà, lương em ba cọc ba đồng, chị nỡ lòng nào tính toán. Cảm ơn chị.”

Tôi đẩy cậu em ra, làm mặt nghiêm,

"Thôi đi ông tướng, kiếp trước chắc tao nợ nần gì mày nên kiếp này phải trả."

Cậu em lại nhào tới hôn vào má tôi rồi quay lưng vừa nghêu ngao một khúc tình ca thời thượng vừa ra sân lấy xe, phóng xuống đường. Lại đến quán cà phê Đê Mê tán tỉnh em tiếp đãi viên trẻ và đẹp nhất quán có lần cậu đã khoe, tôi đoán thế. Ông anh cả và bà chị kế đã có gia đình ra riêng từ lâu, nhà chỉ còn hai chị em, nên tôi rất gần gủi Tú, tên cậu em. Dù đã ra trường, đã đi làm, nhưng lương tiền chả thấm vào đâu, tôi vẫn phải chu cấp thêm hàng tháng qua hình thức "cho vay", dù biết chả bao giờ được trả.

Tôi nhẹ lắc đầu, mỉm cười.

Ngày... tháng...

Bữa tiệc không đông song thân tình và vui, nhất là băng nhóm của cậu em, hát hỏng, đấu hót ầm ỉ, cụng ly chan chát. Ba thùng bia, mỗi thùng mười hai chai, sáu tửu đồ chưa đến nửa tiệc đã cạn sạch. Tú hướng về phía tôi hét,

"Chị tư, hết bia rồi."

"Uống nữa sao?"

"Hôm nay ngày vui của chị, phải cho bọn em chia vui chứ."

"Thôi đi lũ quỉ, đừng mượn cớ."

Tú cười cầu tài,

"Em nói thật mà."

Quay sang đồng bọn, Tú hỏi,

"Phải không tụi bay?"

Cả lũ nhao nhao, một đứa lên tiếng,

"Phải, phải, ngày vui của chị, bọn em muốn say, để nhớ."

Trò tung hứng trẻ con, biết thế nhưng lũ quỉ đang sôi nổi, không nở làm chúng cụt hứng, tôi đành nhượng bộ, mở bóp đưa cậu em ba tờ một trăm ngàn,

"Chừng này nữa thôi nhé, uống nhiều quá say sưa ói mửa tùm lum, ông bô bà bô mắng cho tắt bếp.

Tú trấn an tôi,

"Chị yên tâm, bia đâu phải rượu mạnh, nhằm nhò gì, bọn em thừa sức uống đến sáng mai."

Và cầm tiền bật dậy. Trước khi vù ra cửa Tú đảo mắt nhìn lũ bạn,

"Đợi tao, hôm nay bọn mình làm một bữa tới chỉ."

Phòng khách không lớn, quanh chiếc bàn dài, vừa đủ chỗ ngồi cho Tú và chiến hữu của nó, cùng chúng tôi gồm các bạn thân, Thục Đoan, Thúy Nga, Thanh Liễu, Lam Tuyền, Hạnh Quyên. Ba mẹ và hai bạn già của ba ngồi ở sofa uống rượu mạnh.

Hiệp, cậu trai dong dỏng cao, tóc dài, sơ mi ngắn tay mở nút áo trên cùng, vẻ nghệ sĩ, ôm cây đàn nhìn tôi nói,

"Em tặng chị bài *Chị Tôi* của Trần Tiến."

Hiệp cúi xuống dạo đàn, rồi ngân lên, cất tiếng. Giọng ấm, ngọt ngào,

> *"Nhà tôi bên bến sông, có chiếc cầu nhỏ cong cong.*
> *Hàng cau dưới nắng trong, lá trầu không.*
> *Chị tôi trông dễ thương, bán rau chợ Cầu Đông (ới a...)*
> *Chị tôi chưa có chồng...."*

Hiệp mới vào khúc đầu thì Toàn, cậu con trai mặt mày trông thư sinh, lớn tiếng cắt ngang,

"Buồn bỏ cha, không hợp với chị Nhã tí nào, hát bài khác đi."

Hiệp dừng lại, ôm đàn,

"Mày muốn tao hát bài gì?"

"Trần Tiến có khối bài hay."

Hiệp nâng ly uống cạn nốt phần bia còn lại,

"*Ok, Mặt Trời Bé Con* nhé."

"Chị Nhã đâu còn bé con nữa, cũng không hợp."

Cả bọn tranh nhau nói, đứa yêu cầu bài này, đứa đề nghị bài nọ. Cuối cùng một đứa bảo,

"Nhạc của các bô lão, cũ rích, sao không hát nhạc trẻ, thiếu gì, chả hạn *Tình Yêu Màu Hồng*, cũng tha thiết ra rít."

Thục Đoan kề tai tôi nói nhỏ,

"Bọn trẻ sôi nổi nhỉ."

"Trẻ gì, đứa nào cũng trên hai mươi."

Chợt nhớ người tình thứ hai, chỉ hơn Tú một vài tuổi. Càng ngày tôi càng nhận ra mình thực nông nổi.

Phan có lẽ không khác với bọn nhô kia, hiếu động, sức lực tràn đầy nhưng dường như hầu hết đều cạn cợt, yếu đuối, ỷ lại, mơ mộng viễn vông. Tuy thời gian không lâu, nỗi đau của tôi về Phan đã nhạt. Một phần do người con trai này không tạo được cho tôi ấn tượng nào ngoài tuổi trẻ, điển trai và sung mãn trong quan hệ gối chăn. Nói trắng, dù đã tự đánh lừa bản thân rằng tôi đến với Phan vì đã tìm được một chỗ nương tựa, song trong sâu thẳm tâm hồn tôi xem Phan như cái phao giúp tôi vượt qua vực tối cô quạnh và đáp ứng đòi hỏi thân xác. Phần khác, sau lần Phan bị nhóm thanh niên làm nhục, hình ảnh Phan lầm lũi ra khỏi *shopping* bỏ mặc tôi với bọn du thủ du thực đã khiến tôi bành hoàng, thất vọng và xem thường.

Tình thương khác với tình yêu, cha mẹ thương con, anh chị thương em, Đó là tình thương vô điều kiện, không đòi hỏi đáp đền tương xứng. Nhưng trai gái yêu nhau, cần vô cùng, ở người đàn bà, là sự nể trọng. *Trai tài gái sắc*, ngạn ngữ này từ ngàn xưa đến bây giờ và chắc chắn tương lai vẫn đúng.

Tôi khao khát một bờ vai, một buồng ngực, một cây cao bóng cả để ngã đầu, để hóa thành dây chùm gửi bám vào hầu yên tâm kết nụ, nở hoa. Nhiều đêm chợt thức, tôi ôm chiếc gối dài chờ giấc ngủ trở về, đầu óc nhớ tưởng lang bang, nhớ hai đồi ngực và núm mọng rờn rợn trong đôi môi bú nút hối hả, nhớ vòng tay rắn chắc, nhớ chiếc lưỡi mềm vờn quanh âm hạch, luồn sâu giữa vách thịt mềm sũng ướt nhột điếng, nhớ dương vật săn cứng vào ra dồn dập... Tôi nhớ, và nhớ..., máu chảy cuồng trong huyết quản, thịt da sần tê nổi gai. Tôi lại tự thỏa, để rồi, như mọi lần, lại vùi mặt vào gối, ứa lệ. Tôi mong cầu có được một tình yêu đích thực, không đặt trọng tâm ở quan hệ gối chăn. Thân xác chỉ đòi hỏi trong khoảnh khắc mà thời gian thì dài đăng đẳng, những mấy mươi năm chất chồng bao lo toan, ứng phó, nếu người đồng hành bên cạnh không tâm đầu ý hợp, không mạnh mẽ, làm sao cùng tôi đi trọn đường đời nhiều phần sẽ gian nan cho đến ngày chung cuộc?

Mười hai giờ khuya, tiệc tàn, ba và Tú đã vào phòng, mọi người đã về, mẹ phụ tôi don dẹp chén đĩa. Trong gian bếp, mẹ lại nhắc,

"Ba mươi chín rồi đấy, kén cá chọn canh mãi, coi chừng thành gái già không chồng."

"Bộ mẹ tưởng con không sốt ruột à?"

"Vậy tính đi chứ."

"Tính, mẹ làm như mua hàng *online*, không thích thì gửi trả, làm vợ người ta là trao thân gửi phận cả đời, nhỡ trao lầm người, tàn một kiếp, không vội vàng được."

"Mầy không tính để ba mẹ tính, có mấy mối không tệ đã xa gần bắn tiếng."

"Trời, thế kỷ hai mốt rồi, lại nữa con đâu còn trẻ trung gì, ba mẹ khéo lo."

Dừng một chút, tôi nói liều,

"Cuối năm nay con sẽ mang ảnh về ra mắt gia đình."

Mẹ ngưng tay nhìn tôi, ánh mắt lộ vẻ tò mò pha chút rạng rỡ,

"Ai?"

"Rồi mẹ sẽ biết."

Tôi nghĩ đến Lâm, tim bồi hồi nhịp đập nhanh. Từ ngày trở lại quê hương, hình ảnh người đàn ông gặp gỡ và mười ngày cùng rong ruổi trên một phần địa hình xứ người luôn tồn tại trong lòng tôi, càng lúc càng sâu đậm. Không nghi ngờ gì nữa, tôi đã yêu Lâm.

Ngày... tháng...

Phía sau những cao ốc ửng màu cam đỏ, chỉ lát nữa thôi trời sẽ sáng hẳn, đêm tàn, ngày rạng. Tôi nằm nướng thêm mươi phút nữa rồi vào *restroom*. Tối qua mãi hai giờ sáng mới chợp mắt, lơ mơ nửa tỉnh nửa thức. Tôi thường xuyên khó ngủ thời gian gần đây, người lúc nào cũng ngầy ngật, lãng đãng như đi trên mây.

Không ngủ được, nằm nghĩ ngợi mông lung, chuyện mình, chuyện người, chuyện nhỏ, chuyện lớn. Chuyện mình: công ăn việc làm luôn bất ưng, vì không đồng quan điểm với bà trưởng phòng lúc nào cũng chi li khó khăn. Chuyện người: ông giám đốc già không nên nết, thích trò trống bỏi, dê dẫm trắng trợn các nữ thuộc cấp trẻ có tí nhan sắc. Chuyện nhỏ: sắp có cải cách trong nội bộ công ty, ai đi, ai ở, ai lên cấp, ai chuyển công tác. Chuyện lớn: chiến tranh Trung cận đông chưa có dấu hiệu hạ nhiệt và về lâu về dài sẽ ảnh hưởng thế nào đến tình hình kinh tế, chính trị Việt Nam? Cuối cùng vẫn là hình ảnh Lâm. Khuôn mặt chữ điền, ánh mắt đăm đắm, môi cười, dáng đi, tướng đứng, thần thái nghệ sĩ nhưng đầy nam tính, tất cả đều khắc ghi trong trí não tôi ấn tượng khó tẩy rửa. Không giống người thầy *playboy*, ngày đó tôi chỉ vừa bước vào tuổi trưởng thành, tâm hồn còn ướt sũng mộng mơ, lại bị ảnh hưởng nặng bởi những tiểu thuyết, những cuốn phim diễm tình, nên tôi luôn chìm đắm trong thế giới phi thực, u mê, không đủ bình tĩnh, sáng suốt để phán đoán đúng sai. Người tình nhỏ thứ hai càng tệ hơn, ngoài đẹp mã và sức lực sung mãn trong sinh hoạt gối chăn ra, anh ta chả còn gì khác, tâm hồn nông cạn, ủy mị và hèn. Sau thời khắc no đủ, thân xác và tâm trí trở lại trạng thái bình thường, tôi cảm thấy thất vọng não nề, chẳng những tôi xem thường cậu ta còn tự bỉ mình. Lâm hoàn toàn khác, người đàn ông này luôn cho tôi cảm giác an tâm và nể phục. Mười ngày cùng Lâm rong ruổi một phần nước *Italia*. Ăn cùng bàn, ngủ cùng phòng, thế nhưng tuyệt không một biểu hiện nào gần xa bóng gió trăng hoa. Nhiều đêm choàng thức, nhìn Lâm ngủ bình thản ngoài sofa, tôi tự hỏi, một người đàn ông độc thân sống lâu ở phương Tây, tất yếu ít nhiều hấp thụ nền văn hóa cởi mở của châu lục này, làm sao có thể dửng dưng khi cùng phòng với một người đàn bà có ngoại hình không tệ như tôi? Anh ta thuộc giới tính thứ ba chăng? Hai ngày đầu tôi nghi thế, nhưng khi đã thân, Lâm tâm sự, thuở còn thanh niên ở quê nhà anh ta có một mối tình khá lãng mạn. Người thiếu nữ ấy quan hệ với Lâm hơn bốn năm, cùng nhau chia ngọt xẻ bùi, biết rõ nhau từ tính cách đến từng nốt ruồi trên thân thể đối tượng, như người ta thường nói, hai người là một nửa của nhau. Tuy chưa chính thức trên mặt luật pháp vì gia đình nàng không bằng lòng, cho Lâm là hạng nghệ sĩ, tương lai thiếu ổn định. Sau một thời gian tranh đấu quyệt liệt vẫn không lay chuyển được quan điểm của song thân, thiếu nữ đành chọn giải pháp, tạm thời từ bỏ gia đình cùng người yêu sống chung, nghĩ, đến lúc có con, đứa cháu sẽ như chất keo gắn kết lại mối bất hòa, ông bà sẽ tha thứ và chấp nhận. Ba năm mặn nồng. Những tưởng rồi mọi chuyện trôi theo tiến trình đã vạch, bất ngờ thiếu nữ bị tai nạn giao thông, tử vong. Không chịu nổi những vật vã của ba mẹ nàng và môi trường đã dưỡng nuôi hai người, Lâm ra nước ngoài, hy vọng vùng đất mới và thời gian sẽ làm nhạt dần đau thương. Nhiều năm trôi qua, quả nỗi đau rồi cũng phôi pha, Lâm dần dà lấy lại thăng bằng. Vài mối tình mới, nhưng không gắn bó lâu, bởi ngoài chuyện xác thịt, Lâm không thể nào hòa hợp với với người khác chủng tộc. Lâm biết mình cố chấp, cực đoan. Nhưng làm thế nào, bởi đó là bản chất. Người ta có thể đổi thay nhiều thứ, song bản chất thì bất khả thi. Đó là lý do đã bốn mươi Lâm vẫn chưa có gia đình.

Đèn nhà bếp đã sáng, tôi vào. Mẹ đang thái khoai lang cà rốt và củ dền tím. Không ngẩng lên, mẹ hỏi,

"Dậy sớm thế?"

"Con mất ngủ."

Mẹ vẫn chăm chú vào công việc, không nhìn tôi,

"Tao già ngủ ít đã đành, mày còn trẻ, sao lại mất ngủ?"

"Thỉnh thoảng con vẫn thế. Mẹ nấu gì thế?"

"Súp đuôi bò. Món này ăn với bún, ba mày rất thích."

"Tuyệt, con cũng thích. Nhất là "thằng trời đánh'."

Tú cũng đã dậy sửa soạn đi làm.

"Mẹ nấu gì thế?" Nó hỏi.

Khi biết mẹ đang nấu món nó vốn mê, nên hí hửng,

"Múc cho con một bát đi mẹ."

"Chưa được, phải hầm cho mềm, rồi còn củ quả, nêm nếm. Tao dành phần, làm về mặc sức."

"Thằng trời đánh" tiu nghỉu ra lấy xe phóng đi.

Như mọi ngày, ba pha ly cà phê mang ra sân sau. Ánh sáng ngoài chái hiên phủ trên mái tóc bạc của ba lốm đốm tựa kim nhũ. Tôi chạnh lòng. Ba mẹ đã bóng xế, mươi năm nữa có thể sẽ ra đi, mà tôi thì vẫn lẻ bóng. Hơn bao giờ hết tôi cảm thông sâu sắc sự nóng lòng của ông bà.

Tôi nhìn gian bếp, nhìn lên nhà trên, nhìn mảnh vườn nhỏ phía sau, nhìn vuông sân ciment mặt tiền nứt dài một đường từ cổng đến gần tam cấp dẫn vào cửa chính… Khung cảnh quá đỗi thân quen, bao nhiêu năm, từ thuở tôi chào đời đến nay căn nhà không thay đổi nhiều, tôi thuộc từng đồ vật, từng chi tiết nhỏ.

Màu sơn tường mười năm rồi chưa sơn lại, đã phai và bẩn; Vết mực đỏ trên cửa tủ Lâm nghịch vẽ bậy hồi còn nhỏ; Bốn cây đinh thay móc quần áo sau cánh cửa ngăn phòng khách và nhà sau; Khoảng ố trên trần nhà; Kiếng cửa sổ rạn nứt do bọn trẻ trong xóm nô đùa ném đá chưa thay; Cái tủ thờ từ thời nảo thời nào một chân gãy, ba tháp lại bằng bản lề…

Tất cả gắn bó với tôi như tứ chi, thực lòng tôi không muốn rời xa.

Tôi mở nắp vung nồi súp, nước hai phần ba nồi đang sôi sùng sục, mùi thơm ngào ngạt khắp căn bếp,

"Mẹ ơi."

"Gì thế?"

"Con định mua nhà."

Mẹ ngước nhìn tôi hỏi lại,

"Mua nhà?"

"Dạ, con sẽ mua một căn chung cư bên quận ba."

"Đầu tư hả?"

"Đúng vậy, nhưng trước mắt con muốn có không gian riêng để thiết kế, bày biện. Con thích. Vả lại, con đứng tuổi rồi, chẳng lẽ bám ba mẹ mãi sao?"

Mẹ có vẻ buồn, bà thở dài,

"Bám gì. Thằng Tú đi làm về là mất biệt với bạn bè, mày ra riêng bỏ tao với ba mày sớm tối ra vô như hai bóng ma."

Tôi cười trấn an,

"Mẹ đừng lo, con vẫn ở đây mà, mẹ khỏi sợ thất nghiệp, con ghiền cơm canh mẹ nấu, số một, ai bằng mẹ".

Mẹ cũng cười,

"Thế chứ, tao sợ thất nghiệp lắm, buồn chết. Mà này, nhà trệt hay chung cư, giá cả thế nào?"

"Chung cư, khá đẹp, tương đối rẻ. Con mua trả góp. Thành phố này nhà cửa đất đai mỗi ngày một đắt đỏ, mua nhà là một cách đầu tư hiệu quả nhất."

"Ừ, cũng tốt."

Hôm đến trao quà cho Liễu, nó khoe vừa mới mua một chung cư cho thằng con trai, mai mốt cu cậu lấy vợ, có chỗ mà ở.

Tôi nói,

"Mày lo xa thế."

Nó bảo,

"Nhà cửa mỗi ngày mỗi đắt đỏ, chưa ở thì cho thuê, một công đôi việc, càng lợi."

Tôi nghe có lý,

"Tao cũng muốn mua một căn."

"Nên lắm.

"Trả tiền mặt?"

"Lương của mày thừa sức bảo chứng, trả góp ngon cơm."

"Vậy *good* quá."

Tôi mua nhà vì lý do xa, một hình thức đầu tư, và có cho mình không gian riêng mỗi khi cần thư giản. Lý do gần, cuối năm nay Lâm về, có chỗ thoải mái hơn ngụ khách sạn, nhân tiện nhờ anh ta góp ý, thiết kế sao cho căn chung cư hoàn chỉnh hơn về mặt mỹ thuật. Ngày xưa tôi định vào Đại học Mỹ thuật vì rất thích hội họa, nhưng bạn bè bảo họa sĩ thường khố rách áo ôm nếu tài năng không xuất chúng, và khuyên tôi chọn ngành đồ họa hay thiết kế thời trang, ít nhiều liên quan đến hội họa. Ngẫm cho cùng bạn bè nói không sai, là đàn ông lây lất không sao, nhưng phái nữ mà thế thì còn ra gì. Tôi chọn học ngành thiết kế thời trang. Ra trường, có ngay viẽc làm. Công ty tôi đang phục vụ thuộc hàng uy tín bậc nhất của đất nước này. Lão giám đốc thích trống bói song có lẽ tôi luôn tỏ thái độ nghiêm chỉnh khiến lão không dám dở trò. Nếu không lấn cấn với bà trưởng phòng, có thể khẳng định công ty này khá lý tưởng, lương cao, công việc như ý. Vật chất ổn định, thỉnh thoảng tôi có nghĩ đến ước mơ hồi còn trẻ, thầm hứa với lòng, về hưu sẽ cầm cọ, một cách tiêu khiển và phần nào hiện thực sở thích.

Tôi nghĩ đến căn chung cư sẽ mua, nhất định sẽ biến nó thành một tổ ấm. Tôi quan niệm không phải vợ chồng yêu nhau chỉ cần một túp lều tranh hai trái tim vàng như tuồng tích cải lương, mà phải là nơi cư trú, dù khiêm nhường vẫn phải tiện nghi, đẹp. Một phòng khách thoáng, màu sơn nhã, tranh tường cổ điển hay hiện đại tùy thuộc bối cảnh chung, bày biện đơn sơ nhưng mỹ thuật sẽ là môi trường ngơi nghỉ lý tưởng. Buồng ngủ cũng thế, đèn mờ dịu mát, nhạc nhẹ, ra nệm sạch thơm… sẽ giúp vợ chồng tăng thêm hưng phấn mỗi khi đầu gối tay ấp.

Phần II

Lâm bước lùi về phía sau, khoảng cách đủ cho anh ngắm bức tranh vừa hoàn tất. Trên mặt bố rộng những mảng màu nóng, nhiều đường nét cứng, thô, tạo thành một không gian hừng hực và điêu tàn. Không khí thời chiến. Đó là những năm còn ở quê nhà, Lâm thường nghe ba kể hồi còn trẻ phải khoác lên người bộ quân phục, đối diện với bao nhiêu thảm kịch dân quê triền miên hứng chịu suốt hai thập niên chiến tranh. Những thôn làng đỏ lửa tan hoang, những xác người dọc lũy tre, ngoài đồng trống, trôi lềnh bềnh giữa con rạch loang máu hay vùi thây dưới hầm đất sũng nước vào mùa đông sau trận mưa bom; Những đồng đội chết vì đạn của địch. Tuy không trực tiếp nhìn thấy nhưng bằng trái tim nhạy cảm, Lâm hình dung được bối cảnh ấy, bất chợt thỉnh thoảng sống lại trong đầu, để rồi đến hôm nay muốn diễn đạt qua màu sắc. Lâm thấy hài lòng, cảm giác hiếm hoi mỗi lần buông cọ. Như hầu hết mọi bức tranh khác, Lâm luôn ngại mình không thể hiện trọn vẹn được chủ đề đã thai nghén. Dù ăn nằm với sơn cọ nhiều năm, Lâm vẫn mãi mãi mang tâm trạng lần đầu đứng trước giá vẽ, vừa háo hức vừa lo âu. Mức đã vạch, song liệu có đến được nơi muốn đến? Con đường đang đi lắm chướng ngại và cũng lắm cái không ngờ. Có thể nói mỗi tác phẩm là một trải nghiệm mới, đôi khi loay hoay mãi không diễn đạt được điều mong muốn, lắm lúc màu sắc dẫn Lâm lạc vào cảnh thổ lạ, khác hẳn dự tính ban đầu, đầy kỳ thú. Phải chăng đó là hấp lực khiến Lâm mê say hội họa?

Vất cây cọ vào chậu nước ngâm, Lâm thay áo trước khi ra *parking* lấy xe chạy về hướng quán ăn quen. Trưa, nắng tốt dù vẫn gây lạnh, thời tiết chớm hè chưa ra hẳn khí hậu cuối thu. Con đường men theo dòng kinh quá quen thuộc Lâm đã đi lại bao nhiêu lần, những ngôi nhà quét sơn vàng nhạt hực sáng trong nắng, cây cầu vắt ngang dòng kinh có vẻ rộng vì bộ hành thưa hơn mọi ngày. Lâm vừa ngồi vào ghế chưa kịp *order* thức ăn thì điện thoại reo,

"*You* có nhà chứ?"

"Không, *me* đang ở quán ăn quen *you* đã biết."

"Chờ đấy, *me* sẽ đến, có chuyện cần bàn với *you*."

Chừng mươi phút sau Anto vào. Anh ta là đồng nghiệp, sống khá buông tuồng, tình ái nhăng nhít, và rượu chè, hút sách, kể cả ma túy. Vài lần Anno rủ chơi, nhưng Lâm từ chối, Anto bảo: *you* thử sẽ thấy lúc say thuốc nhiều ý tưởng lạ nẩy sinh, Lâm lắc đầu: Thành nghiện, không có không làm được gì. Thâm tâm Lâm nghĩ, nếu thực sự có tài thì hà cớ chi phải mượn chất gây nghiện độc hại này mới sáng tác được? Lâm biết nhiều tài năng, ngoại quốc lẫn Việt Nam, có cuộc sống mẫu mực, vậy mà sáng tác của họ luôn được quần chúng tụng ca, ngưỡng phục Chẳng qua đó là cách nuông chiều bản thân thiếu ngay thẳng. Tuy nhiên vì tôn trọng bạn, Lâm không cản ngăn, vẫn giao du thân tình, vì ngoài tài năng (Anto có bản sắc riêng, không ảnh hưởng ai) còn tốt bụng và rộng rãi, hết lòng với bạn bè. Anto người Thụy Điển, quốc gia nổi tiếng tự do tình dục, ở đó người ta xem hoạt động giường chiếu là nhu cầu thiết yếu như ẩm thực, đói ăn khát uống hàng ngày, không bị ngăn cản bởi rào cản luân lý như phần lớn các quốc gia phương Đông quan niệm. Anto thường hãnh diện, quê hương anh ta là quốc gia ít tội phạm nhất Âu châu nói riêng, cả thế giới nói chung. Cũng là nơi nhà tù như chỗ nghỉ dưỡng, phòng giam không khác khách sạn, sạch sẽ, nhiệt độ không khí luôn điều hòa dù đông hay hè. Ẩm thực bổ dưỡng, đêm ngủ chăn ấm nệm êm. Thư viện, phòng tập thể dục, những lớp dạy hầu hết mọi nghành nghề, kể cả văn chương, mỹ thuật, âm nhạc…

Kéo ghế ngồi đối diện với Lâm, sau khi gọi nhân viên phục vụ order phần ăn và thức uống, Anto cười tươi,

"*Me* sắp ngao du một vòng Âu châu, *you* muốn đi không?"

"Bao giờ?"

"Đầu tuần tới, *me* sẽ mang theo Emmy."

Emmy, con bé có mái tóc vàng và đôi mắt sâu ướt tình thường cặp kè với Anto, Lâm đã gặp vài lần tại một hộp đêm, nơi những lúc nhu cầu sinh lý đòi hỏi, Lâm hay tới làm vài ly rượu trước khi chấm một em tiếp viên làm tình hờ qua đêm, kiểu ăn bánh trả tiền.

Anto vẫn giữ nụ cười, nhìn Lâm,

"Bọn này sẽ tặng *you* một món quà, bảo đảm hết sẩy."

"Quà? *Me* biết trước được không?"

"Bí mật, khi lên đường sẽ biết."

"*Ok*, đành chờ vậy. Mà này, chúng ta đi bằng gì?"

"*Me* tính thuê một *trailter*."

"Hay đấy."

Chiếc trailer Anto mướn bề thế, đầy đủ tiện nghi, chỉ với một diện tích nhỏ người ta đã thiết kế đầy đủ mọi nhu cầu thiết yếu: *bathroom* (tại các *rest area* luôn có hai ống cao su dành cho các *trailer*, một để bơm nước vào bình chứa trên nóc xe, một để xả nước bẩn xuống cống), tủ quần áo, giường đôi, hệ thống điều hòa không khí, tủ lạnh, bếp gas, chén đĩa ly tách nồi niêu soong chảo. Nhìn chung đây là căn nhà nhỏ lưu động tương đối hoàn hảo. Nếu đi chơi xa không cần khách sạn có thể ngủ nghỉ thoải mái.

Món quà Anto và Emmy dành cho Lâm là một thiếu nữ trẻ, nhan sắc trung bình, nhưng lại sở hữu một body lý tưởng: cao, chân dài, hông và ngực nở, tóc đen tuyền, ngấn cổ cao, màu da ngăm ngăm, Lâm đồ rằng cô ta thuộc sắc dân Trung đông hay cha mẹ một trong hai là người da màu. Anto nói riêng với Lâm,

"*She* rất chịu chơi, xem chuyện ân ái như món tráng miệng, vừa chia tay với thằng kép trẻ, nếu *you* muốn, vào đi."

"*Me* xài của thừa à?"

"Thừa gì, *She* chủ động mà, bảo thằng kép là một loại *boy earth head, she* không chịu nổi."

"*Me* sợ dây dưa lắm."

"Thích thì tới, hết thích, *run*, dây dưa khỉ gì."

Anto cười,

"*She* bỏ thằng kép vì chê nó nhi đồng đầu đất sét, *you ok* đấy."

Lâm cười thành tiếng,

"Hahaha..., me thuộc dạng *old man* rồi."

"Dân Á châu của *you* thường trẻ hơn tuổi, so với *she you* rất xứng đôi:"

Khởi hành từ sáng đến biên giới Thụy Sĩ gần năm giờ chiều. Dasthier (tên thiếu nữ) lên tiếng,

"Vùng này *me* rành, chạy thêm chút nữa sẽ có *rest area*."

Đúng như Dasthier nói, bảng báo hiệu đến bãi nghỉ sau khoảng mươi phút, Anto cho xe vào bãi.

Cả bọn xuống xe. Bên trái bãi là cây xăng và tiệm *McDonald*. Lâm nói,

"Mình vào *McDonald* ăn chút gì."

"Phải đấy, đổ xăng luôn. Cho *me* nghỉ, Lâm làm tài xế nhé?"

"*Ok.*"

Phía sau, cách tiệm *McDonald* và cây xăng một quãng rộng là hàng rào sắt chạy dài bao bọc cả bãi đậu, nhìn xuống thung lũng thấp thoáng dưới những ngọn cây xanh là một dòng suối tung bọt trắng leo qua nhiều đá tảng.

Ra khỏi quán, trước khi tiếp tục hành trình cả bọn đến sát hàng rào sắt. Gió cuốn lên từ lũng sâu mát lạnh, gió thổi tung mái tóc dài của Dathier về phía sau lộ ngấn cổ cao và bộ ngực lớn sau lớp áo thun rộng cổ. Nắng chiều thoi thóp phủ kín bãi đậu màu sáng mượt. Emmy thốt kêu,

"*Beautiful!*"

Thung lũng đã tắt nắng, ánh sáng yếu, dưới sâu, dòng suối gần như không còn nhìn thấy, một màn sương đùn cao, nhanh chóng tràn ngập cảnh quang, trở nên như hư như thực. Dathier tán đồng,

"Really beautiful."

Trở lại xe, Lâm hỏi khi đã ngồi trước bánh lái,

"Mình sẽ đến đâu trước tiên?"

Dathier nhanh miệng,

"Đến *Jungfraujoch* đi, ngọn núi này cao nhất Âu châu quanh năm tuyết trắng, đẹp."

"*You* có vẻ rành xứ này ghê nhỉ." Anto nói.

"Bốn năm trước *me* từng sang đây với hai người bạn, Thụy Sĩ không lớn nên dễ dàng thăm thú nhiều nơi.

"Thảo nào,"

Xe chạy nhanh. Trời bắt đầu sụp tối, chân trời ửng sáng những dải mây vàng cam rồi từ từ chìm vào bóng tối. Đêm xuống. Lâm đã mở đèn, hai luồng sáng quét xa, những vạch sơn trắng chạy ngược chiều, nhanh chóng mất hút dưới lườn xe. Khí hậu bỗng lạnh, Lâm mở máy sưởi. Cả bọn nhao nhao sẽ ngủ đâu nếu không thấy làng mạc thành phố nào. Anto bảo lo gì, chạy thêm vài mươi dặm nữa nếu vẫn đồng không mông quạnh thì tấp vào một chỗ nào đó ngủ nghỉ, *trailer* này đầy đủ tiện nghi, lương khô nước uống có sẵn, chả khác nào dã ngoại, càng thích.

Xe chạy thêm hai giờ nữa vẫn không thấy gì, hết thảo nguyên mênh mông đến cánh rừng thưa lờ mờ dưới ánh trăng thượng tuần. Xe lên dốc, ngọn núi không cao nhưng quanh co, uốn lượn ven vách đá dựng đứng. Đường đèo chỉ non ba dặm. Lên đến đỉnh Lâm lơi chân ga cho xe đổ dốc.

Đồng bằng mở rộng khi xe xuống tới chân đèo, loáng thoáng vài ngôi nhà phía sau vườn nho trải dài nhiều dặm ven quốc lộ. Trăng khuyết đã lên cao, trời trong, ánh sáng trải một màu trắng sữa trên cảnh quan. Đẹp, vẻ đẹp yên bình. Lâm nói,

"Bảng báo hiệu sắp đến trạm xăng."

"Mấy giờ rồi?" Emmy hỏi.

Lâm nhìn đồng hồ,

"Gần tám giờ."

Anto nói,

"Mình vào đổ xăng, nghỉ luôn."

Vẫn giữ nguyên tốc độ, Lâm trả lời

"Xăng chỉ vơi già nửa bình, thừa sức chạy tệ lắm cũng 200 dặm nữa, còn sớm, đi thêm vài tiếng chắc gặp thành phố, có *motel* và *restaurant,* chúng ta thoải mái ăn uống tắm rửa ngủ nghỉ."

"Mọi người chắc mệt rồi, trạm xăng nào cũng có *mini restaurant*, ăn uống không thành vấn đề, *trailer* của mình tuy nhỏ nhưng tiện nghi nào thua gì khách sạn, ai muốn vào chỗ này?"

Cả bọn tán đồng ý của Anto.

Lâm đành chiều theo đa số, đưa xe đến bãi và đậu ở góc cuối kế hàng rào, xa hẳn trước cửa quán ăn tọa lạc phía sau cây xăng.

Quán tươm tất. Bốn người ngồi quanh bàn tròn cạnh cửa lớn, nhìn ra bên kia parking là bãi đất rộng cỏ cao ngang lưng ngăn chia chu vi trạm xăng với xa lộ. Những cột đèn đường cách khoảng chạy dọc hai bên tráng trên mặt nhựa từng vũng sáng lạnh lẽo. Hoàng hôn vừa tắt, bầu trời trong và cao, tiếng côn trùng râm ran nhịp đều bất tận trong bóng đêm phủ trùm đẩy bầu khí vào sâu tịch mịch.

Dasthier nói,

"Cảnh buồn quá."

Lâm nhớ lại lần mải mê tham quan một thắng tích, Lâm và Thanh Nhã không về kịp khách sạn, hoàng hôn đã buông mà đường về khá xa, nên đã đồng thuận sẽ ngủ lại đêm tại *motel* cạnh tiệm ăn nhanh mở cửa 24/24 gần thắng tích, để sáng hôm sau đến một địa danh khác cách chỗ tạm trú không xa. Khoảng mười giờ đêm, cả hai ra đứng ngoài hành lang lầu hai nhìn vầng trăng già vằng vặc trên cao, ngút tầm mắt là rặng núi chập chùng in đậm vào nền trời không gợn mây, gần hơn là thảo nguyên trải dài đến tận chân rặng núi, gần hơn nữa là xa lộ vắt ngang.

Thỉnh thoảng một chiếc xe hơi lướt nhanh, hai vệt sáng từ đầu xe quét dài trên mặt lộ rồi tan nhòa, chỉ còn hai đốm đỏ cũng nhỏ dần và nhanh chóng lẫn vào bóng tối. Vắng lặng, Nhã giọng trầm,

"Nhìn cảnh cảm thấy lòng dạ thế nào!"

"Thế nào là thế nào?"

"Buồn quá!"

Lâm nhìn Dasthier,

"Cách đây không lâu, người bạn gái của *me* cũng nhận xét thế khi bọn này nhìn cảnh tịch mịch của đêm ở một *motel* thuộc vùng ngoại ô."

"*She* người Italia?"

"*No*, Việt Nam."

Mười một giờ khuya. Bốn người rời quán sau khi đã dùng bữa tối. Thực đơn của quán tuy không nhiều nhưng ngon. Chất men của cốc rượu vang, dù nhẹ, vẫn tạo cho Lâm cảm giác lâng lâng. Hình ảnh Thanh Nhã rõ nét hơn trong trí nhớ. Mái tóc dài đen óng, hai vai rộng, đôi mắt sâu, nụ cười với chiếc răng lõm duyên dáng, hai bàn tay năm ngón dài cắt móng gọn sạch không quét son, áo lụa mềm xanh nhạt, ngực vun, quần jean bó sát, hông nở, giầy trắng gót thấp… . Khỏe mạnh, trẻ trung, gợi cảm nhưng kín đáo, biểu hiện tính cách lịch lãm của một người đã qua khỏi dậy thì dợm bước vào trung niên, có trình độ thẩm mỹ cao.

Về đến *trailer*, Anto nói,

"Ngủ, ngày mai đi sớm."

Trailer chỉ một giường đôi, cũng có nghĩa một trong hai cặp phải ngủ dưới sàn xe. Anto nhường giường cho Lâm và Dasthier.

"*Good night*."

Anto nói và kéo Emmy ngã lưng xuống tấm nệm hơi vừa được thổi căng.

Dasthier nhìn Lâm cười,

"Ngại không?"

"Ngại cái gì?"

"Thì ngủ chung"

"*Me* hỏi *you* câu này mới đúng."

Dasthier nhún vai,

"Đã sang thế kỷ hai mươi mốt từ lâu, còn suy nghĩ kiểu đó nữa sao?"

"Kiểu đó là kiểu gì?"

"Kiểu Á châu của *you*."

"*Me* không hiểu."

"Đàn ông được quyền làm mọi thứ, phái nữ thì không!"

Dasthier thản nhiên cởi quần áo trước khi lên giường, vừa chui vào chăn vừa tiếp,

"Tại sao phải nữ không được quyền làm mọi chuyện như phái nam?"

Mùi thơm của nước hoa thoang thoảng và hơi ấm của da thịt từ Dasthier toát ra khiến Lâm rạo rực. Bỗng dưới nền sàn *trailer* tiếng rên và tiếng bì bạch càng lúc càng nhanh. Dasthier chồm qua người Lâm nhìn xuống,

"You two make me hot!"

Emmy ngước mặt lên, cười,

"You have if you want."

Dasthier ngồi lên bụng Lâm,

"You want?"

Lâm trả lời bằng cách vươn hai bàn tay vày vò đôi vú mọng sưng hai núm hồng sẫm. Đôi vú mềm, hâm hấp nóng, Lâm cảm nhận một luồng điện chuyền từ vùng thịt da nhạy cảm kia lan khắp người rồi hội tụ ở hạ thể, cương nở. Dasthier mỉm cười, dạng chân ngồi xổm, cầm vuốt ve trước khi lựa thế đưa chậm vào, ngập sâu, và bắt đầu động tác lên xuống nhịp nhàng.

Tiếng rên mỗi lúc mỗi lớn tỷ lệ thuận với thao tác nhanh dần. Cuối cùng Dasthier hổn hển,

"Oh... oh... oh..."

Và ngã sấp trên người Lâm, động tác lên xuống nhanh hơn và mạnh hơn rồi chậm dần. Bất giác Lâm ghì chặt, ưỡn mông, ngóc đầu ngậm nút núm vú sát kề miệng, cảm nghe cơn kịch ngất lên cao cùng lúc sinh lực thoát ra.

Mọi tiếng động dần tắt. Đêm đang chuyển sang ngày mới. Hai cặp đôi dần rơi vào giấc ngủ sau khi thân xác no đủ. Trên bụng Lâm chân Dasthier vắt ngang nằng nặng.

Lâm dậy sớm khi mọi người còn say giấc, vào *restroom* làm vệ sinh rồi nhẹ mở cửa đến *Mini Restauraant*.

Cô thâu ngân ngồi sau quầy ngước nhìn, nở nụ cười niềm nở,

"Where are your friends?"

"Will come later."

Hừng đông chưa lên, ánh sáng nhá nhem. Gây lạnh. Lâm gọi ly cà phê và cái *sandwich* nhân thịt heo xông khói. Vừa nhấm nháp bữa điểm tâm nhẹ vừa ôn lại trận tình đêm qua. Nếu xét mặt vật lý, thiếu nữ này quả là một đối tác lý tưởng trong chăn gối, tuy nhiên để làm một tình nhân là chuyên không thể, càng không thể nếu trở thành chồng vợ. *"Shi* xem ân ái như bữa ăn sáng*"*. Có thể nào chấp nhận môt người vợ như thế? Chưa kể bao nhiêu dị biệt: phong tục, tập quán, cội nguồn, văn hóa, sở thích…

Cà phê ở đây giống hầu hết các quốc gia phương Tây, đều nhạt, nhưng dù sao cũng giúp Lâm tỉnh hẳn. Lát đát vài người khách nữa vào quán, cô gái trẻ, tóc bạch kim, quàng tay âu yếm gã đàn ông đứng tuổi râu quai nón đến ngồi cạnh bàn Lâm.

"Trời gây lạnh, ngủ thích ghê." Cô gái nói.

"Yes, thích thật."

Lâm nhìn cặp tình nhân (không hiểu sao Lâm nghĩ họ là tình nhân thay vì vợ chồng), chợt nhớ Thanh Nhã và lời nàng,

"Ngày chớm dậy thì đọc tiểu thuyết diễm tình, em thấy người ta yêu nhau sao mà thơ mộng."

"Thơ mộng đâu chỉ có trong tiểu thuyết."

"Đã đành, em chỉ muốn nói các nhà văn chỉ khai thác mặt lãng mạng của tình yêu. Bọn trẻ mới lớn, trong đó có em, cũng nghĩ như họ. Lớn hơn, vào đời, mới nhận ra tinh yêu không thuần túy chỉ vậy."

"Nghĩa là…"

"Nghĩa là còn hàng trăm hàng nghìn vấn đề khác làm thui chột sự thơ mông và lãng mạn. Cụ thể hơn, tình yêu bị chi phối bởi nhiều vấn đề khác, cơm áo gạo tiền, công danh sự nghiệp, địa vị xã hội, … . Và có một điều em cho rất quan trọng nhưng vì lý do nhạy cảm người ta tránh đụng đến."

Thanh Nhã cầm chiếc thìa nhỏ khuấy nhẹ chất nước nâu nhạt trong tách cà phê đã nguội, quay ngang nhìn vu vơ ra vỉa hè, ngập ngừng vài giây rồi chậm rãi,

"Đó là *sex*. Trái tim và *sex* là hai yếu tố quan trọng, hỗ tương cho nhau, có khả năng nuôi dưỡng tình yêu, là chất keo, là lực đẩy đưa tình yêu lên đỉnh cao. Chúng ta đều biết, nhiều cặp vợ chồng tan vỡ chỉ vì thiếu hòa hợp gối chăn… Nói tóm, thứ tình yêu thuần túy tinh thần chỉ có trong tiểu thuyết diễm tình của các tay viết ấm ớ, xa rời thực tế."

"Anh cũng đồng quan điểm, quả thực *sex* đóng vai trò cực quan trọng trong tình yêu. Không có *sex*, tình yêu què quặc, tuy nhiên, nếu chỉ *sex* thôi thì chỉ thỏa mãn nhu cầu vật lý. *Sex* và trái tim, hai yếu tố bất khả phân ly."

Đó là lần Lâm và Thanh Nhã hàn huyên trong quán giải khát, sau một ngày thăm viếng các thắng tích tại miền Nam nước Ý. Lâm nhớ lại khi nghĩ đến cuộc ân ái với Dasthier tối qua. Rõ ràng quan hệ này chỉ thuần túy xác thịt, hoàn toàn vắng bóng tình yêu, trái tim tuyệt không xao động.

Trời sáng hẳn, bọn bạn đang kéo nhau vào quán, Anton oang oang,

"Sao *You* chỉ đi một mình, không đánh thức bọn này?"

Dasthier sà xuống cạnh Lâm, quàng vai tự nhiên,

"*Honey* chỉ uống *coffee*, không ăn gì à?"

"Đợi các bạn, ăn luôn."

Quán bắt đầu đông, hoạt cảnh sinh động hẳn. Tiếng nói cười râm rang. Một cặp trẻ ân cần đút nhau ăn. Anton cười,

"Trông thằng nhỏ bơ phờ, chắc tối qua bị quần tả tơi."

Ammy nguýt,

"*You* lúc nào cũng nghĩ đến chuyện ấy!"

Anton cười lớn. Ăn xong bốn người rời quán, lên xe tiến về hướng *Jungfraujo.*

Đường không xa, nhưng càng đến gần càng lên cao, quang co, hai bên đường rừng thông bạt ngàn, khí hậu gây lạnh. Đỉnh núi phủ tuyết, thung lũng bên dưới cũng vậy, màu trắng chủ đạo, đơn sắc nhưng đẹp, cái đẹp tinh khiết, trong lành. Anton chỉ con tàu sơn đỏ dài ngoằng chạy bên dưới cáp treo,

"Mình đi cáp treo nhé?"

Cả bọn tán thành.

Jungfraujo.

Từ trên cao nhìn xuống cảnh quang bao la và hùng vĩ. Nắng trưa, màu tuyết trắng phản quang nhức mắt. Gió mạnh, Dasthier nói với Lâm,

"Lạnh, ôm em đi."

Lâm vòng tay quanh eo ếch Dasthier, gió quật mái tóc dài quanh cổ Lâm, mùi thơm nhẹ của nước hoa quyện với mùi da thịt đàn bà khiến Lâm lại rạo rực. Dasthier ép sát thân thể vào đối tác, hai bầu ngực lớn nhô cao đôi đỉnh tròn khiêu khích, Lâm cúi người, kê miệng rót vào tai Dasthier,

"Nhìn *you me* liên tưởng đến một miếng *steak."*

Dasthier cười lẳng,

"Một miếng *steak*... Ha... Tối qua chưa đã sao?

"Chưa."

"Vậy tối nay *me* cho *honey* mặc sức."

Vừa nói Dasthier vừa thỏng tay ve vuốt bên ngoài vải quần Lâm,

"*Me* cũng muốn thỏi *Sausages* này."

Một cánh lớn chim chao nghiêng, sà thấp trên nóc *cabin* rồi khoan thai bay ra xa, nhỏ dần. Bên phải, rừng thông phủ tuyết lay nhẹ trong gió. Cuối chân trời những cuộn mây trắng ửng sáng, thay đổi hình dạng không ngớt. Bên trái, dốc thoai thoải quanh co, những đụn đá cao, những cụm thông phủ tuyết, địa hình lý tưởng cho các vận động viên trượt băng. Con tàu sơn đỏ cửa sổ kính lớn bò chậm trên hai đường ray quanh các ngọn đồi, đưa du khách thưởng ngoạn rừng hoa vàng rực dưới nắng ngút mắt chập chùng.

Anton nói,

"Khí hậu thật lý tưởng."

"Mình ở lại đây đêm nay nhé?"

Anton quay sang Lâm và Dasthier,

"*Yous ok?"*

"Ok," Lâm trả lời.

"Me too." Dasthier cũng tán thành.

Lâm cho xe vào *parking lot* rộng mênh mông, già nửa đã kín xe, Hàng thông chung quanh bãi cao ngọn cũng phủ tuyết. Đã tám giờ, trời vẫn còn sáng, trăng thượng tuần vằng vặt, phủ ánh sáng bao quát cảnh quang. Màu sữa trăng hòa quyện với màu tuyết trắng, phiếu diễu, huyền ảo.

Họ vào một *motel*. Phòng ngủ trên lầu, có cửa sổ nhìn ra, bao quát cảnh núi đồi, thung lũng chập chùng tắm ánh trăng.

Nhận phòng xong cả bọn kéo xuống *restaurant*.

Bữa tối khá ngon. Lưỡi bò nấu đậu, cá *samon* chiên dòn tẩm xốt cà chua nồng mùi mù tạt, xúp măng cua và rượu vang. Bốn người đốn ngã chai *Vecchia Cantina Vino Nobile Di Montepulciano, 2016*, không say nhưng đủ xúc tác giúp giấc ngủ sâu hơn.

Rời *rest area* Lâm chạy vào thành phố gần nhất. Ngày cuối tuần nên hầu hết mọi sinh hoạt kinh doanh đều ngưng hoạt động, chỉ lát đát vài cửa hàng ẩm thực và các quán *coffee* mở cửa. Không khí thanh bình và trần lặng, thích hợp cho nghỉ dưỡng. Thảo nào vào những ngày cuối tuần nơi này tiếp nhận nhiều du khách từ các quốc gia chung quanh như Pháp, Ý, Tây Ban Nha… tụ về.

Thụy Sĩ ít di tích lịch sử như phần đông các quốc gia Âu châu, bù lại, rất nhiều thắng cảnh, vô số ao hồ, núi đá phủ tuyết hùng vĩ, thơ mộng và thảo nguyên xanh mướt màu cỏ cộng với khí hậu ôn hòa, mát mẻ, thích hợp chăn nuôi bò, cừu. Diện tính nhỏ, dân số ít, hai phần ba đất nước này thuộc nông thôn, kinh tế phát triển, lại là quốc gia nằm giữa lục địa Âu châu, thể chế chính trị trung lập, gần như không có chiến tranh, thu nhập đầu người lại cao, khoảng gần 40.000 đô/năm nên cuộc sống của tuyệt đại đa số quần chúng rất bình ổn, hạnh phúc.

Lâm sinh ra, trưởng thành trong một đất nước chiến tranh triền miên, hết ngoại xâm đến nội chiến, khí hậu, thổ ngơi lại khắc nghiệt, ảnh hưởng đến bản chất con người: gây gỗ, cau có, nghi kỵ, ghanh ghét, thù hằn. Trái hẳn với dân tộc này, hiền hòa, hiếu khách, khoảng cách giàu nghèo cũng không quá sai biệt, các giai cấp sống hòa đồng, bình đẳng. Lạc đề một tí, Lâm nghĩ đến miền Trung Việt Nam, thổ ngơi khô cằn, dân chúng cơm không đủ no, nên tính khí thô lỗ, ăn cục nói hòn, sẵn sàng tranh thua hơn thiệt, dù chỉ chuyện cỏn con. Lâm từng đọc đâu đó, rằng thổ ngơi khắc nghiệt thường sản sinh kỳ hoa dị thảo. Nghe có vẻ nghịch lý nhưng lại không sai, vùng đất này có nhiều nhà cách mạng: Huỳnh Thúc Kháng, Phạm Phú Thứ, Phan Chu Trinh, Võ Chí Công… . Trong lĩnh vực văn học nổi trội nhiều nhà phê bình, nhận định tầm cỡ: Phan Khôi, Đặng Tiến, Nguyễn Hưng Quốc… . Một điểm đặc biệt nữa: Lâm đã đi nhiều nơi, từ Á sang Âu, nhận thấy hiếm quốc gia nào như Việt Nam, trên diện tích nhỏ nhoi, tỉnh lỵ này với thành phố kia chỉ cách vài mươi cây số mà mọi chuyện khác hẳn, từ ẩm thực, giọng nói, tính tình đến quan niệm, tập quán, cách xử kỷ tiếp vật. Hãy thủ tưởng tượng một dân xứ Quảng sống chung với một người miền Nam chả hạn, thế nào cũng có chuyện. Lâm tự nhủ, nếu có dịp sẽ đi sâu vào hiện tượng này, nhiều điều khá lý thú.

"Mình sẽ đi đâu nữa?" Ammy hỏi, kéo Lâm về thực tại.

"Trước tiên tìm chỗ làm đầy bao tử cái đã, mọi người hẳn đã đói." Anton nói.

Lâm cho xe vào parking một quán nhỏ ở trung tâm thành phố.

Chỉ gần một tuần bốn người đã rong ruổi gần hết đất nước nhỏ bé này. Câu cá, cởi ngựa, vào các làng mạc thưởng thức đặt sản ẩm thực, viếng danh lam thắng cảnh.

Ngày cuối, mọi người đồng ý sang Pháp, quốc gia nổi tiếng là cái nôi của nghệ thuật, với viện bảo tàng lớn nhất thế giới, *Louve*, qui tụ hàng nghìn danh tác, từ hội họa đến điêu khắc, từ cổ điển đến hiện đại. Muốn thưởng lãm mọi tác phẩm nghệ thuật đang được trưng bày (còn vô số họa phẩm khác tồn kho, sẽ thay đổi luân phiên), chí ít cũng mất vài ngày.

Đứng trước danh tác của Leonardo da Vinci vẽ nàng *Mona Lisa* Dasthier hỏi Lâm,

Mona Lisa by Leonardo da Vinci

"*Honey* là họa sĩ, thấy bức tranh này thế nào?"

"Đẹp, dĩ nhiên, nhưng người ta đã ngợi khen thái quá, Leonardo da Vinci là một thiên tài trong nhiều lĩnh vực, hội họa, kiến trúc, giải phẩu cơ thể, những ý tưởng phát minh đi trước thời đại hàng vài thế kỷ… Song nếu không có những râu ria này góp phần, chưa chắc tác phẩm được soi mói, tụng ca như đã. Nhiều, rất nhiều họa phẩm đẹp và nghệ thuật không kém chúng ta vừa xem của không ít họa sĩ khác, có ai được ưu ái như ông này?"

Lâm nhún vai, tiếp,

"*Me* đã đọc những bài khảo luận phân tích cặn kẻ ánh mắt, nụ cười, khóe miệng, bàn tay, hậu cảnh, nếp áo của chân dung người mẫu, thậm chí người ta còn dùng X quang xem bên dưới nàng kiều nữ này là mặt gỗ "trinh nguyên" hay đã có một bức tranh khác mà vì lý do nào đó, chưa vừa ý chả hạn, bị L. Da Vinci vẽ chồng lên. Đúng là vẽ rắn thêm chân!"

"Vẽ rắn thêm chân, càng vui chứ sao."

Lâm trầm ngâm khá lâu trước khi trả lời,

"Có lẽ *you* nói đúng, chả lẽ con người chỉ loay hoay trong vòng ăn ngủ… thường tình? Vẽ rắn thêm chân, hiểu cách nào đó, là món ăn tinh thần làm phong phú tâm hồn."

Đứng trước một bức tranh kịch thước lớn vẽ cảnh dạ vũ chốn cung đình, Anton trầm trồ,

"Nhìn kìa, kỳ công chưa?"

Kỳ công thực, Hàng trăm nhân vật với y phục cầu kỳ, các mệnh phụ váy dạ vũ lướt thướt, nam giới áo đuôi tôm, trần phòng cao, những bệ tượng, rèm cửa sổ vĩ đại, những dàn đèn lớn tỏa ánh sáng lung linh,

Anton tiếp,

"Ông họa sĩ này hẳn tốn không ít thời gian để tỉa tót hàng ngàn chi tiết. *Me* đồ rằng những vị này chả làm gì khác ngoài vẽ,"

"Đúng vậy, giới quý tộc và quan lại thường chu cấp mọi nhu cầu vật chất, họ chỉ chuyên tâm vẽ."

"Mấy tay này sướng thật."

"Mỗi thời đại, cái đẹp được đánh giá bằng nhãn quan phù hợp, phụ thuộc vào nhiều yếu tố tương tác. Ngày nay chúng ta ngắm nhìn những tác phẩm này, đẹp, tất nhiên, không ai hồ đồ phủ nhận, song nếu bảo các họa sĩ tiếp tục vẽ như thế, chắc chắn đại đa số lắc đầu."

Anton tán đồng, vừa trả lời Lâm đồng thời khẳng định đường hướng mình đang theo đuổi,

"*Me* đồng ý. Thời điểm ấy vẽ thế không lạ, nhưng bây giờ vẫn vẽ thế thì có khác nào dậm chân tại chỗ!"

Theo Anton, hội họa cũng giống mọi bộ môn khác, tiến hóa là yêu cầu tất yếu. Tại sao phải kỳ công tỉa tót từng đường ren, từng nếp gấp y phục, từng nút thắt dây giày, từng gù tua mũ lộng lẫy, từng cành nhánh, lá hoa, từng vòng xoắn hoa văn trên gờ mái lâu đài…, khi phim ảnh đã có khả năng ghi lại từ đường nét, nhân vật đến sắc màu. Góc nhìn, ánh sáng, đạo cụ…, sẽ lạ hơn, đẹp hơn nếu nghệ sĩ có khả năng sáng tạo cao. Đồng ý tác phẩm nghệ thuật là sao chép hiện thực, nhưng ngày nay người nghệ sĩ nhìn hiện thực không như trước, hình ảnh được thấy, qua nhãn giới và tư duy của nghệ sĩ không còn "như thật" mà mọi tác phẩm cổ điển đã làm. Nói cách khác, hội họa không ngừng tìm kiếm những hướng đi mới, khai mở những vẻ đẹp khác. Để thực hiện công việc này, các trường phái lần lượt khai sinh: biểu hiện, dã thú, lập thể, trừu tượng, hậu hiện đại… Họa sĩ cận đại, đương đại đã đang và sẽ khai phá, dấn thân.

Bốn người đi rã giò, xem vô số tranh tượng, trọn ngày, vẫn chỉ chưa hết một phần ba tác phẩm đang được trưng bày.

Khi ra về, ngang qua hành lang trên cao, Lâm chỉ mái vòm bằng kính hình Kim tự Tháp bên ngoài dãy tường thấp chói trong nắng, nói,

"Đã một thời, báo chí, truyền thông, dư luận tranh cãi rùm beng kiến trúc kia."

Ammy hỏi,

"Tại sao?"

"Đồng thuận thì ít, đại đa số đều phản bác. Người ta cho rằng công trình mang tính hiện đại ấy không phù hợp với cảnh quang cổ điển chung. Chả khác gì trống đánh xuôi kèn thổi ngược. Ví von kiểu Việt Nam, tựa anh nông dân áo bà ba quần đùi lại đi diện veston bảnh chọe!"

"*Me* thấy có sao đâu, đẹp chứ." Dasthier nói."

Anton tán đồng,

"*Me* cũng thấy thế. Một phần nó như điểm nhấn trong tranh, giữa màu lạnh chủ đạo có một vệt màu nóng đâu đó, làm sinh động, gây chú ý và bất ngờ ở người xem. Một phần do quen mắt."

Lâm nhìn Dasthier cười, trêu,

"Như *me* nhìn *you*, thoạt đầu thấy thế nào, Âu không ra Âu, Á chả phải Á, bây giờ quen mắt lại thấy hấp dẫn, hay hay."

"Hay hay thôi sao?"

"Thì… thì…, tối nay *me* sẽ nói riêng."

Dasthier vít đầu Lâm xuống hôn sâu lên môi,

"*Honey,* Biết rồi, khỏi nói."

Trời ngã sang chiều, nắng xô ngã bóng râm tòa bảo tàng phủ gần trọn đại lộ tấp nập xe cộ, nhìn những chiếc xe chuyển dịch chậm, như rùa, Lâm nghĩ, thảo nào đất nước này phương tiện giao thông công cộng rất phổ biến và tiện lợi. Vô số tuyến *métro* ngang dọc dưới lòng đất, đưa mọi người đến mọi ngóc ngách xa gần. Lâm có người bạn vong niên, lính thợ thời Pháp thuộc, định cư ở đây gần hai phần ba thế kỷ, vẫn dùng *métro* mỗi khi muốn đến đâu, không có xe hơi, không biết lái. Lâm ngạc nhiên,

"Sao thế?"

Ông bạn vong niên cười, nụ cười móm mém, dù tuổi tác không quá cao, có lẽ vì vài chiết răng cửa đi vắng. Chả hiểu không có tiền làm răng giả hay bản tính lười nhác, bất cần,

"*Moi* thuộc giai cấp lao động khố rách áo ôm, ở chung cư, *garage* tập thể, bọn con nít "rệp" (tiếng lóng, bỉ thử, ám chỉ dân ngụ cư gốc Ả Rập) rất mất dạy, chúng sẽ rạch ngang vạch dọc không chừa bất cứ xe nào, của ai, vô phúc hiện diện trong địa phận công cộng ấy. Thêm nữa, ra đường tìm *parking* khó như ngậm ngải tìm trầm, cảnh bò tới de lui năm ba trăm mét tìm một chỗ đậu bên vĩa hè là chuyện bình thường. Còn nạn kẹt xe nữa chứ, cuốc bộ có khi còn nhanh hơn. Sắm xe làm gì thêm phiền. *Métro* vừa rẻ vừa tiện, muốn đến bất cứ nơi nào cũng được."

Paris và nhiều thành phố khác của Pháp, vấn nạn giao thông là chuyện đau đầu vô phương giải quyết. Chẳng cứ gì bạn Lâm, ngoại trừ những người có thu nhập cao, có nhà riêng, sắm xe hơi làm phương tiện di chuyển, còn thì hầu hết đều đi *métro*, họ không sắm xe chả phải mua không nổi, chỉ vì như ông bạn nói, lợi bất cập hại, rất phiền.

Ra khỏi bảo tàng, Anto đề nghị,

"Mình lên tháp *Eiffel* vừa ăn tối vừa ngắm nhìn kinh đô ánh sáng *Paris,* nghe thiên hạ đồn, đẹp mê."

Lâm nói,

"*You* buồn cười ghê, cứ như nhà hàng trên *tháp Eiffel* giống mọi *restaurant* bình thường khác."

"*Me* biết, lúc nào cũng phải *getline*, mình rảnh quá mà, rồng rắn một hai tiếng có hề chi."

"Không phải một hai tiếng mà là từ một đến ba tháng."

"*You* đùa à?"

"Đùa, ha…, hỏi ngài *google* biết ngay."

"*He* nói đúng đấy." Dasthier tán đồng. Và quay sang Anton, tiếp.

"*You boor* quá, không chịu cập nhật kiến thức, vào *google seach* đi."

"Sẵn dịp đọc luôn lịch sử ngọn tháp này, lý thú ra phết." Lâm bồi thêm.

Anton chống chế,

"Ô là là, *me* còn lạ gì trò vẽ rắn thêm chân nhằm quản bá du lịch."

"Thì cứ đọc đi hẳn phát ngôn." Lâm nói.

Ammy càm ràm,

"Nhá nhem rồi, tìm chỗ nào làm đầy bao tử rồi tính, ở đó mà cãi cọ vớ vẩn."

Lâm vòng xe quanh bùng binh rộng, những đóa hoa vàng, đỏ rực trên nền cỏ xanh, dưới ánh sáng từ những bóng đèn dấu quanh vòng lề cao. Chính giữa tượng đài bằng đồng đen uy nghi trên bệ đá hoa cương trắng, mô tả vị danh tướng của quốc gia này nói riêng, thế giới nói chung, *Napoléon*, trên lưng ngựa cất cao vó. Tà áo choàng cuộn bay, nón đội đầu rộng vành, thanh kiếm trên tay hướng ra phía trước trong tư thế xung phong. Xe hơi bò chậm dưới lòng đường, trên vĩa hè khách bộ hành dập dìu.

Lâm nói,

"Mình đến bờ sông *Seine* nhé, ở đó có nhiều nhà hàng nổi tiếng, nhân tiện xem thiên hạ trẩy hội, đông vui lắm."

Tháp Eiffel

"Lai Google!" Anton cười khẩy.

Lâm cũng cười,

"*Seach* đi, cay cú mãi."

Anton không trả lời, mở điện thoại tìm ngài *Google*

Tháp Eiffel là một công trình kiến trúc bằng thép nằm trên công viên Champ-de-Mars cạnh sông Seine. Kiến trúc này có tên nguyên thủy là Tháp 300 mét (Tour de 300 mètres), do kỹ sư Gustave Eiffel và các đồng nghiệp của mình thiết kế và xây dựng từ năm 1887 tới năm 1889 nhân dịp Triển lãm thế giới năm 1889, và cũng là dịp kỷ niệm 100 năm Cách mạng Pháp.

Chiều cao của công trình là 300 mét nếu theo đúng thiết kế, nhưng cột ăng ten radio kỹ thuật số mới trên đỉnh đã giúp tháp Eiffel đạt tới độ cao 330 mét. Từ khi khánh thành vào năm

1889, tháp Eiffel là công trình cao nhất thế giới và giữ vững vị trí này trong suốt hơn 40 năm. Ngay từ đầu, ngoài chức năng du lịch, tháp Eiffel còn được sử dụng cho các mục đích của ngành khoa học. Ngày nay, tháp tiếp tục là một trạm phát sóng truyền thanh và truyền hình cho vùng đô thị Paris.

Trở thành biểu tượng của "kinh đô ánh sáng", tháp Eiffel là một trong những công trình kiến trúc nổi tiếng nhất toàn cầu. Từ khi khánh thành cho tới năm 2007, tháp đã có hơn 236 triệu lượt khách viếng thăm. Riêng năm 2007, tháp Eiffel đã đón tiếp gần 7 triệu du khách, giữ vững vị trí công trình thu phí thu hút nhất trên thế giới.

Tháp Eiffel vốn được thiết kế để làm "cái đinh của Triển lãm thế giới năm 1889 tại Paris", phô trương công nghệ xây dựng của Pháp. Vào thời kỳ đầu, công trình đã gây ra những tranh cãi về vẻ thẩm mỹ, công năng... Tuy vậy, tháp Eiffel vẫn giành được thành công nhanh chóng, trở thành địa điểm thu hút du khách bậc nhất.

Tháp Eiffel tọa lạc tại số 5 đại lộ Anatole France, Quận 7, Paris. Nằm bên sông Seine, thuộc tuyến đường thẳng bắt đầu từ Palais de Chaillot, qua vườn Trocadéro, tới Eiffel rồi chạy dọc Champ-de-Mars, đến École Militaire và gần như thẳng tiếp tới tháp Montparnasse, cũng là công trình nổi tiếng.

Ngay sau Triển lãm thế giới năm 1889, tháp Eiffel đã thuộc sở hữu của thành phố Paris. Hiện nay công trình do Công ty khai thác tháp Eiffel (Société d›exploitation de la tour Eiffel - SETE) quản lý. Với ba tầng sàn, không gian của tháp được chia cho nhiều dịch vụ khác nhau. Ngoài hai nhà hàng Altitude 95 và Le Jules-Verne nằm ở tầng hai và ba, tháp còn có các hiệu ăn nhanh, phòng trưng bày, cửa hàng lưu niệm, điểm truy cập Internet, cửa hàng bán các con tem kỷ niệm của Pháp... Tổng cộng, tháp Eiffel cần đến khoảng 500 nhân viên, gồm 250 người thuộc SETE và 250 nhân viên cho các dịch vụ còn lại. Đón tiếp khách du lịch đến từ mọi quốc gia, tháp Eiffel mở cửa tất cả các ngày trong năm, từ 9 giờ tới 24 giờ trong khoảng 13 tháng 6 tới 31 tháng 8 và 9 giờ 30 tới 23 giờ trong khoảng thời gian còn lại của năm.

Nhà hàng Altitude 95 ở tầng hai, có các bàn nhìn ra ngoài quang cảnh thành phố, phía ngược lại là các bàn nhìn vào phía bên trong của tháp. Tên của nhà hàng có nghĩa: chiều cao 95 mét, tức độ cao tầng hai của tháp so với mặt đất.

Ở tầng này cũng có thể thấy nhiều vết tích của lịch sử ngọn tháp. Như những đoạn cầu thang xoáy trôn ốc, vốn là nguyên bản của công trình, dẫn lên tới tận đỉnh. Chiếc cầu thang này đã được tháo vào năm 1986 khi thực hiện các công việc cải tạo quan trọng. Cắt thành 22 phần, 21 đoạn của cầu thang đã được đem bán đấu giá (phần lớn những người mua là các nhà sưu tập Hoa Kỳ.)

Cuối cùng, một đài quan sát ở đỉnh cho phép ghi lại các dao động, thay đổi của tháp dưới ảnh hưởng của gió và giãn nở nhiệt. Gustave Eiffel đã thiết kế cho ngọn tháp chịu được biên độ 70cm, nhưng thực tế chưa bao giờ xảy ra đến mức độ đó. Trong đợt nắng nóng năm 1976, biên độ giãn nở đạt mức 18cm và trong trận bão tháng 12 năm 1999, sức gió 240km/giờ, biên độ dao động chỉ tới 13cm. Pierre Affaticati và Simon Pierra cũng khắc phục vấn đề co giãn này vào năm 1982 với biện pháp gia cố thêm các kim loại khác nhau cho khung tháp

Tầng ba ở độ cao 115 mét so với mặt đất, có diện tích 1.650 mét vuông mang hình vuông tương đối và có thể chứa khoảng 1.600 người. Tại đây du khách ngắm nhìn Paris. Độ cao của tầng đạt mức tối ưu so với các công trình xung quanh. Dưới sàn, những ô kính cho phép du khách ngắm nhìn xuống phía mặt đất. Các lưới sắt được lắp bao quanh nhằm ngăn ngừa những ý định nhảy ra ngoài không trung của những người muốn tự sát hoặc các nhà thể thao mạo hiểm.

Nhà hàng ẩm thực Le Jules-Verne với 95 bàn ăn, được cuốn sách chỉ dẫn nổi tiếng Michelin xếp hạng 1 sao và Gault-Millau đánh giá 16/20. Mở cửa từ năm 1983, trang trí của nhà hàng vẫn được giữ nguyên, mang màu trầm và kín đáo, với những tác phẩm điêu khắc bằng kim loại. Qua các ô cửa kính của nhà hàng, thực khách có thể ngắm nhìn quang cảnh thành phố Paris. Bếp trưởng nhà hàng là Alain Reix, cùng với 30 phụ bếp và bồi bàn.

Ngoài ra còn có 60 nhân viên khác. Nằm ở độ cao 123 mét, nhà hàng có diện tích khoảng 500 m² và được sử dụng một cầu thang riêng đặt ở chân tháp phía Nam chung với các nhân viên bảo dưỡng. Cũng như tháp Eiffel, nhà hàng Le Jules-Verne mở cửa cả bảy ngày trong tuần. Khách muốn có một chỗ ngồi tại đây, phải đặt trước từ một đến ba tháng, tùy mùa.

Tưởng cũng cần nhắc lại lịch sử khai sinh ngọn thập kỳ vĩ này.

Sau triều đại Napoléon III, nước Pháp phải đối mặt với cuộc chiến tranh Pháp-Phổ rồi sau đó là Công xã Paris kết thúc bằng Tuần lễ đẫm máu. Năm 1875, nền Đệ Tam cộng hòa được khai sinh. Tuy vậy, những bất ổn chính trị vẫn tiếp diễn.

Những lợi ích của khoa học đã sinh ra các cuộc Triển lãm thế giới. Từ cuộc triển lãm đầu tiên, Great Exhibition of the Works of Industry of All Nations – Đại triển lãm Công nghiệp các Quốc gia, được tổ chức tại Luân Đôn năm 1851, những nhà cầm quyền nhanh chóng nhận thấy phía sau việc đánh cuộc công nghệ mang hình bóng những lợi ích chính trị, và sẽ là phí phạm nếu không biết tận dụng. Trưng bày những tiến bộ công nghệ, các quốc gia tổ chức triển lãm cũng biểu lộ sự vượt trội của mình trên những nước châu Âu khác, chính là các nước đang chiếm giữ một phần lớn lãnh thổ trên hành tinh này.

Với cái nhìn ấy, nước Pháp đã tổ chức nhiều cuộc Triển lãm, vào các năm 1855, 1867 và 1878. Jules Ferry, chủ tịch Hội đồng Nhà nước từ 1883 tới 1885, đã quyết định đón nhận một Triển lãm thế giới nữa tại Pháp. Ngày 8 tháng 11 năm 1884, Jules Ferry ký sắc lệnh chính thức nhận tổ chức Triển lãm năm 1889 tại Paris, thời gian từ 5 tháng 5 tới 31 tháng 10 năm 1889. Năm được chọn chính là dịp kỷ niệm 100 năm Cách mạng Pháp, Paris sẽ lại một lần nữa là "trung tâm" của thế giới.

Mặc dù vậy ý tưởng về ngọn tháp 300 mét đã được khai sinh ở Tân Lục Địa, tại Hoa Kỳ với nền kinh tế trẻ và năng động. Cho dịp Triển lãm năm 1876 tại Philadelphia, các kỹ sư Clark và Reeves đã hình dung một cột tháp hình trụ đường kính 9 mét, giữ bởi các dây néo bằng kim loại, néo xuống một đường kính 45 mét chung quanh, chiều cao 1.000 foot, tức khoảng 300 mét. Gặp những vấn đề về tài chính, cột tháp The Centennial Tower – Tháp Thế Kỷ – đã không bao giờ được thực hiện, nhưng dự án được đăng tải ở Pháp trên tạp chí Nature. Cũng ý tưởng đó, kỹ sư người Pháp Sébillot đưa ra một ngọn "tháp mặt trời" bằng sắt chiếu sáng thành phố Paris. Để thực hiện, Sébillot cộng tác với Jules Bourdais, kiến trúc sư từng xây dựng Palais du Trocadéro cho cuộc Triển lãm thế giới năm 1878. Cùng nhau, hai người hoài bão một dự án khác, "tháp hải đăng" bằng đá granit, cao 300 mét, với nhiều phiên bản. "Tháp hải đăng" từng cạnh tranh với dự án của Gustave Eiffel, nhưng cuối cùng đã không bao giờ được thực hiện.

Vào tháng 6 năm 1884, hai kỹ sư của công ty Eiffel, Maurice Koechlin và Émile Nouguier, trưởng phòng nghiên cứu và trưởng phòng phương pháp, quan tâm đến dự án một chiếc tháp bằng kim loại cao 300 mét. Họ hy vọng sẽ có thể biến công trình đó thành cái đinh của Triển lãm thế giới năm 1889.

Ngày 6 tháng 6, Maurice Koechlin lần đầu tiên ký họa hình dáng của công trình. Ký họa miêu tả một cột tháp 300 mét, bốn trụ cong gặp nhau ở đỉnh, với năm tầng sàn, chia cột tháp thành sáu đoạn 50 mét. Gustave Eiffel xem xét đề cương này, tuy nói không thích thú, nhưng cuối cùng nhượng bộ trước các ý kiến và cho phép theo đuổi nghiên cứu dự án. Stephen Sauvestre, kiến trúc sư trưởng của công ty Eiffel vẽ lại và thay đổi phần lớn: thêm các chân được xây nặng nề, củng cố tháp bằng một cấu trúc hình vòng cung ở tầng hai, giảm bớt số tầng sàn từ 5 xuống còn 2, thêm chóp cho phần đỉnh tháp...

Bản thiết kế mới được đưa đến cho Gustave Eiffel và lần này Eiffel đã hài lòng. Ngày 18 tháng 9 năm 1884, "Quyền được phép xây dựng các cột trụ và cột tháp kim loại với chiều cao có thể vượt quá 300 mét" được đăng ký với tên Eiffel cùng Koechlin và Nouguier. Rất nhanh sau đó, Gustave Eiffel mua lại của Koechlin và Nouguier để nắm độc quyền ngọn tháp tương lai và do đó, công trình được mang tên Eiffel.

Để bắt đầu, Gustave Eiffel thuyết phục Édouard Lockroy, bộ trưởng Bộ Công nghiệp và Thương mại thời kỳ đó, tổ chức một cuộc thi với mục đích "nghiên cứu khả năng xây dựng trên Champ-de-Mars một ngọn tháp bằng sắt có đáy hình vuông cạnh 125 mét và cao 300 mét". Thể thức cuộc thi - vào tháng 5 năm 1886 - đã cho thấy ưu thế của Gustave Eiffel. Quyền xây dựng công trình biểu tượng cho Triển lãm thế giới ba năm sau đó gần như đã nằm trong tay Eiffel. Duy chỉ còn vấn đề mục đích của ngọn tháp, đó không thể chỉ là một công trình xây dựng đơn thuần mà còn phải mang các chức năng khác. Về điểm này, Gustave Eiffel đã chỉ ra các ích lợi về mặt khoa học của ngọn tháp. Tuy nhiên kết quả cuộc thi không hoàn toàn phản ánh lợi thế của Gustave Eiffel. Sự cạnh tranh gay gắt với 107 dự án được gửi đến. Gustave Eiffel thắng cuộc, nhưng chỉ vừa vặn hơn Jules Bourdais, người cũng đã thay đổi, định sẽ dùng chất liệu sắt thay vì granit.

Hai vấn đề được đặt ra: thang máy và địa điểm công trình. Hệ thống thang máy không làm hài lòng trưởng ban giám khảo cuộc thi, bắt buộc Eiffel phải thay đổi người cung ứng. Vị trí của tháp ban đầu được xem xét ở bờ bên kia sông Seine hoặc áp sát vào Palais du Trocadéro, ngày nay là Palais de Chaillot. Cuối cùng, tháp được quyết định xây dựng ngay tại Champ-de-Mars, vị trí của triển lãm, như một cổng vào.

Ban đầu Gustave Eiffel dự kiến sẽ thi công trong 12 tháng. Thế nhưng thời gian thực tế đã kéo dài gấp đôi. Việc xây dựng được bắt đầu vào ngày 28 tháng 1 năm 1887 và kết thúc tháng 3 năm 1889, vừa vặn trước khi chính thức mở cửa Triển lãm thế giới.

Trên công trường, số công nhân không khi nào vượt quá 250. Lý do là một phần lớn làm việc trên phía thượng lưu, trong nhà máy của công ty Eiffel ở Levallois-Perret. Ví dụ 2.500.000 đinh tán được sản xuất cho chiếc tháp, nhưng chỉ 1.050.846 được đóng tại công trường, chiếm 42% tổng số. Phần lớn các thành phần được lắp ghép trên mặt đất tại xưởng ở Levallois-Perret, thành từng đoạn năm mét với các bu lông tạm thời, sau đó tại công trường thay bằng các đinh tán nhiệt. Việc xây dựng từng phần rồi ghép lại đã cần tới 50 kỹ sư làm việc trong hai năm với 5300 bản vẽ tổng thể hoặc chi tiết.

Thời gian đầu tiên, các công nhân xây dựng những bệ bê tông cho bốn trụ của công trình. Điều này giúp giảm tối thiểu sức nén xuống nền đất, chỉ còn 4,5kg/cm² ở phần dưới móng. Việc lắp ráp các thành phần kim loại chính xác bắt đầu vào ngày 1 tháng 7 năm 1887, do Jean Compagnon chỉ đạo. Tới độ cao 30 mét, các bộ phận được đưa lên nhờ những cần trục xoay cố định trên đường dành cho thang máy. Từ 30 tới 45 mét, 12 giàn giáo bằng gỗ được xây dựng. Vượt qua 45 mét, các dàn giáo mới được lắp vào các xà của tầng hai. Sau đó tới thời điểm nối các xà ngang với bốn trụ, vị trí của tầng hai. Công việc ráp nối này được thực thiện vào ngày 7 tháng 12 năm 1887. Sàn tầng hai được xây dựng ở độ cao 57 mét, các giàn giáo tạm thời không cần thiết. Tương tự, sau đó, từ tháng 8 năm 1888 đến sàn tầng ba, độ cao 115 mét.

Tháng 9 năm 1888, khi tiến độ trên công trường đã được đẩy nhanh và xây dựng đến tầng ba, các công nhân tổ chức đình công. Họ đưa ra vấn đề giờ giấc lao động (9 giờ vào mùa đông và 12 giờ vào mùa hè) và mức lương thấp so với nguy hiểm phải gánh chịu. Gustave Eiffel chỉ ra rằng rủi ro không khác nhau khi họ làm việc ở độ cao 200 mét hay 50 mét, và các công nhân đã được hưởng thù lao cao hơn trung bình so với những người làm việc cùng lĩnh vực thời kỳ đó. Cuối cùng, Gustave Eiffel nhượng bộ, đồng ý tăng lương nhưng từ chối đòi hỏi chỉ số "rủi ro thay đổi theo độ cao".

Tháng 3 năm 1889, công trình hoàn thành và không có một tại nạn chết người nào xảy ra với các lao động. Chỉ một công nhân thiệt mạng, nhưng vào ngày chủ nhật, công nhân đó không làm việc mà dẫn vợ chưa cưới tới tham quan công trình rồi ngã do mất thăng bằng. Chi phí xây dựng của tháp Eiffel vượt 1,5 triệu franc so với dự tính. Thời gian thi công cũng gấp đôi so với thỏa thuận ban đầu.

Công việc cuối cùng là tính toán phương cách đưa công chúng lên tới tầng bốn của tháp. Các thang máy Backmann được dự tính ban đầu và nằm trong dự án trình ban giám khảo cuộc thi vào tháng 5 năm 1886, nhưng bị ban giám khảo loại bỏ. Gustave Eiffel phải gọi đến ba nhà cung cấp mới: Roux-Combaluzier và Lepape (về sau trở thành Schindler), công ty Otis của Hoa Kỳ và cuối cùng là Léon Edoux.

Ngày 6 tháng 5 năm 1889, Triển lãm thế giới mở cửa và tới 15 tháng 5 thì công chúng được phép tham quan tháp Eiffel. Trong khi xây dựng, công trình chịu nhiều lời giėm pha, đặc biệt vào tháng 2 năm 1887 công trình đã phải nhận những chỉ trích của một vài nghệ sĩ lớn nhất của thời kỳ đó. Tuy vậy, khi khánh thành, tháp Eiffel giành được thành công ngay lập tức, đón nhận một số lượng lớn khách viếng thăm. Tuần đầu tiên, khi các thang máy còn chưa hoạt động, đã có 28.922 người leo lên tháp bằng cầu thang bộ. Khi kết thúc hội chợ, trong 32 triệu khách của Triển lãm thế giới, có 2 triệu người đã chen chúc lên ngọn tháp này. Ở triển lãm, tháp Eiffel không phải công trình duy nhất thu hút đám đông. Tòa nhà trưng bày máy móc, dài 440 mét và rộng 110 mét, của Ferdinand Dutert và Victor Contamin, hay Vòm trung tâm của Joseph Bouvard cũng đã gây ấn tượng.

Nhưng sau khi kết thúc triển lãm, số lượng khách giảm xuống nhanh chóng. Năm 1899, chỉ có 149.580 lượt khách. Cuối cùng, để đẩy mạnh khai thác thương mại của tháp, Gustave Eiffel cho giảm giá vé vào cửa, nhưng không vi phạm những ký kết trước đó. Phải đợi đến Triển lãm thế giới năm 1900 cũng được tổ chức ở Paris, số lượng khách mới tăng trở lại. Dịp này, hơn một triệu vé đã được bán ra, nhưng chỉ bằng một phần hai con số của mười năm trước đó. Mức độ giảm sút còn mạnh mẽ hơn nếu so sánh tuyệt đối, số lượng khách của Triển lãm thế giới 1900 cao hơn so với năm 1889.

Năm 1901, con số lượt khách lại tụt xuống khiến tương lai của tháp bị đe dọa có thể không qua được ngày 31 tháng 12 năm 1909, thời điểm nhượng lại cho thành phố Paris. Đã có một vài ý kiến cho rằng công trình cần phải phá hủy.

Ý thức được nguy cơ và như đã dự tính trước khi xây dựng, Gustave Eiffel đồng ý cho việc tiến hành các thực nghiệm cũng như đặt trạm quan sát ngay từ năm đầu tiên của ngọn tháp.

Năm 1889, Eleuthère Mascart, giám đốc của Phòng trung tâm Khí tượng Pháp, đã đặt một đài quan sát trên tháp Eiffel. Tháng 10 năm 1898, Eugène Ducretet lần đầu tiên nối tín hiệu sóng giữa tháp Eiffel với điện Panthéon, khoảng cách 4 km. Năm 1903, đại úy Gustave Ferrié, tìm cách lắp đặt một mạng lưới điện báo không dây dù không được đầu tư từ quân đội, những người vẫn ủng hộ các phương pháp cũ. Gustave Eiffel đã tài trợ cho dự án này và cho phép lắp một ăng ten trên đỉnh tháp. Từ năm 1921, các chương trình truyền thanh được phát sóng đều đặn từ tháp Eiffel và Truyền thanh tháp Eiffel - Radio Tour Eiffel được chính thức bắt đầu từ ngày 6 tháng 2 năm 1922.

Năm 1925, tháp Eiffel được sử dụng cho truyền hình, lần đầu tiên tại Pháp. Với sự tiến triển của kỹ thuật, các buổi phát sóng thực nghiệm còn được tiến hành trong khoảng thời gian 1935 tới 1939. Truyền hình từ đen trắng tiến tới truyền hình màu. Năm 1959, một cột phát sóng truyền hình mới nâng chiều cao của tháp lên 320,75 mét. Và năm 2005, truyền hình kỹ thuật số mặt đất cũng được lắp đặt trên tháp Eiffel.

Năm 1944, tháp Eiffel thoát khỏi một vụ hỏa hoạn có chủ ý, do Quân đội Đức cho phép, rồi bị trưng dụng để liên lạc, ban đầu là lực lượng Wehrmacht của Đức, tiếp đó đến quân đội Đồng Minh.

Từ những năm 1960, lượng khách du lịch quốc tế tăng, trực tiếp kéo theo số lượng người thăm tháp. Lượng khách viếng thăm hàng năm tăng gần như đều đặn từ 1970 và lần đầu tiên đạt con số 6 triệu vào năm 1998. Sự gia tăng này đã dẫn đến việc cần đổi mới, tu sửa lại tháp. Công việc tiến hành từ 1980 đến năm 1985, với ba hướng chính:

1) Làm nhẹ bớt cấu trúc của công trình.

2) Xây dựng lại toàn bộ các thang máy và cầu thang đi bộ.

3) Sử dụng các biện pháp an toàn mới, phù hợp số lượng khách gia tăng.

Tháp Eiffel đã bớt đi 1340 tấn dư thừa, được sơn lại và xử lý chống ăn mòn. Các thang máy được thay mới và mở thêm nhà hàng ẩm thực Jules-Verne. Biện pháp chiếu sáng cũng được cải tiến.

Tháp Eiffel trở thành biểu tượng của Paris và nước Pháp, một trong những công trình nổi tiếng nhất thế giới. Bắt đầu từ những thập niên cuối của thế kỷ XX, Champ-de-Mars cùng tháp Eiffel là nơi tổ chức các lễ hội, các buổi hòa nhạc của thành phố. Tính tới năm 2007, tổng số lượt người thăm tháp đã đạt tới con số hơn 236 triệu. Năm 2007, tháp Eiffel đón 6.893.000 lượt khách viếng thăm.

*Còn nhiều nữa những chuyện râu ria, chả hạn có bao nhiêu người chết tại ngọn tháp này. Chết do tự tử, chết bởi các nhân vật thích chơi ngông, đem mạng sống của mình tạo thành tích, chả hạn một người lao từ đỉnh tháp ra không trung với đôi cánh tự chế, kết quả là cái xác đầm đìa máu me dưới mặt đất! Chết do muốn chơi trội, leo ra khỏi vòng an toàn, sẩy chân, rơi xuống, Chết vì tai nạn của các nhà thể thao khi nhảy ra ngoài, dù trục trặc kỹ thuật, không mở... . Kể từ lúc khánh thành đến năm 2007, không dưới 3000 nhân mạng đã về với Chúa hoặc các đấng linh thiêng nào đó, tùy tín ngưỡng, tạo cho tháp Eiffel hấp lực (hay ma lực!) quyến rũ, khiến lượng khách du lịch thêm đông. (*nguồn: Wikipedia)

Anton đọc xong cũng vừa lúc Lâm tìm được *parking* trước cửa một nhà sách lớn, sáng rỡ ánh đèn. Sách được xếp ngay hàng trên những kệ dài cách khoảng chừng 2m. Khách hàng rất đông, rồng rắn trước ba quầy tính tiền. Dân Pháp thích đọc sách, lên *métro*, không lạ gì cảnh mỗi người một cuốn sách hoặc báo. Từ lúc có *internet*, thay vì chúi mũi vào những trang giấy, nhiều người thay bằng *Iphone*. Tuy nhiên, có lẽ do thói quen, đa số vẫn thích đọc chữ trong một cuốn sách. Không ít trường hợp mãi mê với chữ, nhiều người qua khỏi trạm lẽ ra phải xuống, đành đi bộ ngược lại. Thảo nào dân Pháp được tiếng có văn hóa cao.

Từ chỗ đậu xe, bốn người cuốc bộ khá xa mới đến được một nhà hàng không xa bờ sông *Seine*. Bốn người chọn một bàn lộ thiên.

Mùa hè, bầu trời cao chi chít sao. Gió nhẹ, gây lạnh.

Dùng xong bữa tối, cả nhóm tản bộ dọc sông *Seine*, đích đến là tháp *Eiffel*.

Đứng dưới chân ngọn tháp vút cao, Anton ngước mặt nhìn lên, tán than,

"Một trăm năm trước người Pháp đã làm nên kỳ quan này, vĩ đai quá,"

Theo hướng dẫn của nhân viên tiếp thị, bốn người vào thang máy lên lầu ba, điểm lý tưởng dành cho du khách muốn nhìn bao quát thủ đô *Paris*. Đứng sau lan can, Lâm và các bạn phóng tầm mắt xuống bên dưới giăng mắc vô số đường sáng nhiều màu, phát ra bởi những cửa hàng trên mọi dãy phố và xe cộ dọc ngang. Tất cả trở nên nhỏ bé, vì quá xa nên tiếng động không vọng tới, hoạt cảnh tựa phim câm. Có lẽ để tăng thêm uy nghi cho tháp *Eiffel*, trong vòng tròn đường kính trên dưới 5km, người ta không cho xây cất những công trình quá cao, càng làm tòa tháp ngạo nghễ một mình vươn lên bầu trời đêm, rực sáng ánh điện.

Ammy bỗng reo lớn,

"Nhìn kìa."

Mọi người nhìn theo ngón tay Ammy. Một công trình kiến trúc đồ sộ mọc lên giữa hòn đảo nhỏ nằm giữa sông *Seine*, nổi bật giữa màu xanh cỏ cây. Đó là thánh đường *Notre-Dam Paris*. Mặt tiền nhà thờ là quản trường rộng tấp nập tín đồ và khách du lịch.

Nhìn ngôi thánh đường kỳ vĩ lừng danh không chỉ với dân tộc Pháp mà còn của cả thế giới, Lâm nhớ lại đã đọc đó đây nhiều tài liệu liên quan.

Nhà thờ Đức Bà *Paris* (*Cathédrale Notre-Dame de Paris*) là nhà thờ chính tòa, nơi đặt ngai Tổng giáo phận *Paris*, tọa lạc trên đảo Île de la Cité (nằm giữa dòng sông *Seine*) của thủ đô. Đây là một thánh đường Công giáo tiêu biểu cho phong cách kiến trúc *Gothic*. Bằng vào sáng tạo, mái cong kiểu vòm có sườn, cửa sổ ghép kính khổng lồ đầy màu sắc kết hợp chủ nghĩa tự nhiên và phong phú của trang trí điêu khắc làm cho nó khác biệt với phong cách kiến trúc *Roman* trước đó.

Nhà thờ được bắt đầu khởi công vào năm 1160 dưới thời Tổng giám mục *Maurice de Sully*, phần lớn công trình được hoàn thành vào năm 1260, mặc dù nó đã được tu sửa thường xuyên trong các thế kỷ về sau. Vào những năm 1790, Nhà thờ Đức Bà bị mạo phạm bởi cuộc Cách mạng Pháp; phần lớn hình ảnh tôn giáo bị hư hại hoặc bị phá hủy. Chả hạn tượng các vị thánh đặt chung quanh thánh đưởng đều bị chặt đầu!

Năm 1804, nhà thờ là nơi đăng quang của *Napoléon I* với tư cách là Hoàng đế của Pháp, và chứng kiến lễ rửa tội của *Henri*, Bá tước *Chambord* vào năm 1821 cùng đám tang của một số tổng thống của Cộng hòa Pháp thứ ba.

Kiến trúc kỳ vĩ này trở nên nổi tiếng sau ngày cuốn tiểu thuyết *Thằng gù Nhà thờ Đức Bà Paris* của *Victor Hugo* ra đời năm 1831.

Và từ lúc nền điện ảnh khai sinh, rất nhiều bộ phim chuyển thể từ tiểu thuyết này được thực hiện. Gây nhiều tiếng vang là phim *Nhà thờ Đức Bà Paris* (1956, dịch từ tên tiếng Pháp, tên tiếng Anh là The *Hunchback of Notre Dame - Thằng gù nhà thờ Đức Bà*) do Pháp và Italy phối hợp sản xuất. Nữ diễn viên chính thủ vai *Esmeralda* **là** *Gina Lollobrigida* (nay vẫn còn sống, đã 91 tuổi). Bà là diễn viên kiêm nhà nhiếp ảnh và điêu khắc người *Italy*, một trong những minh tinh nổi tiếng nhất châu Âu vào thập niên 1950 và đầu 1960, được xem là biểu tượng tình dục thời ấy.

Bộ phim là một trong những phiên bản hiếm hoi sử dụng cái kết nguyên thủy trong tiểu thuyết, khi nhân vật nàng *Esmeralda* phải từ giã cõi đời. Cũng là một trong những phiên bản màu đầu tiên khắc họa hình ảnh một *Esmeralda* đầy gợi cảm trong bộ váy đỏ rực bó sát và diễn xuất cuốn hút của *Gina Lollobrigida*.

Nhân vật *Esmeralda* làm nghề múa rong ngoài phố trên quảng trường trước nhà thờ Đức Bà *Paris*, được nhiều đàn ông say mê nhưng cuộc đời lại đầy bi kịch. Nàng bị phó Giám mục nhà thờ mưu toan bắt cóc, bị lập mưu kết tội và xử tử.

Hai diễn viên điện ảnh Gina Lollobrigida & Anthony Trong hai vai Esmeralda & thằng gù

Vẻ đẹp và tấm lòng của nàng đã thức tỉnh trái tim của kẻ tật nguyền. Vai *Quasimodo* do tài tử Mỹ nổi tiếng *Anthony Quinn* thủ vai, được cho là dễ nhìn và bớt đáng sợ hơn nhiều so với rất nhiều phiên bản khác trước đó.

Riêng Lâm, sau này được xem phim qua sưu tập của một người bạn vong niên, hình ảnh khắc đậm trong tim não là cảnh thằng gù kéo dây chuông điên cuồng, tiếng chuông rền vang, quằn quại, như tâm trạng kẻ tật nguyền ôm trong lòng mối tình đơn phương vô vọng. Ngày nay, qua nhiều năm, mỗi lần hồi tưởng, cảm giác xưa vẫn nguyên vẹn.

Trở lại lịch sử của nhà thờ Đức Bà.

Theo truyền thuyết thì thánh Dennis truyền bá Kitô giáo vào thành phố *Paris* khoảng năm 250. Công trình tôn giáo đầu tiên có thể đã được xây dựng bên bờ trái sông *Seine*, cạnh *Val-de-Grâce* ngày nay. Nhưng sử sách đã không ghi lại được chính xác về nhà thờ lớn đầu tiên của *Paris* cũng như các nhà thờ sau đó. Theo những dấu tích, trên đảo Île de la Cité từng có một ngôi đền, rồi được thay thế bởi một nhà thờ Cơ Đốc giáo mang tên *Saint-Etienne*. Nhưng không thể biết nhà thờ này được xây dựng vào thế kỷ 4 rồi được tu sửa sau đó hay xây vào thế kỷ 7 trên các dấu tích cũ. Một điều chắc chắn rằng *Saint-Etienne* là một giáo đường rất lớn và giống với các nhà thờ cổ khác của La Mã hay *Ravenna*. Bên trong, năm gian được chia cách bởi những cột lớn, tường được trang trí ghép mảnh. Phía Bắc nhà thờ còn có nhà rửa tội mang tên *Saint-Jean le Rond*.

Bên bờ trái sông *Seine*, tu viện *Saint-Germain-des-Prés* được xây khoảng thập niên 540. Nhưng vào thế kỷ 9 và 10, những người *Normand* thường xuyên tấn công *Paris* và đã phá hủy tu viện *Saint-Germain-des-Prés*. Tu viện mới được xây lại trong khoảng 990 tới 1021.

Thế kỷ 12, *Paris* là một thành phố quan trọng của Kitô giáo. Đây cũng là giai đoạn thành phố có những phát triển mạnh mẽ về cả dân số và kinh tế. Nhà buôn và thợ thủ công tập trung tại chợ lớn bên bờ phải sông *Seine*. Trường học của nhà thờ tạo được uy tín. Vương triều *apet* cũng quay trở lại *Paris*.

Ngày 12 tháng 10 năm 1160, dưới thời *Louis VII, Maurice de Sully* trúng cử giám mục *Paris*. Cùng với các tu sĩ, *Maurice de Sully* đã có một quyết định quan trong: xây dựng trên quảng trường *Saint-Etienne* một nhà thờ mới lớn hơn nhiều so với nhà thờ cũ. Nhà thờ sẽ thờ Đức Mẹ và theo phong cách kiến trúc mới, về sau được gọi là kiến trúc *Gothic*. Cùng với việc xây dựng nhà thờ là cả một dự án quy hoạch đô thị.

Năm 1163, viên đá đầu tiên được đặt với sự có mặt của Giáo hoàng Alexanđê III và vua Louis VII. Giám mục Maurice de Sully chỉ đạo công việc xây dựng cho tới năm 1196, rồi tiếp tục bởi giám mục Eudes de Sully.

Các xây dựng tiếp theo từ cuối thế kỷ 13 cho tới đầu thế kỷ 14, tên tuổi các kiến trúc sư được ghi: Jean de Chelles, Pierre de

Montreuil, Pierre de Chelles, Jean Ravy và Jean le Bouteiller. Hai cánh ngang nhà thờ được mở rộng, điện thờ được bố trí lại.

Bất ngờ, một sự cố khiến cả thế giới bàng hoàng. Tháng 4 năm 2019, Nhà thờ Đức Bà *Paris* bị cháy. Vụ hỏa hoạn đã gây thiệt hại rất lớn cho cấu trúc nhà thờ. Hầu như toàn bộ mái nhà sụp đổ. Bên cạnh đó, các cửa sổ hoa hồng cũng bị thiệt hại phần lớn. May mắn, khu vực hầm đá vẫn còn nguyên vẹn bên trong, theo như mô tả của một số người liên quan được phép vào hiện trường thì "khu vực này tương đối không bị ảnh hưởng". Nhiều cổ vật đã được cứu.

Tổng thống Pháp *Emmanuel Macron* tuyên bố sẽ xây dựng lại nhà thờ và gây quỹ để khôi phục lại di sản của *Paris*. Hưởng ứng tuyên bố các tỷ phú khắp thế giới đã tình nguyện đóng góp nhiều triệu đô la.

Nhà thờ Đức bà Paris

Nhà thờ Đức Bà *Paris* là một trong những biểu tượng được công nhận rộng rãi nhất không chỉ của thành phố *Paris* mà cả còn của cả nước Pháp. Đã truyền cảm hứng cho nhiều tác phẩm như *The Hunchback of Notre Dame* của Hugo và nhiều bộ phim từ đen trắng thời kỳ đầu, đến sau này, màu sắc và dàn dựng hoành tráng. Gần đây nhất, năm 1996 công ty *W. Disney* đã thực hiện bộ phim hoạt hình công phu và tốn kém.

Notre-Dame là nhà thờ chính tòa của Tổng giáo phận *Paris*, do Tổng giám mục *Paris,* Michel Aupetit, quản lý. Hàng năm có hơn 12 triệu khách du lịch ghé thăm nơi đây.

Đã nửa khuya, hai người ra đứng ngoài hành lang cùng nhìn cảnh quang mờ trong ánh sáng nhàn nhạt của bầu trời trong chi chít sao và vầng trăng thượng tuần. Dãy núi khắc một đường viền màu sẫm. Gần hơn, ngôi nhà thờ với gác chuông cao, trên nóc cây thánh giá lớn vượt khỏi rừng bạch đàn, màu trắng của tường vôi khuất lấp một phần giữa màu xanh đen của những tán cây chập chùng nối tiếp đến sát triền dốc thoai thỏi, rồi trải rộng ra cánh đồng cỏ bao la ngút tầm nhìn. Con đường ven triền dốc dẫn đến ngôi nhà thờ vắng tanh không một bóng người hay xe cộ.

Gió nhẹ, khí hậu se lạnh. Dasthier nép sát vào người Lâm.

"Ôm em."

Lâm vòng tay kéo sát thân thể còn thơm mùi xà phòng vừa tắm.

"Yên tỉnh quá anh nhỉ."

Lâm tán đồng,

"Yes, không khí lại trong lành nữa, thích thật."

"Anh muốn ở đây chứ?"

"Muốn."

"Em thì không, là thị dân, đã quen với sự xô bồ, những nơi như thế này ở vài ba hôm thì *ok*, nhưng lâu dài, buồn chết, em không chịu được."

Tuy mối quan hệ giữa Lâm với Dasthier chỉ thuần túy xác thịt nhưng hai ngày gần nhau, cùng thưởng ngoạn mọi thắng tích, cùng tìm hiểu thảo luận những tác phẩm nghệ thuật, đêm cùng ngủ chung môt giường và những cuộc ái ân nồng nhiệt đã khiến Lâm cảm thấy gần gủi thiếu nữ này hơn. Dù vậy Lâm vẫn không thể xem Dasthier như người yêu. Ngày nay, màu da và ngôn ngữ không còn là hàng rào gây trở ngại cho những cuộc hôn nhân dị chủng, nhất là đối với những người đã sống lâu năm ở xứ người, và có tinh thần cởi mở. Tuy nhiên, Lâm là một họa sĩ, rất mẫn cảm, lại yêu quê hương, gắn bó mật thiết với truyền thống và những gì liên quan đến bản chất, tập quán, quan niệm của giống nòi, vì thế Lâm biết mình khó lòng chấp nhận lối sống của Dasthier, thực dụng và phóng khoáng đến buông tuồng, hoàn toàn khác xa với hình ảnh người đàn bà Việt Nam, trong mắt nhìn và suy nghĩ của Lâm. Chưa kể đến những vấn đề trừu tượng như văn hóa, cội nguồn… Làm sao cùng bàn thảo, khen chê một tác phẩm văn học của tác giả cùng chủng tộc, ngôn ngữ; Làm sao chia xẻ cảm xúc khi cùng đối mặt với một thắng tích mang đậm hồn dân tôc như mái chùa, tháp chuông Thiên Mụ, như lăng tẩm các triều đai phong kiến, như câu hò điệu hát quan họ Bắc Ninh, như tập tục chúc tết của con cháu với cha mẹ ông bà nội ngoại, và niềm tin hên xui qua hành động hái lộc đầu năm… Chả lẽ vợ chồng ăn đời ở kiếp với nhau chỉ đơn giản gói gọn trong những nhu cầu vật chất: ngôi nhà, chiếc xe, trương mục ngân hàng và mặt nệm cùng quan hệ xác thịt thôi ư? Vợ chồng, hai cá thể riêng song luôn bên nhau, cùng ăn một mâm, cùng ngủ một giường, cùng chia ngọt xẻ bùi những thăng trầm, thành bại suốt một đời dài mấy mươi năm, từ lúc về với nhau đến ngày răng long đầu bạc, nếu không đồng cảm, cách gì nuôi dưỡng gắn bó tình nghĩa phu thê? Sau những lần ân ái với Dasthier, hình ảnh Thanh Nhã luôn trở về. Giữa hai người đàn bà có những dị biệt rất lớn, sự bạo dạn, tự nhiên thái quá của Dasthier và cung cách đoan trang dù không kém phần cởi mở của Thanh Nhã khiến tình cảm Lâm nghiêng hẳn về một phía, nhất là sau nhiều lần trao đổi qua điện thoại kể từ lúc chia tay, tình cảm này càng sâu nặng. Vô hình chung Thanh Nhã trở thành thiết thân không thua gì tứ chi, Lâm nghĩ đến ngày gặp lại, hẳn sẽ vui lắm, và quan hệ giữa hai người hẳn sẽ khác. Lâm còn nghĩ xa hơn, sẽ trở thành người yêu của nhau, và biết đâu trong tương lai người này sẽ là một nửa của người kia, sát xuất không nhỏ nếu viễn cảnh ấy trở thành hiện thực.

Phần Dasthier, nàng lờ mờ nhận ra tình cảm của mình với Lâm không chỉ nhằm thỏa mãn thân xác, mà trái tim luôn bồi hồi mỗi khi nhìn Lâm thở đều chìm trong giấc ngủ, tay vẫn úp trên gò tình vồng cao, bàn tay hâm hấp nóng, lan tỏa toàn thân tạo cảm giác chở che, săn sóc như vợ chồng. Ta yêu gã đàn ông này rồi ư? Yêu? Từ này đối với Dasthier quá đỗi xa lạ. Từ lần đầu biết đàn ông đến bây giờ, nàng nhớ không hết bọn mày râu đã đi qua cuộc đời, vậy mà nếu ai hỏi đã yêu chưa, sẽ trả lời nhanh không chút ngập ngừng, yêu là cái quái gì thế?

"Daddy... daddy..."

Dượng ậm ự, cô bé bỗng thấy hạ thể có vật cứng xâm nhập. Cảm giác thịt bị xé ra, đau nhói. Cô bé thốt kêu,

"*It hurts, I hurt..., daddy...*"

Dượng vỗ về,

"*Just the first time, it'll be over.*"

Đêm sau dượng lại mò vào phòng cô bé và tái diễn màn kịch, cô bé không chịu, nói: Dượng làm con đau quá. Dượng thì thào: Dượng đã nói sẽ hết đau thôi. Sau những khuyến dụ, cô bé xiu lòng để dượng xâm nhập. Quả, lần thứ hai cảm giác đau chỉ còn nhoi nhói, rồi đêm sau, đêm sau nữa... cô bé dần nhận ra khoái lạc. Đến lúc mẹ về, dượng thôi không dám mò qua phòng cô bé. Đến bấy giờ, ăn quen nhịn không quen, bất cứ lúc nào mẹ vắng nhà cô bé cũng đòi dượng thỏa mãn cơn động tình càng ngày càng dâng cao. Dượng nhiệt tình đáp ứng và để tránh hậu quả, dượng không quên mua thuốc ngừa thai bảo cô bé uống trước lúc mây mưa. Suốt gần một năm như thế. Bất ngờ dượng bị strok, bán thân bất khiển dụng, nhu cầu thân xác cũng không còn. Dasthier thất vọng, đi tìm đối tượng khác phái tính để lấp đầy những khao khát. Sau dượng là cậu bạn cùng lớp đẹp trai nhưng nhút nhát, Dasthier phải tấn công trước và mở đường mời, được một thời gian, nhận thấy cậu bạn thiếu kinh nghiệm, không như dượng với những màn giáo đầu bú nút đê mê nên lại tìm, lần này thầy giáo phụ trách thể dục lọt vào tầm ngắm, ông thầy cao to, ngực vạm vỡ, hai bắp tay và đùi nở lớn săn chắc, Dasthier giăng bẫy, ông thầy nhanh chóng sụp bẫy. Ngón nghề của ông thày thể dục còn vượt trội dượng, Dasthier nhiều lần chết ngất. Rồi nhiều nữa những "con mồi" khác, đủ thành phần, tuổi tác, thậm chí không ít lần Dasthier cùng đối tác hít bạch phiến để kéo dài những cuộc ái ân và tạo thêm khoái lạc. Dasthier nhận biết thân xác mình đòi hỏi không ngừng của cái giống, nhưng con tim thì dững dưng, chưa một lần bồi hồi những nhịp đập rung động. Thế mà lần này, với Lâm, Dasthier nhận thấy một tình cảm nhè nhẹ len vào tâm.

Ta yêu gã rồi chăng? Dasthier lại tự hỏi, bất giác nàng đưa tay vuốt nhẹ lọn tóc xòa trên trán và hôn nhanh lên môi Lâm, rồi ôm đầu, ngước nhìn sâu vào mắt đối tượng, tia nhìn đắm đuối,

"Kiss me."

Lâm mỉm cười cúi xuống. Nụ hôn dài. Vẫn gắn chặn môi trên môi, Dasthier kéo Lâm nhích vào trong, đẩy xuống mặt nệm, và chủ động vầy cuộc ái ân, đến khi lên đỉnh Dasthiner ngã ập xuống, gọi nhỏ,

"Honey... honey ..."

Dasthier siết mạnh thân thể Lâm, cơn kích ngất giảm dần, cùng lúc trong đầu vang lên câu hỏi cũ: Ta yêu gã này rồi chăng?

*

Chiếc xe lượn một vòng lớn để vào xa lộ. Thảm cỏ rộng trải kín vòng cung còn ướt sương dù nắng đã cao, nắng lung linh trong vắt trên những ngọn cây chạy dọc ven đường. Lâm nhớ lời một bài hát của Trịnh Công Sơn, *ngàn cây thắp nến lên hai hàng.* Hình ảnh rất đỗi quen thuộc mọi người đều từng nhìn thấy lúc bình minh, khi hoàng hôn, nhưng mấy ai hình dung nắng như ngọn lửa trên thân nến? Ca từ của người nhạc sĩ tài hoa này thật tuyệt vời, nhận xét độc đáo, giàu tưởng tượng và tinh tế, đầy chất thơ. Rất nhiều ca khúc nổi tiếng của các nhạc sĩ khác từng được trình bày vô số lần bởi những ca sĩ, nghe êm tai, được đại đa số quần chúng ưa thích, nhưng nếu tách phần giai điệu và lời, chúng ta dễ dàng nhận ra phần lời không có gì đặc biệt, thậm chí có khi thô thiển, tầm thường và dung tục! Từ lúc tân nhạc khai sinh ở Việt Nam có vô số thanh nhạc ra đời, nhưng không nhiều lắm những ca từ hay, có thể khẳng định Trịnh Công Sơn là phù thủy trong lĩnh vực này, qua tất cả nhạc phẩm đã trình làng, bao giờ phần ca từ của ông cũng mượt mà, sang trọng, đầy hấp lực.

Lâm có hầu hết những CD nhạc TCS do Khánh Ly hát, chất giọng rã rời của ca sĩ này rất phù hợp với nhạc họ Trịnh, đã trở thành quán tính khi Lâm đứng trước giá vẽ, nếu không là nhạc thính phòng với tiếng đàn piano lướt thướt bổng trầm thì nhất định là những ca khúc của TCS qua tiếng hát KL. Nó như chất xúc tác giúp những đường cọ và những mảng màu ném lên khung bố sinh động hơn, có hồn hơn. Chúng ta thường nghe nói mọi ngành nghệ thuật như âm nhạc, thi ca, văn chương… là họ hàng gần cận, cái này bổ sung cho cái kia, quả không sai.

Trời đã sáng hẳn.

Lâm vẫn cầm lái, xe chạy nhanh trên xa lộ rộng, vắng. Ghế sau Ammy ngã đầu trên vai Anton ngủ gà ngủ gật, Dasthier ngồi ghế trước xoay mặt nhìn cảnh vật bên ngoài, thỉnh thoảng reo nhỏ,

"*Beautiful!*"

Đẹp thật, cũng những cánh đồng lúa mạch trải dài tận chân trời, cũng những ngôi giáo đường với tháp chuông cao vút thấp thoáng sau những bờ cây, cũng những đàn cừu gặm cỏ bình yên trên thảo nguyên bao la; cũng những trang trại và gia cầm trong sân, cũng những thành phố nằm giữa đồi núi rợp cây xanh và hồ lớn dập dìu du thuyền sang trọng với tiện nghi đầy đủ.

Hôm qua trong bữa cơm chiều cả bọn đều đồng ý sáng nay sẽ sang *Monaco*, chỉ cách biên giới nước Pháp trên 40 kilimet.

Theo Bách khoa toàn thư và vài tài liệu du lịch Lâm đã từng đọc thì *Monaco*, tên chính thức là Thân vương quốc Monaco là một thành bang có chủ quyền tại châu Âu. Monaco có ba mặt tiếp giáp với nước Pháp và mặt còn lại giáp Địa Trung Hải, cách nước Ý khoảng 16km. Diện tích của *Monaco* khoảng 1,98 km^2. *Monaco* là nước có GDP cao nhất thế giới, bình quân đầu người là 215.163 Đô la Mỹ và là quốc gia có mật độ dân cư và tuổi thọ trung bình của mọi công dân là 90, cũng chiếm giữ hạng quán quân thế giới, và là nước có tỷ lệ thất nghiệp thấp nhất. Sau những lần lấn biển gần đây, tổng diện tích của *Monaco* tăng lên thành 2,05 km^2.

Là một đất nước ở khu vực Tây Âu, nằm ở một eo biển nhỏ phía nam nước Pháp, bên bờ biển *Côte d'Azur*. Lãnh thổ *Monaco* trải dài trên 3km, bề rộng không vượt quá từ 200m đến 300m, gồm bốn khu đô thị: *Monaco-Ville, Monte Carlo, Condamine, Fontvieille*. Là nơi định cư của người *P. Đhoenicia* từ thời Cổ đại. Năm 1215, người *Genova* đến xây dựng một lâu đài kiên cố trên khu đất thuộc *Monaco* hiện nay. Quyền kiểm soát lãnh thổ này lại chuyển sang cho dòng họ *Grimaldi* năm 1297.

Monaco là xứ bảo hộ của Tây Ban Nha (1524-1641) rồi đến Pháp (1641-1793) và bị sáp nhập vào Pháp từ năm 1793 đến năm 1814. Đến năm 1861 *Monaco* mới được độc lập khỏi Pháp. Từ năm 1865, liên minh thuế quan đã nối kết *Monaco* với Pháp và hiệp định cơ bản năm 1918 thừa nhận quyền đại diện ngoại giao của thân vương quốc. *Monaco* gia nhập Liên Hợp Quốc năm 1993, và vẫn duy trì hiệp định chung về thuế quan với Pháp.

Hiến pháp năm 1911 quy định *Monaco* là một nước quân chủ lập hiến, Thân vương là quốc trưởng. Ban lãnh đạo gồm một thủ hiến và 4 quan chức trong hội đồng Chính phủ. Thủ hiến là một công dân Pháp do Thân vương chọn từ những người do Pháp giới thiệu.

Thỏa ước *Versailles* năm 1918 cho phép Pháp có quyền "giúp bảo vệ hạn chế".

Thân vương cũng chia sẻ quyền lực với Hội đồng quốc gia (Quốc hội) gồm 24 thành viên làm việc theo nhiệm kỳ 5 năm.

Ngày 17 tháng 12 năm 1962, Hiến pháp *Monaco* được ban hành, quy định quyền lập pháp thuộc về Thân vương và Hội đồng quốc gia (bao gồm 24 thành viên được bầu cử trực tiếp, nhiệm kỳ 5 năm). Quyền hành pháp được Thân vương giao cho Thủ tướng và 5 Cố vấn Chính phủ (Bộ trưởng). Quyền tư pháp hoàn toàn độc lập với Chính phủ, thuộc về các toà án. Nguyên thủ quốc gia là Thân vương Albert II (kế vị năm 2005). Thủ tướng là Jean Paul Proust. Cố vấn Chính phủ về Quan hệ đối ngoại và các vấn đề Kinh tế và Tài chính quốc tế là Frank Biancheri.

Monaco có 8 Đại sứ quán bổ nhiệm tại 17 quốc gia (tính đến ngày 1 tháng 5 năm 2008), chủ yếu tại Tây Âu, Mỹ và Toà thánh *Vatican. Monaco* có 2 Đại sứ không thường trực, được bổ nhiệm tại Úc, Trung Quốc, Ấn Độ, Nhật Bản và Bồ Đào Nha. Ngoài ra, có 4 Phái đoàn thường trực bên cạnh các tổ chức quốc tế: tại *New York* bên cạnh Liên Hợp Quốc, tại *Genève* bên cạnh các tổ chức chuyên trách của Liên Hợp Quốc và các tổ chức quốc tế có trụ sở tại Thụy Sĩ, tại *Strasbourg* bên cạnh Hội đồng châu Âu và tại Bỉ bên cạnh Liên minh châu Âu. *Monaco* có 113 Lãnh sự quán hoạt động tại 62 quốc gia, hai Tổng Lãnh sự quán tại *London* và *New York*. 2 Đại sứ quán thường trú tại *Monaco* là Sứ Quán Pháp và Sứ Quán Ý. 42 quốc gia bổ nhiệm Đại sứ kiêm nhiệm *Monaco* từ *Paris, Madrid, Bruxelles*. Ngoài ra có 74 lãnh sự quán được bổ nhiệm tại *Monaco*.

Kinh tế *Monaco* chủ yếu dựa vào du lịch. Dịch vụ ngân hàng và các sòng bạc được thành lập từ năm 1862. Chính sách thuế quan ưu đãi thu hút các công ty nước ngoài. Các ngành công nghiệp gồm có: chế tạo mĩ phẩm, hóa chất, điện tử, đóng tàu, xây dựng... *Monaco* hoàn toàn hợp nhất thuế quan với Pháp để thu và giảm thuế mậu dịch, đồng thời tham gia vào hệ thống thị trường EU qua liên minh thuế quan với Pháp.

Dịch vụ du lịch và thu thuế từ các sòng bạc là nguồn thu nhập chủ yếu của *Monaco* (25% PIB). Ngành ngân hàng-tài chính phát triển mạnh và đều. Ngành công nghiệp tập trung chủ yếu vào công nghiệp nhẹ, không huỷ hoại môi trường và có hàm lượng giá trị gia tăng cao chiếm 8% nguồn thu nhập ngân sách.

Tuy chưa là thành viên chính thức của EU, nhưng *Monaco* có quan hệ mật thiết với tổ chức này, thông qua Hiệp định chung về thuế quan với Pháp. Đồng tiền của *Monaco* cũng là đồng *euro*.

Dân cư *Monaco* có điều khác thường là người *Monegasque*, và *Occan* bản địa hiện chỉ chiếm thiểu số trên đất nước của mình. Phần lớn cư dân là người Pháp (28%), sau đó là người *Monegasque* (21.6%), người Ý (19%), người *Anglo-Saxon* (7,5% Anh &

1% Hoa Kỳ), người Đức, người Thụy Sĩ và người Bỉ mỗi dân tộc chiếm khoảng từ 2,5 đến 3%; 15% dân cư tự nhận là thuộc các dân tộc “khác”.

Ngôn ngữ chính thức của *Monaco* là tiếng Pháp. Ngôn ngữ quốc gia theo truyền thống là *Monégasque,* nhưng hiện chỉ được một thiểu số nhỏ dân cư sử dụng. Ngôn ngữ này tương tự như Tiếng *Ligurian* được sử dụng tại *Genova.* Ở khu vực cũ của *Monaco*, các bảng hiệu trên đường phố được thể hiện bằng cả tiếng Pháp và *Monégasque*. Tiếng Ý cũng được một phần khá lớn cư dân *Monaco* sử dụng, đa số họ là những người nhập cư từ Ý. Tiếng Anh được cư dân người Anh và Mỹ sử dụng.

Điều 9 của Hiến pháp *Monaco* công nhận Công giáo La Mã là giáo hội chính thức, và là tôn giáo chiếm đa số với 83,2% dân số. Tự do tôn giáo cũng được hiến pháp bảo đảm. Giáo hội Công giáo *Monaco* thuộc một phần của Giáo hội Công giáo Rôma, dưới sự lãnh đạo tinh thần của Giáo hoàng và giáo triều *Rôma*. Tổng Giáo phận *Monaco* là một phần của Giáo hội Công giáo địa phương Pháp. Đất nước này tạo thành một tổng giáo phận duy nhất.

Có một nhà thờ Anh giáo (Giáo hội của Thánh *Phaolô*), nằm tại *Avenue de Grande Bretagne* ở *Monte Carlo*. Có 135 cư dân theo Anh giáo trong thân vương quốc, nhà thờ này đang phục vụ một số lượng lớn đáng kể tín hữu Anh giáo trong nước, đồng và chủ yếu là khách du lịch. Nhà thờ Anh giáo *Monaco* là một phần của giáo phận Anh giáo ở châu Âu.

Monaco là quốc gia nhỏ thứ hai theo diện tích trên thế giới; chỉ có *Thành quốc Vatican* là nhỏ hơn. *Monaco* có mật độ dân số cao nhất thế giới, bao gồm một đô thị (xã), Đô thị *Monaco*. Theo hiến pháp năm 1911, công quốc được chia thành ba thành phố trực thuộc trung ương:

Monaco-Ville, thành phố cổ và là trụ sở chính quyền của công quốc trên một mỏm đá kéo dài ra Địa Trung Hải, được gọi *là Rock of Monaco*, hay đơn giản là *The Rock.*

Monte Carlo, khu dân cư và nghỉ dưỡng chính với Sòng bạc *Monte Carlo* ở phía Đông và Đông Bắc.

La Codamine, Phần phía Tây Nam bao gồm khu vực cảng *Hercules*.

Các đô thị tự trị được hợp nhất thành một vào năm 1917, và sau đó được hợp thức hóa là Phường hoặc Quận.

Fontvieille, được thêm vào như một phường thứ tư, một khu vực mới được xây dựng từ lấn biển vào những năm 1970.

*Moneghetti, t*rở thành phường thứ năm, được tạo ra từ một phần của *La Condamine*.

La Rousse - Saint Roman (bao gồm cả *Le Ténao*), trở thành phường thứ bảy, cũng được tạo ra từ một phần của *Monte Carlo*.

Sau đó, ba phường được hình thành nhưng sau đó đã bị giải thể khi cải cách lại vào năm 2013:

Saint Michel, được tách ra từ một phần của *Monte Carlo* và trở thành một phần của *Monte Càllo*.

La Colle và *Les Révoires, c*ũng được tách ra từ một phần của *La Codamine*, hai phường này trở thành *Jardin exotique* năm 2013).

Một phường bổ sung đã được lên kế hoạch bằng cách cải tạo đất mới sẽ được định cư bắt đầu từ năm 2014 nhưng Albert II đã thông báo trong bài phát biểu Năm mới 2009 rằng ông đã kết thúc kế hoạch do tình hình kinh tế vào thời điểm đó. Tuy nhiên, Albert II vào giữa năm 2010 đã kiên quyết khởi động lại chương trình. Vào năm 2015, một sự phát triển mới có tên *Anse du Portier* đã được công bố.

Monaco có 10 trường công đang hoạt động, bao gồm: 7 nhà trẻ và tiểu học, với các trường trung học: *Collège Charles III, Lycée Albert 1er* (đào tạo về công nghệ), *Lycée technique et hôtelier de Monte-Carlo* (đào tạo nghề khách sạn). Ngoài ra còn có 2 trường tư, bao gồm cả viện *François d'Assise Nicolas Barré* và *École des Sœurs Dominicaines*. Trường tư còn lại là Trường quốc tế *Monaco (International School of Monaco).*

Và một trường đại học, là Đại học Quốc tế Monaco (IUM), một trường dạy bằng tiếng Anh chuyên về đào tạo kinh doanh, được điều hành bởi *Viện des Hautes Études et économiques Commerciales (INSEEC).*

Là một quốc gia nhỏ nên Monaco không có nhiều vận động viên và thành tích thể thao đáng chú ý, ngoài đội bóng đá *AS Monaco* (hiện đang thi đấu tại giải vô địch quốc gia Pháp) và tay đua công thức 1 *Charles Leclerc.*

Tuy nhiên, quốc gia này hàng năm đều đăng cai rất nhiều sự kiện thể thao lớn như *chặng đua F1 Monaco Grand Prix* hay giải quần vợt *Master Monte Carlo.*

Monaco là một thiên đường vui chơi giải trí của thế giới. Không chỉ nổi bật bởi sự tráng lệ, hào nhoáng, còn thu hút bởi lịch sử hình thành cùng những địa điểm du lịch hấp dẫn.

Du thuyền santrọng mang lại nguồn thu nhập lớn cho du lịch Monaco

Du lịch tới *Monaco* chắc chắn sẽ mang đến cho mọi người những trải nghiệm vô cùng tuyệt vời, bởi phong cảnh đẹp, dịch vụ hoàn hảo, sự sầm uất của những khu vui chơi giải trí và sự tinh tế của người dân nơi đây.

Nằm ở ven biển Địa Trung hải, nên khí hậu ẩm ướt quanh năm. Lượng mưa trung bình hàng năm khá lớn, mưa nhiều nhất vào mùa Đông.

Thời điểm lý tưởng để đi du lịch *Monaco* vào tháng 1, tháng 2 hàng năm. Đây là khoảng thời gian mát mẻ, ít mưa, rất thuận tiện để thực hiện chuyến du ngoạn của mình. Vào mùa hè từ tháng 6 - tháng 8 cũng là thời điểm rất thích hợp, lúc này khí hậu ấm áp, nhiều nắng khô ráo, thật lý tưởng nếu muốn trải nghiệm không khí trong lành của bãi biển *Monaco*. Đây cũng là mùa du lịch cao điểm.

Ngoài ra vào các dịp sự kiện như giải *Monte Carlo Open* (tháng 3) và Giải đua xe Công thức 1 (tháng 5) cũng thu hút rất nhiều du khách từ khắp nơi trên thế giới.

Monaco có hệ thống nhà nghỉ, khách sạn được đầu tư thấu đáo. Tập trung rất nhiều các loại khách sạn từ 1 – 4 sao với giá cả khác nhau. Do vậy, khách du lịch có nhiều lựa chọn nghỉ ngơi khi ghé thăm *Monaco* từ những nhà nghỉ giá rẻ, bình dân cho đến các khách sạn cao cấp tùy theo tài chính kinh tế của mỗi người.

Đến quốc gia này du khách không thể bỏ qua những nơi tham quan hấp dẫn.

Thứ nhất, cung điện hoàng gia *Monaco*, điểm đầu tiên. Là nơi cư ngụ của Albert II và gia đình là Grimaldi, người nắm quyền tại đất nước nhỏ bé này.

Cung điện Hoàng Gia Monaco

Cung điện Hoàng gia Monaco được xây dựng từ năm 1191 theo phong cách của kiến trúc châu Âu thời phục hưng vô cùng lộng lẫy. Trải qua bao thăng trầm lịch sử, công trình vẫn giữ được những nét cổ kính vốn có. Cung điện sẽ mở cửa cho du khách tham quan từ tháng 6 đến tháng 10 hàng năm. Bước vào tòa cung điện này, du khách sẽ rất ấn tượng với khoảng sân rộng được làm từ hơn 3 triệu viên sỏi và sẽ có cơ hội được chiêm ngưỡng tận mắt bức bích họa mang tên *Genovese* nổi tiếng thế giới.

Thứ hai, được xem là một thiên đường giải trí của Châu Âu với những sòng bạc hào nhoáng. *Casino Monte Carlo* là một trong những sòng bạc lớn nhất, nổi tiếng nhất tại *Monaco*. Sòng bạc này đã được xây dựng từ thế kỷ 19, khi đó *Monaco* chỉ là một đất nước nghèo nàn, lạc hậu. Ngày nay, *Monaco* trở thành nơi hấp dẫn những con bạc đẳng cấp trên thế giới.

Casino Monte Carlo được xây dựng theo kiến trúc *Belle Epoque*, nằm ngay tại trung tâm của *Monaco*. Bên trái sòng bài là quán cà phê *Cafe de Paris* tuyệt đẹp. Ngồi tại quán cà phê này, thưởng thức một tách cà phê nóng và ngắm nhìn khung cảnh thành phố quả thực là một trải nghiệm tuyệt vời.

Thứ ba là *Monaco Ville*, còn tên gọi khác, *The Rock*, là khu phố cổ kính và lâu đời nhất của quốc gia nhỏ bé này, được xây dựng vào khoảng thế kỷ thứ 6. Ngày nay khu phố cổ chỉ dành riêng cho người đi bộ, xung quanh có hàng loạt những nhà hàng, khách sạn, cửa hàng lưu niệm và một số địa danh nổi tiếng.

Thứ tư, là bến cảng *Monte Carlo Harbor* tuyệt đẹp với rất nhiều du thuyền đắt đỏ, hạng sang neo đậu. Bến cảng này có sức chứa lên đến 500 tàu với khung cảnh vô cùng quyến rũ. Khách du lịch có thể tìm một quán cà phê gần bến cảng để thư giãn và ngắm cảnh.

Thứ năm là nhà thờ *Nichola,* đã được xây dựng đầu tiên ở *Monaco* từ thế kỷ thứ 13. Nhà thờ cổ kính này gây ấn tượng với du khách bởi một mặt tiền được làm hoàn toàn bằng đá cẩm thạch trắng, với khung cảnh yên bình và linh thiêng.

Thứ sáu là bảo tàng *hải dương học Monaco* được thành lập từ năm 1910 và hiện đang là nơi dành riêng cho khoa học nghiên cứu biển. Bảo tàng có đến 4000 loài cá khác nhau trong thủy cung dưới tầng hầm. Ngoài ra, bảo tàng còn là nơi đang lưu giữ những mô hình tàu, những bộ xương cá voi, cá mập, và nhiều loài sinh vật biển quý hiếm. Đứng từ trên đỉnh của bảo tàng hải dương học *Monaco*, có thể chiêm ngưỡng được khung cảnh biển địa trung hải tuyệt đẹp.

Thứ bảy là *Jardin Exotique*, vườn thực vật nằm bên một vách đá dựng đứng nhìn ra biển Địa Trung Hải. Khu vườn, nơi có khung cảnh biển đầy mê hoặc và là điểm dừng chân rất thú vị cho khách du lịch. Bên trong khu vườn với 1.000 loài cây xương rồng và một hang động nằm ngầm chứa đầy nhũ và măng đá.

Thứ tám là *Larvotto Beach*, một trong những bãi biển nhân tạo đẹp nhất hành tinh. Đây là bãi biển có nhiều thủy tinh nhất và là điểm đến tuyệt đẹp dành cho chuyến du lịch gia đình. Nằm cạnh bãi biển *Larvotto* có vô số nhà hàng, quán bar nhộn nhịp, luôn trong không khí tưng bừng của âm nhạc.

Ngoài ra du khách chắc chắn còn bị chinh phục bởi thực đơn Ẩm thực *Monaco*, tuy đơn giản nhưng hương vị cực kì tinh tế và khác biết.

Một trong những món ăn nổi tiếng ở *Monaco* phải nhắc tới đó chính là bánh mì. Đây là món ăn biểu tượng của quốc gia nhỏ bé này. Có rất nhiều món ăn từ bánh mì khác nhau, nhưng phổ biến nhất vẫn là bánh mì giòn và bánh mì nướng, du khách có thể thưởng thức món bánh mì này tại bất cứ nhà hay quán ăn nào trong thành phố.

Súp *Bessara*. Món ăn không chỉ hấp dẫn bởi hương vị thơm ngon mà còn rất giàu dinh dưỡng, được chế biến từ đậu fava, tỏi, oliu, nước cốt chanh hầm trong nhiều giờ để tạo nên món súp sền sệt hấp dẫn. Khi ăn người ta sẽ rắc một chút rau thì là và ớt bột lên trên để tạo nên vị vừa cay, vừa ngọt, vừa chua mà khi ai ăn đều sẽ mê đắm.

Canh ốc *Ghoulal* được xem như linh hồn ẩm thực của *Monaco*. Món ăn được chế biến từ 15 loại gia vị khác nhau, cùng với cách tẩm ướp vô cùng phức tạp và cầu kỳ. Du lịch tới đây, nhất định phải thử món canh ốc đặc biệt này để khám phá được nét đặc trưng trong ẩm thực *Monaco*.

Món ăn có cách chế biến giống từ lòng lạc đà và lá lách, với nguyên liệu khác như: mỡ lạc đà, oliu và một số gia vị khác, dồi khi được nướng chín sẽ được ăn kèm với khoai tây nghiền hoặc bánh mì. Đây là món ăn truyền thống của người *Monaco* và được rất nhiều thực khách yêu thích. Cũng là món ăn đặc biệt của quốc gia này, được sử dụng trong các dịp lễ quan trọng. *Barbagiuan* được làm rất đơn giản với nhân từ củ cải, rau, sau đó được chiên giòn rất hấp dẫn.

Quốc gia *Monaco* chỉ bé bằng một tỉnh lẽ của Việt Nam. Vì thời giờ có hạn và chẳng người nào có máu đỏ đen nên cả bọn chỉ dạo chơi những địa phận nổi tiếng và ăn trưa tại một nhà hàng bên bến cảng san sát du thuyền, ngủ đêm tại một khách sạn tuy chỉ trung bình nhưng tiện nghi và sạch đẹp không kém những khách sạn năm sao ở các quốc gia tiên tiến.

Sáng hôm sau cả bọn thẳng tiến sang nước Áo.

Áo (tên chính thức Cộng hòa Áo) là một quốc gia không giáp biển ở trung tâm của Bắc Âu. Nước này có chung biên giới với Đức, Cộng Hòa Séc, Slovakia, Hungary, Slovenia, Ý, Thụy Sĩ. Dân số Áo khoảng gần 8,935 triệu người (theo số liệu thống kê năm 2020). Tuy không có lượng dân số đông, nhưng Áo được xếp trong số những quốc gia giàu có nhất hành tinh (Theo *Forbes*).

Áo được coi là một điểm đến du lịch đẳng cấp thế giới, nhờ vào cảnh quan trượt tuyết độc đáo của khu vực Trung Đông dãy núi Alps, những ngọn núi rực rỡ để đi bộ đường dài vào mùa hè và những hồ nước ngoạn mục.

Áo mang đến vô số cơ hội thể thao. Vì vậy, nếu du khách là một tín đồ thể thao thì đây là điểm đến càng tuyệt vời hơn! Các môn thể thao quốc gia phổ biến nhất gồm bóng đá, trượt tuyết trên núi cao, bơi lội, khúc côn cầu trên băng, đi xe đạp địa hình…

Từng được coi là thủ đô của châu Âu, Đế chế Áo - Hungary là một cường quốc mạnh mẽ từ năm 1867 cho đến khi sụp đổ sau Thế chiến I. Trong suốt thế kỷ 19 và cho tới nay, thủ đô *Vienna* vẫn nổi tiếng là một trung tâm văn hóa, âm nhạc và nghệ thuật.

Di sản âm nhạc của Áo có một sức quyến rũ độc đáo và luôn sống động nhờ các nhà soạn nhạc nổi tiếng Mozart, Wagner, Strauss và Schubert. Đây cũng là quê hương của triết gia Ludwig Wittgenstein và nam diễn viên nổi tiếng Arnold Schwarzenegger của điện ảnh *Hollywood* với loạt phim Kẻ hủy diệt, còn được biết đến là thống đốc thứ 38 của bang *California* (Mỹ).

Một góc nhỏ của quốc gia Áo

Nền văn hóa Áo được công nhận bởi sự phong phú, an toàn và mức sống cao. Thủ đô *Vienna* đã được bình chọn trong nhiều năm là nơi đáng sống nhất trên trái đất. Người Áo thích dành thời gian cho gia đình, khám phá thiên nhiên và luyện tập thể thao đồng thời coi trọng và tự hào, trân quí lịch sử, di sản âm nhạc và nghệ thuật của họ.

Vienna được mệnh danh là thủ đô âm nhạc của châu Âu, nơi có các trường và dàn nhạc đẳng cấp thế giới như *Vienna Philharmonic* hay *Camerata Academica Salzburg* và các nhà soạn nhạc như Mozart, Schubert và Strauss.

Ẩm thực của Áo được coi là sự pha trộn lịch sử với các quốc gia láng giềng. Ai mà không yêu *Wiener Schnitzel* – món thịt rán thành *Viena* tuyệt ngon? Các món ăn Áo chủ yếu bao gồm thịt và thường được chế biến từ thịt lợn, thịt bò, thịt gà, thậm chí cả ngỗng.

Nếu du khách là tín đồ mê bánh ngọt, Áo sẽ làm du khách hài lòng. Các loại bánh ngọt nổi tiếng nhất phải kể đến *Sachertorte* và *Apfelstrudel* và khi ở trong một tiệm bánh, người ta có thể dễ dàng tìm thấy trong *menu* hơn 50 loại bánh khác nhau!

Cà phê cũng vô cùng quan trọng trong văn hóa ẩm thực của người Áo, đặc biệt nếu đi kèm với một miếng bánh trong một quán cà phê *Vienna* điển hình. Áo cũng nổi tiếng với hương vị phong phú của đồ uống sô cô la nóng, văn hóa bia của đất nước này rất mạnh mẽ khi mỗi người Áo tiêu thụ trung bình khoảng 106 lít bia mỗi năm.

Ngôn ngữ quốc gia của Áo là tiếng Đức hay chính xác hơn là tiếng Đức của Áo, một loại tiếng Đức tiêu chuẩn. Mặc dù đa số mọi người tin rằng tiếng Đức và tiếng Áo hoàn toàn giống nhau, sự thật có rất nhiều điểm khác biệt giữa tiếng Đức chuẩn và ngôn ngữ quốc gia của Áo.

Suốt mười ngày trước khi trở lại Ý, kết thúc chuyến du lịch, cả bọn lần lượt đến các quốc gia giáp ranh với nước Pháp như Bỉ, Đức, Luxembourg, Tây Ban Nha, Thụy Sĩ, Brasil, Suriname…thuộc Pháp, Antille thuộc Hà Lan.

Ở mỗi quốc gia có những nét đặc thù riêng, từ ngôn ngữ, văn hóa, phong tục, bản chất, tập quán. Duy có một điểm chung là những thắng cảnh, những lâu đài, những dinh cơ cổ kính, kỳ vỹ, và những viện bảo tàng mênh mông với vô số tác phẩm nghệ thuật, tranh, tượng quí hiếm.

Về đến khu nhà kho, cũng là nơi ngụ cư, Lâm xuống xe, Dasthier chồm người vít đầu Lâm hôn dài lên môi, nhẹ giọng,

"Sáng mai em đến đón *honey* đi ăn sáng, uống cà phê nhé."

Annton la lớn,

"Không mời bọn này à?"

"Thì mời!"

"Có thế chứ."

Lâm mĩm cười, gật đầu với Dathier.

Mở cửa, nhìn khung cảnh quen thuộc, những bức tranh treo kín bốn vách tường, giá vẽ với khung bố rộng đầy màu rực nóng, diễn tả cuộc nội chiến ở quê nhà, qua lời kể của thân sinh, một người lính thuộc quân đội miền Nam Việt Nam, Lâm đã thực hiện, cảm thấy gần gũi, quen thuộc.

Lâm leo lên gác, vất chiếc ba lô vào góc phòng, ngã người xuống mặt nệm. Đã bốn giờ chiều, có lẽ phải ngủ một giấc. Tuy nghĩ vậy nhưng Lâm vẫn không ngủ được, đầu óc lang thang nhớ những lãnh thổ đã cùng Annton, Ammy, Dasthier đi qua rồi nghĩ đến cuộc tao ngộ với Thanh Nhã sẽ đến cuối năm nay tại quê nhà, lòng Lâm nao nao.

Chiều dần xuống, ánh nắng ngoài chái hiên đã tắt. Giờ tan tầm, đường phố tấp nập xe cộ. Lâm cảm thấy đói bụng. Trước khi ra lấy xe đến quán ăn quen Lâm vào *restroom* tắm, thay bộ quần áo sạch. Nghĩ đến cảnh cơm hàng cháo chợ Lâm hơi ngán ngẩm, bỗng nhiên thèm một mái ấm với một người vợ, những đứa con. Hình ảnh Thanh Nhã lại trở về.

*

Suốt đêm qua Lâm chỉ chợp mắt không quá hai giờ.

Buổi chiều Dasthier đến, hai người đi ăn tối. Quán đông, nhưng họ vẫn tìm được một bàn nhỏ cạnh cửa sổ trên lầu hai, nhìn xuống bến đậu san sát những chiếc thuyền trang trí màu mè, chúng nằm yên ngơi nghỉ sau một ngày ngược xuôi chở du khách ngoạn cảnh.

"*Honey* đi bao lâu?"

"Chưa định trước, vui, ở lâu, buồn, về sớm."

"Chà, coi bộ em sẽ nhớ *honey* lắm đây."

Dasthier cầm bàn tay Lâm bóp nhẹ, tiếp,

"Nếu em nói đã yêu, *honey* có tin không?"

"Lạ đấy, anh vẫn nghĩ tình yêu đối với em chả khác gì một cái bánh *donut*."

"Trước đây em cũng tưởng thế, nhưng lần này em thấy có gì khang khác."

"Chỉ là khẩu vị thôi, ăn mãi *donut*, ngán, một món lạ có mùi vị Á châu, cũng thú."

"Không phải vậy, *honey* làm em mất ngủ nhiều đêm, điều em chưa từng."

Người phục vụ đến,

"Ông bà dùng gì?"

"Một đĩa *Gnocchi*."

Lâm trả lời người phục vụ, và xoay sang Dasthier,

"Còn em?"

"Cũng vậy, thêm một chai *Studio By Miraval*. Hôm nay em muốn say."

Hai người vừa ăn vừa trò chuyện.

Đêm xuống, khí hậu gây lạnh. Dòng kinh rộng, ánh đèn phản chiếu lấp lánh trên mặt nước sóng nhẹ. Dãy nhà bên kia sáng đèn, con đường chạy dọc bờ tấp nập xe cộ.

Có lẽ do men rượu, Dasthier nói say sưa, như tâm sự về cuộc đời mình, những tháng năm đã qua, những người đàn ông đã đến và đi, chưa người nào để lại ấn tượng sâu đậm, tất cả chỉ nhằm thỏa mãn thân xác. Cho đến ngày quan hệ với Lâm, Dasthier cảm thấy xao xuyến, nhận ra mối tương quan giữa hai người không chỉ thuần vật lý, mà còn có những rung động khác, những rung động lần đầu Dasthier cảm nhận.

Lâm nhìn Dasthier, nước da sẩm ửng đỏ hơi men, đôi mắt sâu ướt tình, vành môi rộng, lưỡng quyền cao, mái tóc đen và dày,

"Hôm nay em đẹp."

"Cảm ơn, nhưng chỉ hôm nay thôi à?"

Lâm mĩm cười,

"Mọi khi vẫn đẹp, nhưng hôm nay đẹp hơn."

Hai người rời quán khi đêm đã khuya. Về đến xưởng vẽ, Dasthier nói,

"Em ngủ lại đêm nay, nhân tiện sáng mai sẽ đưa *honey* ra phi trường."

Lâm không trả lời, gián tiếp bằng lòng.

Đêm nghiêng về sáng, đường phố vốn nhộn nhịp ban ngày đã không còn, bầu khí vắng lặng. Nhịp sống ở Ý giống với hầu hết các nước thuộc châu âu, thư thả, khác xa Hoa Kỳ, tất bật.

Dasthier phụ Lâm soạn hành lý trước khi lên giường.

Vẫn như mọi lần, Dasthier từ tốn khỏa thân rồi chui vào chăn ôm Lâm. Hơi ấm từ thân thân thể Dasthier chuyền sang cùng động tác mơn trớn vuốt ve làm Lâm một lần nữa không cưỡng nổi đòi hỏi…

Khuya sâu, sau màn ân ái Dasthier dụi đầu vào ngực Lâm thở đều, ánh sáng ngọn đèn ngủ trán lên thân thể nàng một lớp kem, làm làn da như mịn hơn. Và Lâm, cũng do thói quen, bàn tay lòn xuống ôm trọn gò tình mum múp vồng cao. Những lần trước, phần thịt da nhạy cảm hâm hấp nóng tạo cảm giác dễ chịu, nhanh chóng đưa Lâm vào giấc ngủ. Song hôm nay khác, trằn trọc mãi Lâm vẫn không thể chợp mắt. Quan hệ giữa hai người có vẻ mỗi ngày mỗi gần, điều này gây cho Lâm mặc cảm tội lỗi vì biết tình cảm của mình với Dasthier không bắt nguồn từ tình yêu. Lâm đủ sáng suốt và tự trọng để hiểu mình đã nuông chìu bản thân thái quá. Bức rức này khiến Lâm không ngừng tự bỉ.

Với Dasthier thì khác, đúng như lúc nãy trong quán nàng đã nói, Dasthier không xem quan hệ với Lâm chỉ để thay đổi khẩu vị.

Nếu cứ thế này Lâm sợ sẽ lún sâu vào tình trạng khó xử.

Phải thoát ra thôi. Lần trở về và viễn cảnh sẽ gặp Thanh Nhã có lẽ là cơ hội tốt giúp Lâm thoát, hy vọng thế.

Chiếc Boeing 747 rời chỗ đậu bò chậm ra đường băng. Qua cửa sổ, mặt phi đạo tựa vũng nước lớn phản chiếu ánh nắng chóa lòa nhức mắt. Tiếng động cơ chợt nổ lớn, thân tàu rung nhẹ. Một giọng nam, có lẽ của cơ phó, trong loa phóng thanh thông báo bằng hai ngôn ngữ Ý, Anh: chuyến bay mang số…khởi hành lúc…, từ phi trường… dự kiến sẽ đến phi trường…, vài nữ tiếp viên đứng dọc hai bên lối đi, bằng những thao tác thuần thục hướng cách sử dụng chiếc mặt nạ nếu có sự cố xảy ra, đồng thời lưu ý hành khách thắt dây an toàn. Những động thái này quen thuộc đến nằm lòng đối với những hành khách thường di chuyển bằng đường hàng không. Phi cơ nhanh chóng tăng tốc rời mặt đất lao vào không trung, thành phố dưới thấp nhỏ dần rồi biến mất khi con tàu lên cao, lẫn vào biển mây. Thoang chốc phi cơ đã vào tầng bình lưu, đèn trong khoang dịu xuống, tiếng động cơ vang êm nhịp đều. Đa số hành khách kéo tấm chăn đắp kín nửa phần thân thể, ngã người vào tựa ghế tìm giấc ngủ. Lâm cũng thế, tuy khép mắt nhưng Lâm biết không thể ngủ.

Phi cơ bỗng rung lắc mạnh, giọng nam trong loa phóng thanh lại nổi lên cho biết, phi cơ rơi vào vũng mây đặc, tuy nhiên sẽ không sao, hành khách hãy buộc dây an toàn để tránh va chạm.

Rung lắc nhanh chóng chấm dứt, cũng có nghĩa con chim sắt đã ra khỏi vũng mây đặc. Lâm cảm thấy lạnh, kéo cao tấm chăn đến cằm, và nhắm mắt cố tìm giấc ngủ.

Lâm choàng tỉnh khi loa phóng thanh thông báo phi cơ sắp hạ cánh. Nhìn qua cửa sổ, thành phố dưới thấp lô nhô nhà cửa, đường sá dọc ngang. Quê hương! Đã nhiều lần Lâm trở về, nhưng vẫn như lần đầu, cảm xúc bồi hồi khiến Lâm nôn nao như một đứa trẻ sắp được ngậm viên kẹo ngọt mẹ vừa cho.

Phi cơ sà thấp, đường băng trôi nhanh dưới thân tàu.

Phần III

Ngày... tháng...

Chiếc boeing 747 bò chậm vào chỗ đậu.

Hành khách lần lượt qua gate đến phòng chờ. Tiếng nói cười, những vòng tay ôm, những nụ hôn, những tay bắt mặt mừng, những thăm hỏi càng làm sự nôn nóng trong tôi tăng cao. Kia rồi, Lâm xuất hiện, mạnh khỏe, trẻ trung trong áo phông ngắn tay màu mỡ gà và quần jean xanh, tay kéo chiếc vali nhỏ, mắt dáo dát tìm. Khi nhìn thấy tôi, nụ cười thay lời chào khiến tôi lúng túng.

"Em chờ lâu không?" Lâm hỏi.

"Dạ, chỉ mươi phút."

Tôi gọi taxi, cho tài xế biết địa chỉ, rồi quay sang Lâm,

"Về nhà của em mới mua, khỏi thuê khách sạn."

"Em mới mua?"

"Dạ, một căn chung cư nhỏ."

Tôi cười, tiếp,

"Đợi họa sĩ về giúp em bày biện, trang trí."

"Em không ở với gia đình à?"

“Vẫn, em mua để đầu tư, đó là nguyên xa, gần, biết anh sẽ về, mua để nhờ anh trang trí và cho anh ở, khỏi thuê khách sạn.”

Tôi lại cười,

“Để tiền dẫn em đi ăn.”

Taxi nhích từng thước đường, chậm như rùa vì đường phố tấp nập xe cộ. Lâm nhìn, tặc lưỡi,

“Sài Gòn càng ngày càng đông, đọc báo, họ bảo mật độ dân số ở Palestin cao nhất thế giới, Sài Gòn chắc không thua.”

Về đến chung cư rồi vào nhà, Lâm nhìn căn hộ nhỏ có cửa sổ hướng ra sông ghe thuyền ngược xuôi, bờ bên kia là quận TT lố nhố cao ốc vươn lên bầu trời trong vắt không gợn mây.

“Nhà có view thơ mộng, thích nhỉ.”

“Dạ, buổi sáng pha ly cà phê ra balcon vừa nhâm nháp vừa nhìn sóng nước lấp lánh dưới nắng mai, sương mù chưa tan, phủ mờ nhà cửa cao thấp, những hàng cây xanh bờ bên kia, một vẻ đẹp yên bình, lòng cảm thấy nhẹ nhõm.”

Ngày hôm sau Lâm và tôi xuống phố mua sơn, cọ, canvas cho chàng vẽ vài bức tranh trang trí tùy kích thước các bức tường trống, tranh trừu tượng kiệm màu, thoáng, phù hợp với cảnh quang chung. Và góp ý mua đồ nội thất, thuần hai màu trắng, xám, giản dị nhưng sang trọng.

Suốt nhiều ngày Lâm vừa vẽ vừa chỉ đạo tôi bày biện thế nào cho hợp lý, mỹ thuât. Đến bữa chúng tôi về với gia đình. Mẹ vui, ba tuy ít nói nhưng nhìn cách đối đãi, tôi đoán ba cũng như mẹ, vui, “thằng trời đánh” thỉnh thoảng nháy mắt trêu chọc, trông chị trẻ ra như con gái mới lớn. Nhịp đập trái tim tôi luôn rộn rả và hầu như tôi quên hết những tháng năm buồn chán. “Thằng trời đanh” nói có lẽ không sai, tôi có cảm tưởng mình chỉ vừa qua khỏi tuổi trưởng thành, và người, vật quanh tôi trở nên đáng yêu. Bà trưởng phòng trước đây tôi ghét cay ghét đắng, bây giờ thấy có nhiều điểm nếu không do thành kiến sẽ thấy cần quan tâm, tha thứ; Lão giảm đốc hảo ngọt, mê chanh cốm xét kỹ cũng không có gì đáng chê trách, lão hảo ngọt đấy, nhưng bị vào tròng hay không là do "nạn nhân", *tiên trách bỉ hậu trách nhân*, nếu mình không muốn thì lão có mồi chài cách nào cũng vô ích thôi; Hai hàng cây dọc đường tôi vẫn đi, về sáng chiều dường như xanh hơn; Thành phố đã quá quen, tôi thuộc từng ngã tư đèn xanh đèn đỏ, từng bùng binh, tượng đài, từng con phố, từng vĩa hè rộng hẹp… bỗng mới hơn, và đẹp hơn.

Chiều hôm qua mẹ hỏi Lâm,

"Cháu thích ăn gì, bác đi chợ mua nấu."

"Dạ, món nào bác nấu cũng ngon, cháu rất thích."

"Khéo nịnh nhỉ. Cháu thích cá thu chiên sốt cà và canh mùng tơi tôm sú không?"

"Ồ, còn gì bằng, cháu mê lắm."

"Thằng trời đánh" vuốt đuôi,

"Anh Lâm giống em, cái gì mẹ nấu em cũng mê."

Mẹ lườm,

"Thôi đi ông nởm, chỉ nỏ mồm."

Ba cười, từ tốn,

"Mẹ mầy nấu ăn ngon, ba đồng ý."

"Thằng trời đánh" bước tới ôm mẹ,

"Con nói có sai đâu."

Tôi nhìn khuôn mặt rạng rỡ của mẹ, nhìn ánh mắt hài lòng của ba, nhìn vẻ trẻ trung của đứa em trai, nhìn Lâm với nụ cười lúc nào cũng nở trên môi, cảm thấy ấm áp và hạnh phúc, tôi ước một ngày nào Lâm sẽ chính thức là thành viên của gia đình này.

Tôi cũng không quên giới thiệu Lâm với bạn bè. Thục Đoan nói,

"Trông chàng nghệ sĩ và đẹp giai, mày liệu mà giữ, không khéo mất như chơi."

Thâm tâm tôi thầm nghĩ Thục Đoan cảnh giác không sai, tuy vậy tôi vẫn nói cứng,

"Cái gì thuộc về mình sẽ là của mình, ngược lại, muốn giữ cũng chả được."

Tôi ngập ngừng, tiếp,

"Mà tao và chàng nào đã có gì đâu."

"Tao thấy mày yêu chàng đậm, chàng cũng lậm mày không kém, tình trong như đã, mặt ngoài còn e, sốt cả ruột, rút ngắn thời gian đi."

Rút ngắn thời gian. Tôi muốn lắm chứ, nhưng bằng cách nào? Nhiều đêm trằn trọc khó ngủ, dưới lòng đường vọng lên tiếng động cơ xe gắn máy vút qua, tiếng mì gõ lốc cốc, nhìn qua cửa sổ, trụ đèn đường từ vỉa hè vươn cao hắt ánh sáng lạnh lẽo ngoài balcon, nhìn ra phòng khách, trên tấm nệm trải dưới sàn gỗ Lâm cuộn mình trong tấm chăn mỏng, ngon giấc, tôi thèm được nằm trong vòng tay rắn rỏi, thèm hít mùi đàn ông quyến rủ, thèm rót vào tai Lâm lời ngọt ngào: em yêu anh. Tôi nén tiếng thở dài.

Mười ngày, mọi việc đã xong, nhìn căn chung cư xinh xắn, phòng khách mỹ thuật với những bức tranh trừu tượng Lâm mới vẽ còn thơm mùi sơn, và đồ nội thất trang nhã, phòng ngủ ấm cúng với hệ thống đèn dịu mát, căn bếp sạch sẻ đầy đủ vật dụng cần thiết, tủ lạnh, lò vi sóng, bếp gas, bàn ăn nhỏ gọn…, tôi vui, nghĩ một ngày nào tôi và Lâm trở thành chồng vợ, tổ ấm này sẽ lý tưởng biết bao nhiêu. Tôi hỏi Lâm,

"Anh định bao giờ trở về Ý?"

"Thì giờ của anh *free* nên muốn về lúc nào cũng được."

"Vậy chúng ta làm một chuyến ngao du, nhiều nơi em chưa đến bao giờ."

"Ý kiến hay."

Lâm bảo muốn tham quan những thắng tích ở mọi miền từ Nam ra Bắc. Tôi xin nghỉ phép thường niên nửa tháng rồi cùng Lâm lên kế hoạch.

Để tiện di chuyển và chủ động giờ giấc, chúng tôi thuê một chiếc *Mini Van*, lên đường.

Điểm đầu tiên chúng tôi đến là T.N., nơi khai sinh đạo Cao Đài với tòa thánh đồ sộ. Nhìn những bích họa trên các bức tường và trần nhà, nhìn những cột cao đắp nổi rồng cuốn mây rất công phu, cầu kỳ, nhìn những tượng Phật, chúa Jesu và danh nhân thuộc mọi lĩnh vực…, chúng tôi có cùng nhận xét: như hầu hết các quốc gia phương đông, mọi tranh tượng trong các đền thờ đều nhiều màu sắc, khác hẳn những thắng tích tôn giáo ở các quốc gia phương Tây, kiệm màu. Trước đây ba năm tôi đã đến 'vùng đất thánh" của đạo Cao Đài. Lần ấy trọng tâm không phải để tham quan, mà do công việc, nên chỉ cảm nhận thoáng qua về con người. Cư dân ở đây hầu hết là tín đồ của đạo Cao Đài, và đều ăn chay trường, tính tình hiền hòa. Giáo phái khai sinh từ giáng bút trong một lầu cầu cơ, tin Thượng Đế, đấng toàn năng, tin và thực hành các tín điều của đức hộ pháp Phạm Công Tắc, một trong các vị đã khai sinh giáo phái này, phản ảnh bản chất của cư dân vùng miền: phóng khoáng, trượng nghĩa, dung nạp và tôn thờ mọi giáo chủ các tôn giáo khác như Phật Thích Ca, Chúa Jesu… cùng các vĩ nhân thuộc mọi lĩnh vực từ văn chương, khoa học, y khoa, xã hội, chính trị…

Thánh thất Cao Đài, Tây Ninh

Lần nầy ngoài Thánh thất Cao Đài, chúng tôi muốn thăm viếng một địa danh nổi tiếng là núi Bà Đen

Ngày... tháng...

Dân gian vẫn truyền tai nhau về sự tích kỳ bí nhuốm màu sắc huyền thoại xung quanh ngọn núi Bà Đen về người con gái chết oan, 3 lần quay về báo mộng, hiển linh.

Núi Bà Đen là một ngọn núi nằm trong quần thể di tích lịch sử Núi Bà Đen, được đông đảo mọi người biết đến là một trong những địa danh có phong cảnh hữu tình cùng nhiều huyền thoại ly kỳ. Núi nằm tại xã Thạnh Tân, cách trung tâm thành phố Tây Ninh khoảng trên 10km.

Núi Bà Đen có một sức hấp dẫn, không chỉ bởi đây là ngọn núi cao nhất miền Nam Việt Nam, với nhiều cảnh sắc thiên nhiên hùng vĩ, tươi đẹp mà còn bởi nhiều huyền thoại kỳ bí, được người dân lưu truyền bao đời nay, từ chuyện rắn thần hiển linh, cậu Bảy, thần núi, cho đến câu chuyện về người con gái chết oan, quay về báo mộng hiển linh, cứu nhân độ thế và đem lại nhiều may mắn, tài lộc cho chúng sinh.

Câu chuyện huyền thoại luôn lôi cuốn du khách khi đến với địa danh này, đó chính là sự tích về Bà Đen – nàng Lý Thị Thiên Hương con gái của ông Lý Thiện – quan trấn nhậm Trảng Bàng triều Nguyễn và bà Đặng Ngọc Phụng – một phụ nữ gốc Bình Định.

Truyền thuyết kể, nàng vốn là người con gái xinh đẹp, hiền lương, văn hay võ giỏi và là con nhà gia giáo, nên được rất nhiều người để ý. Trong làng có chàng tên Lê Sĩ Triệt, mồ côi cả cha lẫn mẹ, được nhà sư Trí Tân nuôi dưỡng nên văn hay võ giỏi và cũng tỏ lòng cảm mến nàng.

Một lần nọ Thiên Hương lên núi cúng chùa bị một đám côn đồ vây bắt. Giữa lúc nguy khốn, chàng Lê Sĩ Triệt đã xông vào đánh đuổi và cứu được nàng.

Để đáp ơn, cha mẹ Thiên Hương hứa gả nàng cho Lê Sĩ Triệt. Nhưng giữa buổi loạn ly, chưa kịp lấy nhau, Lê Sĩ Triệt đã phải tòng quân ra trận, đánh đuổi Tây Sơn. Nàng hứa sẽ ở nhà, giữ trọn danh tiết chờ chồng.

Tượng thờ Bà Đen (Lê Thị Thiên Hương)

Khi Lê Sĩ Triệt tòng quân, ở nhà trong một lần lên núi lạy phật và thăm dưỡng nhà sư Trí Tân, thì lại bị nhóm kẻ xấu trước đó vây bắt, toan làm nhục. Để giữ lòng trung trinh, nàng đã nhảy xuống khe núi tuẫn tiết.

Trong lần báo mộng thứ nhất: nàng hiện về gặp nhà sư Trí Tân, trong hình dạng một người phụ nữ đen đúa và kể lại hết sự tình.

Sau khi nghe hết câu chuyện, nhà sư tỉnh dậy và cho người đi tìm thi thể nàng, đem về mai táng. Nhà sư gọi nàng là nàng Đen, người đời sau gọi nàng là Bà Đen để bày tỏ lòng tôn kính cũng cải danh ngọn núi này tên nguyên thủy là núi Một thành núi Bà Đen.

Lần báo mộng thứ hai, là khi chúa Nguyễn Ánh bị quân Tây Sơn đánh đuổi, chạy đến núi Bà Đen lẩn tránh. Thiếu lương thực, từ chúa đến lính đều đói lả. Nghe nhân dân nơi đây, đồn về sự linh thiêng của bà Đen, trong cơn tuyệt vọng, chúa Nguyễn Ánh đã cầu khẩn xin phò trợ. Đêm đó, bà Đen xuất hiện trong mộng, chỉ đường thoát thân và khuyên chúa Nguyễn Ánh nên qua Xiêm tá binh để chờ thời cơ khôi phục cơ đồ, thống nhất giang sơn.

Lần nhập xác hiển linh khi gặp gỡ Thượng Quốc công – Lê Văn Duyệt. Nghe đồn sự linh thiêng của bà Đen nên Lê Văn Duyệt quyết tâm tìm hiểu và hứa sẽ dâng sớ xin vua phong chức cho nàng họ Lý này nếu cô hiển linh.

Ngày nọ nàng Lý Thị Thiên Hương quả thực đã nhập vào xác của một cô gái để trò chuyện với Quốc công về tương lai của vị quan tài giỏi này và nỗi oan khuất của mình, chưa được gặp lại và chung sống với chồng, đã được trở thành tiên thánh và được cử xuống phàm trần để cứu nhân độ thế.

Quốc công Lê Văn Duyệt đã thay mặt vua phong cho nàng Thiên Hương làm "Linh Sơn Thánh Mẫu", tạc tượng để thờ.

Sự tích 3 lần báo mộng hiển linh của nàng Lý Thị Thiên Hương được lan truyền khắp nơi, cùng với tín ngưỡng tâm linh của người Việt, thường những người chết oan rất linh thiêng, nên tiếng lành đồn xa, dân chúng ở khắp các nơi đổ về để vừa vãn cảnh, vừa cúng bái, cầu tài lộc và bày tỏ lòng tôn kính vị thánh bà này.

Từ ngày 18/1/2020 hệ thống cáp treo Bà Đen thuộc khu du lịch *Sun World BaDen Mountain* đã chính thức khai trương.

Đây là nơi khởi hành cả 2 tuyến cáp: tuyến cáp Chùa Hang (đưa du khách tham quan không gian văn hóa tâm linh chùa Bà) và tuyến cáp Vân Sơn (đưa du khách khám phá Đỉnh núi Bà Đen ở độ cao 986m). Để đảm bảo phục vụ khối lượng du khách khổng lồ đổ về đây, *Sun World Ba Den Mountain* đã tính toán và cho xây dựng nhà Ga Bà Đen với tổng diện tích lên đến 10.959m2.

Không chỉ gây ấn tượng với diện tích rộng lớn, Ga Bà Đen còn mang một kiến trúc độc đáo với thiết kế 3 cụm mái nhô lên tượng trưng cho Quần thể núi Bà Đen hùng vĩ với 3 ngọn núi lớn là núi Bà, núi Phụng và núi Heo. Giữa sảnh ga là những cây cột lớn được tạo tác cầu kỳ giống như những cây đại thụ khiến du khách cảm thấy như đang đứng trong một khu rừng hơn là một nhà ga cáp treo đơn thuần. Nội thất sử dụng vật liệu với tông màu trầm, tạo cảm giác sang trọng, trở thành chốn yêu thích của nhiều bạn trẻ.

Cùng với 2 tuyến cáp treo đạt công suất lớn và thời gian di chuyển chỉ 5-8 phút/chuyến, các công trình nhà Ga như Ga Bà Đen thực sự đã góp phần giảm tình trạng ách tắc, du khách không phải xếp hàng dài, chờ đợi mệt mỏi như các năm trước khi hành hương về Núi Bà. Thay vào đó, hệ thống Cáp treo hiện đại tạo ra cơ hội để du khách có thể chiêm ngưỡng cảnh sắc sơn thủy hữu tình, khám phá hệ thực vật và động vật nguyên sơ, độc đáo chỉ riêng có tại núi Bà Đen.

Nhà Ga Bà Đen được sách Kỷ lục *Guinness* xếp hạng là tuyến cáp treo lớn nhất thế giới, một lần nữa minh chứng cho sự chuyển mình mạnh mẽ của du lịch T.N., biến nơi đây thành một điểm du lịch mới hấp dẫn, hiện đại trên bản đồ du lịch Việt Nam.

Và chắc chắn là một trong những trải nghiệm không thể thiếu trong hành trình khám phá "nóc nhà Nam Bộ", núi Bà Đen, không gian văn hóa tâm linh Chùa Bà nổi tiếng

Ngày... tháng...

Sau bữa cơm chiều tại nhà hàng nhỏ bên dưới khách sạn, tôi và Lâm tìm đọc, cũng tại đại sảnh của nhà hàng, tập sách mỏng in màu mỹ thuật, hướng dẫn du khách những nơi nên tham quan cùng lịch sử và truyền thuyết liên quan.

Theo tập sách du lịch thì hệ thống chùa Bà Đen gồm sáu ngôi chùa, đồng thời cũng là sáu địa điểm dựng điện thờ Linh Sơn Thánh Mẫu.

Linh Sơn Phước Trung (Chùa Trung): Ngôi chùa nằm ngay dưới chân núi, thường là điểm dừng chân đầu tiên của du khách trong hành trình chiêm bái hệ thống thiền tự dọc theo chiều cao tại núi Bà Đen. Chùa Trung được xây dựng từ đời các cụ Tổ khai sơn Chơn Thoại – Trừng Trùng (1879-1910). Đến nay, sau khi trùng tu, ngôi chùa có một kiến trúc vừa cổ kính, vừa hiện đại với nơi thờ tự trang nghiêm, thờ Chư Phật, Bồ Tát, Quan Công, Thiên Hậu, các nữ thần và Cô, Cậu

.

Chùa Bà là ngôi chùa cổ nhất trong hệ thống chùa tại núi Bà Đen

Long Châu Phước Trung: Từ thời các vị Tổ khai sơn về núi hành đạo thì chùa đã hình thành, ngày ấy chùa được xem là chùa Trung của Linh Sơn Tiên Thạch Tự, là nơi du khách dừng chân khi đến chiêm bái chùa Hang, chùa Bà. Hiện nay, chùa được trùng tu với diện mạo khang trang, Linh Sơn Thánh Mẫu (mặt trắng) được đặt tại điện thờ chính, ở vị trí cao nhất.

Linh Sơn Tiên Thạch Tự (chùa Bà): Đây là ngôi chùa cổ nhất trong hệ thống các chùa tại núi Bà Đen, được hình thành từ thế kỷ 18 và toạ lạc tại lưng chừng núi ở độ cao 250m. Ở sân chùa Bà có tôn trí tượng Bồ tát Quán Thế Âm. Bên cạnh chùa là Điện Bà Linh Sơn Thánh Mẫu với kiến trúc một mái đá tự nhiên nhô ra tạo thành động. Chính điện thờ Linh Sơn Thánh mẫu mặc áo đỏ, mặt đen.

Linh Sơn Hòa Đồng (chùa Hòa Đồng): Được khôi phục lại từ một ngôi chùa cũ nơi Hòa thượng Thích Giác Điền từng tu tập trong những năm giữa thế kỷ 20, chùa Linh Sơn Hòa Đồng nằm biệt lập ở một góc núi Bà Đen và có diện tích chỉ khoảng 200m2. Du khách sẽ có dịp chiêm bái tượng Phật Thích Ca Mâu Ni nhập Niết Bàn trên đường đến Chùa Hoà Đồng.

Linh Sơn Long Châu (chùa Hang): Năm 1864, thầy Huệ Mạng Kim Thiền cùng một nhà sư họ Chăm chọn một hang đá cách thung lũng suối Vàng khoảng 200m để tu tập và xây dựng nơi này thành Linh Sơn Long Châu tự. Chùa Hang gắn liền với huyền thoại "Ông đá nứt" ngay trước suối Vàng. Tương truyền trước kia, đường đến Chùa Hang rất gian nan vì có tảng đá lớn chặn, muốn đến Chùa phải đi vòng qua đường suối vô cùng khó khăn. Sư tổ Tánh Thiền đã tụng kinh cầu nguyện suốt 100 ngày thì "Ông Đá nứt đôi ra, và hai bên đá dang ra chừa một lối đi bề ngang 1,5 mét" để dẫn lối vào chùa Hang. Dấu tích ấy hiện vẫn còn, là lối đi giữa hai khối đá lớn.

Chùa Quan Âm: Chùa ở ngay Động Ba Cô, nằm phía trên và cách chùa Hang khoảng 150m. Chùa Quan Âm có chánh điện trang nghiêm, thờ Linh Sơn Thánh Mẫu mặt đen đội mũ phụng, áo bào, ngồi trong tư thế kiết già thiền định trên toà sen. Sau bức tượng là bài vị có nội dung "Nam mô Linh Sơn Thánh Mẫu Bồ Tát".

Đá tại núi Bà Đen có cấu trúc đặc biệt, từng tảng lớn kích cỡ bằng nguyên một ngôi nhà chồng xếp lên nhau từ thuở khai sơn. Những khe hở giữa chúng tạo thành vô vàn hang động, trong đó nổi bật nhất là động Kim Quang và động Ba Cô.

Từ chân núi đi lên theo triền núi khoảng 500m là đến Động Kim Quang, cao 150m, từng là nơi tu hành và giữ động của một nhà sư giữa vùng núi non hiểm trở.

Động Ba Cô: Động Ba Cô nằm phía trên và cách chùa Hang khoảng 150m. Trước kia, từ chùa Hang lên động chỉ có một lối lên dốc ngược, quanh co qua đá núi gập ghềnh, hiện đã có lối vào phía sau động núi, vào ra thuận tiện dễ dàng từ chùa Quan Âm. Cửa động chính nay chỉ là một khe nhỏ hẹp giữa một bên là đá núi, một bên là gốc sung già, cuối hang một ban thờ có bày tượng "Ba Cô". Theo truyền thuyết, đây từng là nơi thờ ba nữ tu sĩ tu niệm và thường xuống núi giúp dân nghèo chữa bệnh.

Tượng Phật Bà Tây Bổ Đà Sơn: Nằm tại trung tâm quần thể tâm linh trên đỉnh núi là Tượng Phật Bà bằng đồng cao nhất Châu Á theo bình chọn của Kỷ lục Guinness Châu Á. Tượng Phật có tổng chiều cao 72m, được các nghệ nhân thực hiện bởi hơn 170 tấn đồng đỏ.

Giữa không gian bồng bềnh mây trắng, tượng Phật Bà – biểu tượng vĩnh hằng của trí tuệ, đức hạnh và tinh thần bác ái bao la đứng uy nghi, tiếp vào đất trời, hướng tuệ nhãn từ bi nhìn về phía hồ Dầu Tiếng như chỉ dấu thiêng liêng cho cả một vùng đất.

Tượng Phật Bà Tây Bổ Đà Sơn cao nhất Á châu bằng đồng đỏ trên đỉnh núi

Trung tâm triển lãm Phật giáo nằm dưới chân tượng Phật bà là trung tâm triển lãm Phật giáo trưng bày những phiên bản mô phỏng nhiều tác phẩm Phật giáo kinh điển, trong đó có nhiều pho tượng nổi tiếng của Việt Nam và thế giới. Đặc biệt, tại khu vực Đại sảnh mái vòm tầng 1, du khách có cơ hội tìm hiểu và khám phá về vũ trụ trong quan niệm của Phật giáo thông qua công nghệ chiếu phim *video mapping* với các thiết bị trình chiếu, âm thanh hiện đại hàng đầu thế giới.

Miếu Sơn Thần nằm trên đỉnh núi, gần quần thể tượng Phật Bà Tây Bổ Đà Sơn, miếu Sơn Thần là nơi thờ Linh Sơn Thánh Mẫu, thờ Sơn thần.

Với cảnh sắc thiên nhiên tươi đẹp, quần thể tâm linh kỳ vĩ cùng các hoạt động lễ hội quy mô, núi Bà Đen không chỉ là biểu tượng tín ngưỡng của người Nam bộ, mà còn là điểm hành hương thu hút hàng triệu Phật tử, du khách mỗi năm tụ về từ khắp mọi miền đất nước nói riêng và thế giới nói chung.

Ngoài những truyền thuyết ít nhiều liên quan đến lịch sử, còn nhiều truyền thuyết khác khá thú vị nhưng huyền hoặc, có lẽ chủ đích để tăng thêm phần hấp dẫn hầu lôi kéo du khách, hoặc mang đậm dấu ấn mê tín của số đông dân chúng hành hương, như lễ bái cầu con, sự tích về Ba Cô, cậu Bảy…

Ngày... tháng...

Tôi và Lâm ngồi trong một gian hàng ở quảng trường rộng trước cổng vào, sau ngót một ngày tham quan. Cũng như chúng tôi, khách hành hương và du lịch lũ lượt ra khỏi cổng sau thời gian dài thưởng ngoạn, chiếm bái, cầu xin những nơi thờ tự linh thiêng.

Chiều đã nhạt nắng, gió nhẹ, khí hậu trên núi cao thoáng mát, khác hẳn dưới phố, oi bức, ngột ngạt như hầu hết các địa danh vùng đồng bằng miền Nam. Cũng trong bộ quần áo giản dị, trẻ trung, áo phông ngắn tay bó sát, khoe hai bắp thịt vồng cao, và khuôn ngực vạm vỡ nổi rõ sau lớp vải thun, trông Lâm hấp dẫn như tài tử điện ảnh, lòng tôi lại bồi hồi xao động. Đúng như Thục Đoan nói, tôi lậm chàng trai này mỗi lúc một nặng. Không như hai mối tình trước, Lâm chiếm lĩnh hồn xác tôi một cách từ tốn, êm đềm mà mãnh liệt. Tôi nghĩ, có lẽ sẽ không bao giờ nữa tôi có cảm giác này.

Lâm nâng cốc bia uống một hơi dài rồi đặt cốc xuống bàn, nhìn dòng người liên tục nối đuôi ra khỏi cổng đến trạm xe bus xuống núi, hỏi tôi,

"Ngày nào cũng đông như thế này à?"

"Vâng, Tết hoặc lễ Đản Sinh Phật Thích Ca còn đông gấp nhiều lần, các chùa đều nghẹt cứng người."

"Anh đã tham quan nhiều thắng tích khắp thế giới, có lẽ Việt Nam là nước thứ hai có lượng khách du lịch và hành hương đông không kém Trung Quốc."

Đông thực, dù nắng sắp tắt, dòng người vẫn không ngớt đổ ra, tiếng nói cười rộn rả, sinh động, biến vùng núi một thời hoang vắng trở thành khu chợ lộ thiên dưới đồng bằng.

Non nửa thế kỷ trước, thời còn chiến tranh, địa danh này là vùng mất an ninh, bom đạn ngày đêm không ngừng băm nát cỏ cây, đất đá. Và với địa hình hiểm trở cùng vô số hang động, là bản doanh lý tưởng bất khả xâm phạm của quân giải phóng, không mấy ai dám bén mảng đến, ngoại trừ những người tu hành. Từ ngày hòa bình, ngành du lịch phát triển, những thắng tích, chùa chiềng được tu sửa, nâng cấp, nhất là những năm gần đây, với công nghệ tiên tiến, vùng đồi núi hoang vu xưa kia đã hóa thân thành một nơi du lịch tâm linh hoành tráng, không những chỉ Việt Nam mà là của hành tinh này. Với trung tâm triển lãm Phật giáo dưới chân bệ tượng Phật bà được tạo tác bằng đồng đỏ uy nghi, cao chót vót chạm mây, được kỷ lục Guinness xếp hạng hàng đầu thế giới. Và đường lên núi không phải vất vả leo trèo như xưa mà thay bằng cáp treo cũng được xếp hạng dài nhất hành tinh, vừa nhẹ nhàng, vừa có dịp thưởng ngoạn cảnh hùng vĩ tươi đẹp của núi rừng… Dù có thể đã được đọc nhiều tài liệu liên quan, nhưng làm sao giới trẻ ngày nay, những người chưa từng bị ném vào chiến tranh, hình dung được sự hóa thân như chuyện phong thần của thắng tích này?

Tôi buộc miệng,

"Thật kỳ diệu."

Lâm hỏi,

"Em nói gì?"

Tôi lặp lại nhận xét và giải thích, Lâm nghe, gật gù,

"Em nói không sai, anh từng đọc và nghe các cụ nói về thời kỳ chiến tranh, quả thế, làm sao giới trẻ hiểu được sự đổi thay như phép lạ."

"Nông nghiệp là chủ yếu của Việt Nam, miền Nam ruộng đồng cò bay thẳng cánh, thế mà trong chiến tranh em nghe mẹ nói phải ăn gạo Thái Lan, một nghịch lý ói ăm!"

"Sau gần nửa thế kỷ kể từ ngày thống nhất, bây giờ gạo của ta xuất cảng đứng hàng đầu thế giới, mới thấy chiến tranh tai hại cỡ nào."

Chúng tôi trở lại thành phố, nghỉ đêm tại một khách sạn nhỏ và cùng thống nhất sáng mai sẽ sẽ về lại Sài Gòn, chuẩn bị cho chuyến đi dài ngày hơn: những địa danh thuộc đồng bằng sông Cửu Long.

Nửa đêm choàng thức, nhớ lại những sự cố đã vừa xảy ra, tôi còn ngây ngất tựa vừa uống xong ly rượu dậy men, không đủ mạnh làm say nhưng đủ nồng độ du tôi vào trạng thái phiêu bồng, lâng lâng.

Hồi chiều trên đường về khách sạn sau bữa cơm trên phòng ăn ở tầng hai, tôi và Lâm ra đứng ngoài hành lan với tách cà phê nóng, vừa nhấm nháp vừa hàn huyên. Tôi nói,

"Mười năm trước con đường này với hai lằn xe xuôi ngược, bây giờ, bốn lằn xe. Thành phố sạch đẹp, thay da đổi thịt đến không ngờ."

"Không riêng gì địa danh này mà hầu hết các tỉnh thành khác ở mọi miền đất nước cũng thế, chưa kể những đô thị mới không ngừng khai sinh, đáp ứng nhu cầu dân số tăng nhanh từ lúc chiến tranh chấm dứt. Mỗi năm về lại, anh đều ngạc nhiên, nhiều lần có cảm tưởng lạc vào một đất nước xa lạ."

"Anh nói đúng, một lần ra Trung, em bàng hoàng khi đến Đ. N., thành phố mở rộng, nhà cửa đường sá thoáng sạch như ở các nước tiên tiến hàng đầu, sông Hàn với ba cây cầu với một cầu quay hiện đại, bán đảo Sơn Trà mọc lên nhiều biệt thự, khách sạn, nhà hàng, biến nơi này thành khu nghỉ dưỡng cao cấp; Đường ra Ngủ Hành Sơn lúc xưa hai bên là cồn cát hoang vu, bây giờ nhà cửa san sát. Báo chí chấm điểm Đ.N. là nơi đáng sống nhất nước."

Chúng tôi trở lại cuộc trò chuyện trên núi Bà Đen, về mọi tai ương do chiến tranh gay nên, và sự hồi sinh của đất nước khi hòa bình.

Lâm có vẻ lạc quan, tôi hiểu được tình cảm của anh đối với quê hương, tôi nhớ đến một người Việt đã quen hơn ba năm trước ở *California* nhân một chuyến du lịch. Ông ta trên dưới sáu mươi tuổi, là một triệu phú. Nhiều cư dân thành đạt ở xứ người không phải là chuyện lạ, điều khác thường là người đàn ông này dứt khoát không nói tiếng mẹ đẻ và chối bỏ nguồn cội. Thành phần di cư sang xứ người vào thời điểm sau 30 tháng tư 1975 vì ân oán hay vì chính kiến, không bằng lòng chế độ mới, tôi hiểu và cảm thông, nhưng cực đoan như người đàn ông này quả rất hiếm, có thể ông ta chịu lắm đau thương do chế độ mới gây nên, mất hết tài sản, người thân bị dập vùi, tù đày, thậm chí chết bỏ thây ở một xó rừng nào đó chả hạn. Nhưng nơi ông ta sinh ra, trăm triệu con người có chung với ông một cội nguồn, họ là những công dân bình thường, không phe phái, không tả hữu, nào có tội tình gì khiến ông ta căm thù đến độ quyết liệt chối bỏ? Tình cảm với nơi chào đời là một thứ tình cảm vượt trên mọi rào cản nhất thời tạo nên bởi chính kiến, phe phái, chế độ. Trải qua bốn ngàn năm từ buổi lập quốc, bao nhiêu triều đại hưng vong, dài bốn năm trăm năm, ngắn vài ba mươi năm, nhưng nước Việt vẫn còn đó. Mãi mãi, muôn đời. Tôi đau lòng khi đọc những bài viết, những cuốn sách đăng nhan nhản trên mạng, hai từ "mất nước" được họ lặp đi lặp lại như một khẳng định. Đồng hóa chế độ với đất nước là điều không thể chấp nhận.

Cuối năm thời tiết se lạnh vào buổi tối, tôi rùng mình,

"Em thấy ơn ớn."

"Không khéo bệnh, thôi mình vào đi."

Trong đầu tôi chợt lóe lên một ý tưởng, sao tôi tôi không nhân cơ hội này mở đường giúp Lâm tiến tới, xóa bỏ rào cản cả hai rất muốn nhưng còn e ngại? Tôi thực hiện ngay bằng cách giả vờ lảo đảo khi xoay người dợm bước vào phòng, Lâm vội đưa tay đỡ, không chần chừ tôi nhanh chóng ngã người vào lòng Lâm kêu nhỏ,

"Anh…"

'Có sao không em?"

Lâm hỏi, vẻ lo lắng.Tôi ngước nhìn khuôn mặt chàng trai rất gần, chỉ non gan tay, bằng cặp mắt đắm đuối, mời gọi, Lâm nhìn lại và hiểu.

Rào cản được tháo gỡ, tôi thực sự trở thành người yêu của Lâm. Ước muốn tôi ôm ấp bấy lâu đã thành hiện thực, tôi sung sướng.

Tôi nhìn Lâm còn chìm trong giấc ngủ, đưa tay vuốt ve khuôn ngực trần vạm vỡ và hôn nhẹ vầng trán rộng, Lâm mở mắt nhìn, ôm tôi, hỏi nhỏ,

"Sao em không ngủ?"

Tôi không trả lời, dụi mặt vào nách Lâm, hít sâu mùi đàn ông, cảm thấy hạnh phúc vô bờ. Lâm siết mạnh vòng ôm,

"Ngủ đi, ngày mai khởi hành sớm."

Ngày... tháng...

Xe chạy nhanh, tôi hạ kiếng, gió mát ru tôi vào giấc ngủ và chỉ thức dậy khi xe vào địa phận tỉnh Bến Tre.

Lâm nói,

"Canh chua cá linh bông so đủa nổi tiếng của vùng này, mình ghé vào quán ăn thử, dằn bụng luôn rồi sang cồn Phụng xem nơi xưa kia là bản doanh của Ông Đạo Dừa, nghe nói người ta phục dựng lại những công trình Ông Đạo Dừa đã tạo tác, nhằm phục vụ du khách."

"Em có nghe ba nói nhưng không rõ lắm về nhân vật này"

"Anh sẽ đưa em đọc một tài liệu về tiểu sử Ông Đạo Dừa!"

Lâm ra sau mở cốp xe, lôi chiếc vali tìm và đưa tôi một bài báo, tôi hỏi,

"Làm sao anh biết Ông Đạo Dừa ở Cồn Phụng?"

Lâm cười,

"Trước khi về nước anh đã dự tính sẽ tham quan những đâu, vì thế anh đã cất công thu tìm tài liệu, không những đây mà còn nhiều nơi khác nữa. Em đọc đi."

Lâm gọi một chai bia uống từng ngụm nhỏ đợi tôi đọc bài viết trên tờ báo đã vàng ố,

"Giáo chủ Đạo Dừa Nguyễn Thành Nam sinh ngày 25 tháng chạp, năm kỷ dậu (giấy khai sinh ghi là ngày 22-4-1910), tại xã

Phước Thạnh, Tổng An Hòa, Huyện Trúc Giang, Tỉnh Kiến Hòa (Nay thuộc Huyện Châu Thành, Tỉnh Bến Tre). Ông chào đời và lớn lên trong một gia đình giàu có, nhiều quyền thế. Mẹ là bà Lê Thị Sen. Cha là ông Nguyễn Thành Trúc, một cựu cai tổng thời Pháp thuộc từ những năm 1940 đến năm 1944. Ông này có tới ba người vợ, Nguyễn Thành Nam là con của người vợ cả. Vì thế ông được thừa hưởng rất nhiều quyền lợi, còn được sang Pháp du học. Nguyễn Thành Nam có thực sự đỗ bằng kỹ sư hóa học hay không thì cũng có rất nhiều ý kiến trái chiều, chỉ biết rằng trong tiểu sử xin ứng cử Tổng thống của mình Cậu Hai ghi là đã từng học qua trường ở Pháp như: *"Pensionat des lafristes tại Lyon, Saint Joseph et Saint Marie tại Canes...* và cả trường cao đẳng hóa học *Rouen*".

Vào năm 1945, ghi đậm dấu ấn một bước ngoặc lớn trong cuộc đời của Nguyễn Thành Nam, là giai đoạn sơ khai hình thành "Đạo Dừa"

Ngày mùng 3 tháng 9 năm Ất Dậu (1945), ông quy y cầu đạo với Hòa thượng Thích Hồng Tôi ở chùa An Sơn, núi Tượng thuộc vùng Bảy Núi, Châu Đốc, An Giang.

Ông Nguyễn Thành Nam, giáo chủ Đạo Dừa

Kể từ năm 1945 trở về sau, tên gọi "Đạo Dừa" thường được mọi người nhắc đến. Vì trong thời gian tu đạo của mình, Cậu Hai chỉ toàn ăn trái cây và uống nước dừa xiêm. Nguyễn Thành Nam cũng từng nói: "25 năm bần đạo không uống nước sông, nước mưa, chỉ uống nước dừa xiêm và nước mía". Thậm chí ông còn dùng nước dừa để rửa hoa quả. "Đài bát quái" Cậu Hai dựng đầu tiên cao 14 mét ở xã Phước Thạnh cũng toàn bằng cây dừa. Người đời thường gọi "Đạo Dừa" từ thuở đó. Sau thời gian tu tập trên núi, ông trở về và bắt đầu truyền bá cách hành đạo của mình. Năm 1948, tại Định Tường (Tiền Giang) ông ngồi thiền ở nhiều nơi từ bờ sông cho đến trước mái hiên nhà… . Những năm 1950, người ta thường thấy Cậu Hai chỉ khoát trên mình một manh áo mỏng, đêm ngày ngồi tịnh khẩu hành đạo trên "Đài bát quái" và mỗi năm chỉ tắm một lần vào ngày Phật đản (8-4 AL). Ông còn mua cả xà lan loại nhỏ, hai tàu chở khách để thuận tiện cho việc hành đạo cũng như đưa rước các tín đồ. Vì biến động của thời cuộc, vào năm 1963, Cậu Hai dời toàn bộ cơ sở về mũi phía đông Cồn Phụng (thuộc xã Tân Thạch, Châu Thành) gần bến phà Rạch Miễu cũ. Tại đây ông cho xây dựng chùa Nam Quốc Phật – có cả Cửu Đỉnh, sân Rồng, và… phi thuyền Apollo, bản đồ hình chữ S, Tháp Chuông Hòa Bình, khu vực Thất Sơn… . Ông còn mua thêm xà lan lớn 3 tầng, trên đó có tháp đài, nhà khách, vườn hoa…Từ đây, Giáo chủ Nguyễn Thành Nam bắt đầu truyền bá đạo pháp của mình.

Mọi Tôn Giáo đều có những giáo lý, tư tưởng hành đạo khác nhau. Thế nhưng, nói đến "Đạo Dừa" người ta thường liên tưởng đến một Giáo phái với những cách tu đạo rất khác biệt và cũng vô cùng huyền bí. Giáo chủ Nguyễn Thành Nam, người tự cho mình là đấng tái sinh của vua Minh Mạng, là Thiên Nhơn giáo chủ Thích Hòa Bình. Giáo phái của ông là tổng hòa nhiều tôn giáo, từ Nho, Phật, Lão cho đến Ki tô giáo. Ngay cả câu niệm của "Đạo Dừa" cũng thể hiện một sự kết tinh rất đặc biệt: "Nam vô Phật Chúa cứu khổ cứu nạn Amen". Tuy lập dị song có một điểm chung tốt: tư tưởng hành đạo của ông giống với các tôn giáo khác chính là luôn hướng con người đạt đến những giá trị tốt đẹp, khuyến khích họ biết yêu thương, tôn trọng lễ nghĩa và cư xử với nhau cho tốt đời đẹp đạo. Duy phương pháp tu tập thì lại khác xa. Cách tu đạo của ông là không cần tụng kinh, gõ mỏ, chỉ cần ngồi thiền tịnh khẩu, tưởng niệm và chỉ uống nước dừa mà không động đến các thực phẩm khác. Điều này rất khó khăn cho những ai mới bước đầu tu đạo theo cách của ông. Có thể nhìn nhận ông Đạo Nguyễn Thành Nam là một người luôn yêu chuộng hòa bình. Cậu Hai khuyến khích các tín đồ mỗi ngày bỏ ra 5 phút cầu nguyện cho thế giới được hòa bình. Để chứng minh chân lý của mình, ông đã, bằng cách cho mèo và chuột sống chung trong một lồng, ngụ ý rằng hai kẻ thù không đội trời chung như mèo và chuột vẫn có thể chung sống với nhau. Giáo chủ Đạo Dừa còn cho tín đồ chia thành hai phe Việt Cộng và lính VNCH, chém giết lẫn nhau thế nhưng khi Cậu Hai từ trên đài tháp xuống thì tất cả lập tức buông vũ khí hòa giải.

Cũng từ cách nghĩ đó, ông Đạo Dừa còn đi đến một quyết định lớn lao hơn đó là ứng cử Tổng thống miền Nam vào năm 1971

Ông đạo Nguyễn Thành Nam tình nguyện ra ứng cử nhằm mục đích duy nhất là đem lại hòa bình cho dân tộc, cứu rỗi nhân loại. Với khẩu hiệu "Liên danh dân tộc hòa bình thống nhất", Cậu Hai đưa ra một lời cam kết đanh thép: "Nếu đắc cử Tổng Thống, bần đạo sẽ đem lại hòa bình cho Việt Nam và Đông Dương trong vòng 7 ngày", sau đó "Tân Đại Tổng Thống sẽ từ chức". Giáo chủ Đạo Dừa nói ra điều này nhằm chứng tỏ rằng ông không phải là người "trần" ham mê thế lực mà Cậu Hai chính là vị thánh sống xuất hiện để cứu giúp dân tộc, sau khi hoàn thành nhiệm vụ cao cả này thì ngài sẽ ra đi. Chính Nguyễn Thành Nam cũng từng khẳng định: "Từ năm 1948 đến nay (1970) bần đạo là người duy nhất nắm giữ chìa khóa hòa bình mà chưa có dịp mở khai, cho nên bần đạo phải tự hy sinh đứng ra nhận gánh trọng trách". Có thể nói, từ phát ngôn cho đến hành động Cậu Hai luôn thể hiện mình là một người rất đặc biệt. Điều này được minh chứng bằng hàng loạt hoạt động cho việc ứng cử của mình, cụ thể như có lần ông đem một cái chuông lên Sài Gòn và xin được đánh lên một hồi chuông trên đài phát thanh. Cậu Hai giải thích: tiếng chuông ấy là tiếng "gọi" làm thức tỉnh, khi nghe được tiếng chuông thì cả hai miền Nam-Bắc lập tức có "hòa bình" (ngày nay "Tháp chuông hòa bình" là một phần trong quần thể công trình kiến trúc của Đạo Dừa). Hay là chuyện Nguyễn Thành Nam đem rất nhiều tiền của đựng trong 9 cái cần xé lên Sài Gòn nộp quỹ ứng cử (đây là tiền bắt buộc phải nộp cho bất kỳ ai muốn ra ứng cử) cũng đã từng tạo ra cảnh choáng ngợp cho những người chứng kiến… Nhân đây cũng xin được nhắc lại, tuy Cậu Hai không phủ nhận cựu cai Tổng và bà Lê Thị Sen là hai đấng sinh thành của mình, thế nhưng ông Đạo Dừa lại luôn cho mình là vua Minh Mạng tái sinh, mà vua Minh Mạng được cho là vị vua tái sinh từ Trạng Trình Nguyễn Bỉnh Khiêm. Vì vậy, Nguyễn Thành Nam cũng tự cho mình là một nhà thông thái như Trạng Trình. Trước đây ở chùa Nam Quốc Phật, hai câu sấm nổi tiếng của Trạng Trình cũng được giáo chủ Đạo Dừa xem như câu tuyên ngôn bất di bất dịch và được rao giảng thường xuyên, đó là: "Phá điền quân tử xuất bất chiến tự nhiên thành". Đây là hai câu tuyên ngôn Hán Việt, được giải thích như sau ("Phá" tức là phá bỏ, loại bỏ...; "Điền" là ruộng, đất...; "Quân tử" ở đây được hiểu là bậc minh quân, vua...; "Xuất" là sự xuất hiện, thoát ra). Theo ý của Đạo Dừa thì đó là phá bỏ luật đất đai điền thổ ban hành luật "người cày có ruộng", thì khi đó nhà vua sẽ xuất hiện (Vua ở đây chính là Nguyễn Thành Nam). Một khi "vua" xuất hiện rồi thì "Bất chiến tự nhiên thành"- một cuộc chinh phục không cần đến sự giao chiến, bạo lực mà là dựa trên phương cách bất bạo động. Ý tưởng này được Nguyễn Thành Nam áp dụng một cách triệt để. Tuy giáo chủ đã đặt rất nhiều tâm huyết vào việc ứng cử và đưa ra rất nhiều ý tưởng, thế nhưng những việc làm này lại không được chính quyền Nguyễn Văn Thiệu chấp nhận, họ cho rằng ý tưởng của ông là hoang đường và ảo tưởng. Thế là, ước nguyện làm Tổng Thống để cứu bá tánh của ông Đạo Dừa đã không thành hiện thực.

"Đạo Dừa" hoạt động rất tích cực trong những năm 1945 đến năm 1975. Tuy nhiên kể từ sau khi hòa bình lập lại (1975) thì Đạo Dừa bị cấm hoạt động. Có rất nhiều nguyên nhân dẫn đến sự sụp đổ của Đạo này, nhưng chung quy chúng ta có thể nhận thấy rõ là:

Thứ nhất: Đạo Dừa không có một đường lối, giáo lý rõ ràng, thậm chí có phần hài hước. Chỉ kế thừa và rút tỉa tinh hoa từ những Tôn giáo khác, vả lại ông đề ra rất nhiều quy luật quá khắc khe cho các tín đồ, trái với khoa học. Vì vậy, Đạo Dừa không được sự thừa nhận của Hội đồng Tôn giáo Việt Nam.

Thứ hai: Sau 1975, Đạo Dừa bị chính quyền cấm hành đạo và ông Đạo Nguyễn Thành Nam bị đưa đi cải tạo sau khi bị bắt trở lại trong quá trình vượt biên, nhưng được người thân bảo lãnh về sống tại Phú An Hòa do tuổi cao sức yếu. Trong thời gian này, người ta nhận thấy ở Cậu Hai đã có những thay đổi đáng kể như trong việc vận động người dân sửa cầu, đường ở quê nhà. Có thể xem đó như là một nghĩa cử tri ân nơi chôn nhau cắt rốn của mình.

Thế nhưng không lâu sau, vì thấy những tín đồ vẫn còn tin tưởng mình nên Đạo Dừa hoạt động trở lại. "Đạo Dừa" vận động nhiều tín đồ góp tiền vàng xây dựng chùa, am, mua sắm ghe thuyền làm nơi truyền "Đạo bất tạo con" mà Cậu Hai đã có ý định từ trước đó. Nguyễn Thành Nam cho thành lập một đài phát thanh trên ghe và hàng ngày cho phát thanh tuyên truyền "Đạo bất tạo con". Đạo này chủ trương Nam Nữ thoải mái sống chung nhưng không sinh con cái. Nhận thấy chủ trương này trái với thuần phong mỹ tục người Việt nên chính quyền đã nhiều lần nhắc nhở và kiểm điểm. Thế nhưng Đạo Dừa vẫn hoạt động lén lút cho đến năm 1990, giáo chủ Đạo Dừa đã qua đời trong một tai nạn ngã từ trên gác cao xuống nền nhà (tại Phường 5, thành phố Mỹ Tho). Từ đó các tín đồ cũng không còn ai theo đạo này nữa. "Đạo Dừa" hay "Đạo bất tạo con" cũng kết thúc."

Tôi hỏi Lâm sau khi đã đọc xong bài báo,

"Quái lạ, anh nghĩ thế nào về nhân vật này?"

"Hài hước thực, song, một cách nghiêm túc thì để lý giải hiện tượng Ông Đạo Dừa, theo anh, có lẽ phải lùi về quá khứ, đó là căn tính di truyền từ thời khai hoang mở đất của cha ông. Lớp lưu dân tiên phong này đối diện thường xuyên với mọi tai ương: rừng thiêng, nước độc, thú dữ, thiên tai, bệnh tật… Họ không biết phải bám víu vào ai nên tin những chuyện huyền bí, hoang tưởng, từ đó nảy sinh ra bao nhiêu Ông kia Bà nọ với ước mong các "đấng" này sẽ phù hộ họ vượt qua mọi bất trắc. Không nơi nào trên đất nước Việt Nam nhiều "Ông, Bà" thánh thần bằng miền Nam, nào là Bà Đen, Bà Chúa Xứ, Bà Chúa Thượng Ngàn, Cậu Bảy, Cô Ba… Thậm chí một cây cổ thụ, một tảng đá cũng trở thành linh thiêng."

Ngày... tháng...

Suốt tuần chúng tôi đến khá nhiều nơi thuộc đông bằng sông Cửu Long, viếng các lăng mộ cũng như nơi thờ tự các danh nhân của miền Nam như Phan Thanh Giản, Trịnh Hoài Đức, Thoại Ngọc Hầu… Những nơi này tuy không qui mô, kỳ vĩ, nhưng họ là những anh hùng, những người có công với đất nước nên vẫn được thờ cúng trang trọng, thành kính.

Đặc biệt nhất là miếu Bà Chùa Xứ, núi Sam.

Miếu Bà Chúa Xứ, núi Sam

Là một di tích (lịch sử, kiến trúc và tâm linh) quan trọng của tỉnh An Giang nói riêng và của đồng bằng sông Cửu Long nói chung.

Việc thờ cúng Bà Chúa Xứ (*Chúa Xứ Thánh Mẫu*) nằm trong tín ngưỡng thờ Mẫu Việt Nam, hàng năm được tổ chức trang trọng từ ngày 23 đến 27 tháng 4 âm lịch.

Trước thế kỷ XVIII, tượng Bà được dân địa phương phát hiện và khiêng xuống từ đỉnh núi Sam bởi 9 cô gái đồng trinh, theo như lời dạy của Bà qua miệng "cô đồng", nên người dân đã lập miếu để tôn thờ.

Có ý kiến cho rằng Thoại Ngọc Hầu hoặc vợ là bà Châu Thị Tế là người đã ban lệnh và hỗ trợ việc xây dựng miếu. Tuy khó xác minh, nhưng biết chắc là miếu ra đời sau khi vị quan này về đây trấn nhậm và kênh Vĩnh Tế đã hoàn tất (1824) mang lại lợi ích rõ rệt cho lưu dân và dân bản địa.

Ban đầu miếu Bà được cất đơn sơ bằng tre lá, nằm trên vùng đất trũng phía tây bắc núi Sam, lưng quay về vách núi, chính điện nhìn ra con đường và cánh đồng làng.

Năm 1870, ngôi miếu được xây dựng lại bằng gạch hồ. Năm 1962, ngôi miếu được tu sửa khang trang bằng đá miếng và lợp ngói âm dương. Năm 1965, Hội quý tế cho xây nới rộng nhà khách và làm hàng rào nhà chính điện. Năm 1972, ngôi miếu được tái thiết lớn và hoàn thành vào năm 1976, tạo nên dáng vẻ như hiện nay.

Kiến trúc miếu có dạng chữ "quốc", hình khối tháp dạng hoa sen nở, mái tam cấp ba tầng lầu, lợp ngói đại ống màu xanh, góc mái vút cao như mũi thuyền đang lướt sóng. Bên trong miếu có võ ca, chánh điện, phòng khách, phòng của Ban quý tế...

Các hoa văn ở cổ lầu chính điện, thể hiện đậm nét nghệ thuật Ấn Độ. Phía trên cao, các tượng thần khỏe mạnh, đẹp đẽ giăng tay đỡ những đầu kèo. Các khung bao, cánh cửa đều được chạm trổ, khắc, lộng tinh xảo và nhiều liễn đối, hoành phi ở nơi đây cũng rực rỡ vàng son. Đặc biệt, bức tường phía sau tượng Bà, bốn cây cột cổ lầu trước chính điện gần như được giữ nguyên như cũ.

Ở thời điểm năm 2009, miếu Bà Chúa Xứ Núi Sam được xem là "ngôi miếu lớn nhất Việt Nam".

Theo nhà khảo cổ học người Pháp là Malleret đến nghiên cứu vào năm 1941, thì tượng Bà Chúa Xứ Núi Sam thuộc loại tượng thần Vishnu (nam thần), tạc dáng người nghĩ ngợi, quý phái, có giá trị nghệ thuật cao, được tạc vào cuối thế kỷ 6 bằng đá son, và rất có thể đây một trong số hiện vật cổ của nền văn hóa Óc Eo.

Sau này, nhà văn Sơn Nam cũng đã chép: Tượng của Bà là pho tượng Phật *đàn ông của người* Khmer, bị bỏ quên lâu đời trên đỉnh núi Sam. Người Việt *đưa tượng vào miễu, điểm tô lại với nước sơn, trở thành đàn bà mặc áo lụa, đeo dây chuyền. Và từ đó "Bà Chúa Xứ" là vị thần có quyền thế lớn ở khu vực ấy, xứ ấy...*

Chung quanh tượng Bà Chúa Xứ, bằng đá sa thạch xưa nhất Việt Nam, đặt giữa chính điện, còn có bàn thờ Hội đồng (phía trước), Tiền hiền và Hậu hiền (hai bên), bàn thờ Cô (bên phải, có thờ một tượng nữ thần nhỏ bằng gỗ), bàn thờ Cậu (bên trái, có thờ một Linga bằng đá rất to, cao khoảng 1,2m). Dân chúng khắp miền phụng cúng nhiều vật quí cũng như áo của Bà tới 15.000 bộ vào thời điểm 1990, nay chắc chắn con số này cao hơn nhiều.

Lễ Vía Bà Chúa Xứ Núi Sam được tổ chức trang trọng từ ngày 23 đến 27 tháng 4 âm lịch hàng năm, trong đó ngày vía chính là ngày 25. Các lễ chính gồm:

- Lễ "tắm Bà" được cử hành vào lúc 0 giờ đêm 23 rạng 24 tháng 4 âm lịch.

- Lễ "thỉnh sắc" tức rước sắc và bài vị Thoại Ngọc Hầu cùng hai phu nhân từ Sơn lăng về miếu bà, được cử hành lúc 15 giờ chiều ngày 24.

Tượng Bà Chúa Xứ Núi Sam

- Lễ túc yết và Lễ xây chầu: Lễ "túc yết" là lễ dâng lễ vật (lễ vật chính là một con heo trắng) và tiến hành nghi thức cúng Bà, lúc 0 giờ khuya đêm 25 rạng 26. Ngay sau đó, là "Lễ xây chầu" mở đầu cho việc hát bộ (còn gọi là hát bội hay hát tuồng).

- Lễ chánh tế được cử hành vào 4 giờ sáng ngày 27.

- Lễ hồi sắc được cử hành lúc 16 giờ chiều cùng ngày, ngay sau khi Lễ chánh tế kết thúc. Đây là lễ đem sắc và bài vị Thoại Ngọc Hầu cùng hai phu nhân về lại Sơn lăng.

Theo tín ngưỡng của người dân nhuốm màu mê tín, nơi đây rất thịnh hành những tục như xin xăm Bà, vay tiền Bà, thỉnh bùa Bà...

Vào thời điểm 1990 có tới 15,000 áo Bà và hiện vật quí dân hiến cúng được cất giữ tại đây, đến nay con số này chắc chắn cao hơn nhiều,

"Bà Chúa Xứ, dạng đạo Lão dân gian, thu hút bá tánh nhiều nhất Nam Bộ. Tuy cất bên cạnh chùa Tây An nhưng trong "Đại Nam nhất thống chí" không ghi tên, có lẽ vào đời Tự Đức và khi Pháp đến hồi cuối thế kỷ 19, miễu hãy còn khiêm tốn, khách hành hương chỉ là dân phụ cận mà thôi. Miếu chỉ phát triển về sau, thời kháng Pháp rồi chống Mỹ, Lăng Thoại Ngọc Hầu được trùng tu, rồi lập miếu thờ trang nghiêm như đình làng, nhưng vẫn không đáp ứng được yêu cầu của con người khi quá đau khổ, bế tắc. Miếu bà Chúa Xứ được nâng cấp, thay cho miếu sơ sài... Đây là dạng tu tiên, một dạng như Tây Vương Mẫu, Cửu Thiên Huyền Nữ, hoặc Liễu Hạnh công chúa... nên việc thờ phượng, cúng vái có tính cách tự nhiên, khách có thể ăn mặc lòe loẹt, trai gái đùa giỡn, cúng rượu thịt... Vị trí miếu Bà bên núi Sam hội đủ: Sông rộng, đồi núi chập chùng, vùng biên giới... Người hành hương cảm thấy được thỏa mãn về tâm thần, hòa mình vào"sơn hà xã tắc", "khí thiêng sông núi"..." (Sơn Nam)

"Theo bước đường Nam tiến của dân tộc Việt, chúa Liễu đã từ Phủ Giầy (Nam Định), Đền Sòng (Thanh Hóa) đi về phương Nam, tạm dừng ở điện Hòn Chén (Huế) và gặp bà Pô Nưgar tại Nha Trang, gặp bà Đen (Linh Sơn Thánh Mẫu) ở Tây Ninh và bà Chúa Xứ ở núi Sam, Châu Đốc... Tất cả các bà đều là một Mẹ duy nhất trong tâm thức của tín ngưỡng và tập tục thờ mẫu của người Việt." (Nguyễn Đức Toàn)

Do ảnh hưởng Phật giáo, Lão giáo *cùng các tín ngưỡng đồng bóng của dân gian mà các vị thần được thờ chủ yếu là nữ, như* Thánh mẫu Liễu Hạnh, Bà Chúa Thượng Ngàn, Bà Chúa Tiên, Bà Chúa Ngọc, Bà Chúa Động, Bà Cố Hỷ, Bà Thủy, Bà Hỏa...Và Bà Chúa Xứ trở thành một dạng như "Phật Bà Quan Âm" (đối với người Việt), "Bà Mã Hậu" hay "Thiên Hậu Nương Nương" (đối với người Hoa). Bà được tin tưởng đến độ có rất nhiều huyền thoại về "quyền lực linh thiêng" của Bà trong việc "ban phúc, giáng họa" cho con người. Như hai câu liễn đối treo ở miếu Bà như sau:

Cầu tất ứng, thí tất linh, mộng trung chỉ thi
Xiêm khả kính, Thanh khả mộ, ý ngoại nan lường.

(Xin thì được, ban thì linh, báo trong giấc mộng
(Người) Xiêm sợ hãi, (Người) Hoa kính mộ, ý tứ khôn lường.)

Tôi đã tóm lược nhiều tài liệu Lâm đã sưu tầm trước khi thăm viếng thực địa.

Tuy không phải ngày lễ nhưng miếu Bà vẫn không ít bá tánh vãng lai, nghe dân địa phương nói vào những ngày lễ, lượng người đổ về lên đến hàng trăm ngàn, lũ lượt chen chúc trên đường dẫn đến miếu Bà, mang thu nhập khả quan cho các nhà trọ, khách sạn, nhà hàng, quán ăn và nhiều ngành nghề khác.

Trên đường về Sài Gòn để ngơi nghỉ và chuẩn bị ra miền Trung, chúng tôi hàn huyên khá nhiều những nơi vừa thăm viếng. Vẫn theo Lâm, Bà Chúa Xứ phản ảnh rõ rệt tín ngưỡng dân gian đậm mê tín, tin vào thuật đồng bóng, căn tính di truyền của lớp cư dân khai hoang, mở đất Lâm đã nhận xét một lần khi tham quan nơi hành đạo của ông Đạo Dừa Nguyễn Thành Nam trên Cồn Phụng, tỉnh Bến Tre: Từ một tượng Phật đá của người Khmer bỏ quên trên núi Sam, dân đem về, rồi qua lời phán của một "cô đồng" biến thành Bà Chúa Xứ, dần dà theo thời gian những chuyện đồn thổi, thêm thắt kỳ bí, trở nên một nơi chốn linh thiêng.

Ngày... tháng...

Mẹ nói,

"Chỉ một tuần nữa đến Tết, ra giêng hẳn đi."

"Anh Lâm còn phải về Ý, ở lâu đâu được."

Tú nói,

"Ảnh làm nghề tự do, bao giờ về lại chẳng được."

Mẹ nói,

"Phải đấy, Lâm ăn tết với gia đình bác cho vui."

Tôi nhìn Lâm ngầm hỏi, Lâm ngập ngừng,

"Dạ… Con phải ra N.T. thăm ba mẹ. "

"À…"

Bố từ trên lầu đi xuống,

"Bà dọn cái gì để tôi với Lâm nhậu, coi như ăn Tết sớm, Tết nhất con cái về với gia đình, bác hiểu."

Mẹ nướng vội con khô mực và đĩa củ kiệu mang ra,

"Hai bác cháu lai rai trước, bác luộc con gà nấu cháo ăn sau."

Ba gọi Lâm ra phòng khách, ông mở tủ lấy chai rượu và hai chiếc ly,

"Bác cháu mình làm vài ly."

Lâm gọi Tú,

"Lại đây vui với ba và anh."

"Em không hảo rượu mạnh, bia thì ok. Anh và ba thoải mái, em đi gặp tụi bạn."

Tú phóng ra sân, lấy xe vọt nhanh. Lại đến quán Cà phê Đê Mê có con bé tiếp viên "hết sẩy", tôi nghĩ.

Mẹ lắc đầu,

"Cái thằng… Về đến nhà ăn qua quít rồi dông, mê bạn bè đến thế là cùng."

Tôi cười,

"Mê gái chứ bạn bè gì."

Ba và Lâm vừa lai rai vừa hàn huyên vẻ tâm đắc.

Ba hỏi Lâm về đời sống ở xứ người, và dự tính tương lai. Lâm trả lời về vật chất tuy thoải mái, nhưng buồn, cháu định sẽ hồi hương.

Lâm nói,

"Cháu có một người bạn từ Mỹ về Việt Nam lên Yên Bái lấy vợ, mở một stedio vẽ chân dung, ký họa và một quán cà phê, anh ta bảo về vật chất rất ổn định và tinh thần thì vui, khách khứa đông, rần rần từ sáu giờ sáng đến khuya."

Ba nói,

"Không đâu bằng quê hương, nếu cháu đã định thế thì tốt."

Hai người uống gần nửa chai cô nhắc và có vẻ hứng khởi, chuyện dòn như pháo Tết. Từ chuyện cá nhân dần dà chuyển sang chuyện thời sự, chuyện *Israel* và *Hamas*, chuyện *Ukraine* và Nga.

Ba nói,

"Thằng Do Thái cày nát *Palestine,* nhà thương trường học tan hoang, dân chết như rạ, thương tật đói khát, khủng hoảng nhân đạo trầm trọng, thế giới lên án nhưng nó vẫn tỉnh queo. Thằng Mỹ một mặt gởi hàng cứu trợ, một mặt cung cấp tiền bạc, vũ khí cho thằng Do Thái tiếp tục dội bom, bác chả hiểu ra làm sao."

"*Israel* là tiền đồn của Mỹ ở Trung Đông, và tài phiệt Mỹ đại đa số gốc Do Thái, đó là thứ quyền lực vô hình đã từ bao đời nay lèo lái chính trường Mỹ, vì thế nó quá tay cũng phải làm ngơ. Vả lại, hai ngìn năm lưu lạc, bị đày ải khắp nơi, sáu triệu người Do Thái vào phòng hơi ngạt thời Đức Quốc Xã, chưa kể nhiều nước không ưa. Nó chỉ mới lập quốc trở lại bảy mươi sáu năm, lại nằm ở vị thế tứ đầu thọ địch, dứt khoát nó không muốn một lần nữa như xưa nên phải làm dữ, bất chấp. Chuyện chính trị là thế, bác thừa hiểu mà."

"Chiến tranh thật khốn kiếp, chỉ tội cho dân *Palestin*, chả khác nào Việt Nam mình, hai mươi năm, ba triệu người chết, bao nhiêu gia đình cửa nát nhà tan, đến bây giờ đã gần nửa thế kỷ, hậu chấn vẫn còn."

"Mỹ hai mươi năm chỉ chết bốn mươi ba ngàn nhân mạng, thế mà chúng làm rùm beng, nào dựng bức tường đá đen ghi danh công trạng, lập hội này viện nọ nghiên cứu hậu quả tâm thần cho những chiến sĩ từng tham chiến, trong khi mình đau đớn hàng triệu lần hơn vẫn chẳng sao."

Ba nâng ly rượu nhấp một ngụm, rồi trầm ngâm,

"Nhà giàu đứt tay bằng ăn mày đổ ruột. Trò đời nghĩ mà buồn! À, còn chuyện *Ukraine* và Nga, cháu thấy thế nào?"

"*Ukraine* có đường biên giới dài với Nga, là lá chắn rất quan trọng, nhưng *Ukraine* muốn gia nhập *Nato*, Nga lo sợ nên đánh phủ đầu, các nước phương Tây và Mỹ la toáng, hiệp lực hỗ trợ *Ukraine*, bảo thằng Nga vô cớ xâm lăng nước nhỏ. Vấn đề địa chính trị, bên nào cũng bảo mình phải."

Hai người cưa hết một chai cô nhắc. Ba say, lên lầu ngủ, Lâm cũng ngà ngà. Mẹ bảo Lâm ra *sofa* ngủ. Tôi nói thôi, con chở ảnh về bên kia. Bên kia là căn chung cư tôi mới mua. Mẹ nói cũng tốt, về bển tiện nghi hơn.

Buổi tối tôi và Lâm nằm ôm nhau, dưới đường vọng lên tiếng động cơ xe gắn máy, xe hơi, tiếng người huyên náo, thành phố về đêm hình như không ngủ. Lâm hỏi tôi,

"Em ra Nha Trang với anh chứ?"

"Tết nhất em phải ở nhà với ba mẹ cho phải đạo, mùng hai em sẽ ra bằng xe đò."

"Vậy cũng *ok*, anh chờ."

Lâm kéo tôi vào lòng, hôn sâu rồi cười,

"Anh sẽ giới thiệu con dâu của ông bả."

Tôi dụi đầu vào ngực Lâm,

"Anh…"

Lâm chồm lên,

"Anh yêu em nhé?"

Tôi trả lời bằng bằng động thái dạng rộng chân. Lâm cúi ngậm môi tôi cùng lúc đi sâu vào hạ thể. Tôi ôm Lâm, ưỡn người, cảm nhận cơn kích ngất dâng trào đừng đợt, từng đợt theo thao tác vào ra mỗi lúc một mạnh và nhanh…

Vòng tay tôi một cách vô thức, siết chặc. Tôi nhắm mắt, hàng nghìn mạch máu khắp châu thân dường như muốn vỡ trào. Tôi cong người, ngóc đầu hổn hển rót vào tai Lâm,

"Anh ơi… em hạnh phúc quá…"

Sáng mùng hai sau hai ngày cùng gia đình đón năm mới, tôi lên xe đò ra Nha Trang. Ngày Tết hành khách thưa, tôi ngồi sát cửa sổ, gió lồng lộng mát tê da mặt. Quốc lộ một chạy song song ven biển, những cồn cát trắng chập chùng, mặt biển phẳng lặng bao la, rừng thông ngút ngàn, rừng dừa xanh dọc lộ. Xe lên dốc cao, vách núi thoi thỏi một bên, đối diện, qua mặt nhựa đường, là biển sâu phía dưới, những thuyền chài nhỏ tựa đồ chơi trẻ con đứng yên trên mặt nước mênh mông, chân trời cùng một màu với biển, gần như tan nhòa vào nhau. Con đường này tôi từng đi nhiều lần trong dĩ vãng thế mà hôm nay tôi mới nhận ra vẻ đẹp và thơ mộng đến ngất ngây. Tôi biết sự cảm nhận không do ngoại cảnh mà ở chính lòng tôi. Không còn băn khoăn gì nữa, tôi rất vui, niềm vui khiến mắt nhìn, nhận xét của tôi trở nên rộng lượng, và có thể phần nào dễ dãi. Nguyên nhân đơn giản thôi, cuộc hội ngộ giữa tôi và bố mẹ Lâm sẽ rất thuận lợi, tôi lạc quan tin thế, vì theo lời Lâm thì ông bà tỏ vẻ hài lòng khi Lâm đưa hình chụp trong điện thoại cùng những nhận xét về nhân thân tôi: nghề nghiệp, tính tình, gia cảnh… . Ba mươi chín tuổi, nhiều tháng năm trầm uất, những tưởng sẽ đi đến tuổi già trong cô quạnh, tôi thật không ngờ đã hồi sinh. Cảm ơn Lâm, cảm ơn người đàn ông đã mở rộng cánh cửa dẫn về tương lai từ lâu khép kín. Lâm, em yêu anh, mãi mãi, tôi nhủ thầm, sẽ chẳng có trở lực nào khiến tình yêu đã mọc rễ trong trái tin tôi đổi thay.

Lâm đón tôi ở bến xe. Chiều cuối năm, hàng quán chung quanh bến cửa đóng, chỉ lác đát vài ba quầy thuốc lá và bánh kẹo, nhưng vắng khách. Những chiếc lá vàng bị gió cuốn vật mình lăn trên bãi trống. Lâm vừa mở cửa cho tôi ngồi vào ghế trước vừa hỏi,

"Em mệt không?"

"Dạ không."

Xe chạy êm trên con lộ dọc bờ biển uốn lượn quanh co, bờ kè cao, sóng vỗ nhẹ, thỉnh thoảng những bãi san hô nhô cao, vài con hải âu đậu bất động dõi mắt ra đại dương xanh thẩm, màu xanh hòa lẫn khi tiếp giáp với bầu trời đã nhá nhem. Ba mẹ Lâm ở trong ngôi nhà nhỏ cách bãi biển một khoảng đất mọc đầy lau, chạy thoai thoải xuống bãi cát trắng và nhiều tảng đá lớn chất chồng làm thành bức tường cao chắn sóng, những triều sóng triền miên vỗ vào chân đá tung bọt trắng xóa. Hoang sơ và thơ mộng. Lâm theo nghành hội họa phần lớn do lúc còn nhỏ hàng ngày được xem các họa sĩ chọn nơi này để vẽ tranh.

Ba mẹ Lâm ra tận ngõ đón chúng tôi với nụ cười thân ái. Bác gái cởi mở, thoạt nhìn tôi đã có cảm tình ngay, bác trai từ tốn hơn, tuy vậy tôi vẫn thấy gần gủi, có thể do tình cảm của tôi cho Lâm đã khiến mọi phán đoán của tôi phần nào thiên vị.

Họ sống trong căn nhà nhỏ xinh xắn. Diện tích phòng khách vừa phải, thoảng. Trên tường treo vài bức tranh của Lâm, vẫn trường phái trừu tượng, màu sắc rất nhẹ, tạo cảm giác thoải mái, thư giản. Tuy chỉ hai vợ chồng già nhưng trên chiếc bàn hình thoi cuối phòng cũng tươm tất những vật phẩm thiết yếu của ba ngày tết: mức, trà, hạt dưa, bánh chưng…

Buổi tối sau khi cơm nước xong tôi và Lâm ra ngồi trên mỏm đá cao nhìn biển đêm đen thẫm dưới bầu trời chi chít sao, nghe tiếng sóng vỗ bờ nhịp đều, nghe gió lướt trên rừng lau rì rào. Những tiếng động làm tăng thêm vẻ yên bình.

Tôi ngã người vào lòng Lâm, cảm nhận sự ấm áp tỏa khắp châu thân. Lâm nhìn những đợt sóng nhỏ đuổi nhau tiến vào chân đá tung bọt trắng,

"Thể nào anh cũng sẽ trở về, không nơi nào đẹp bằng ở đây."

"Anh thiên vị, trên thế giới thiếu gì cảnh đẹp."

"Thì cứ cho là anh thiên vị, đã sao, không có thứ tình cảm nào khách quan."

Lâm tiếp,

"Nếu không thích ở chung với ba mẹ, anh sẽ cất thêm một căn nhà nhỏ ở cuối vườn, cửa lớn và cửa sổ hướng ra biển, mái hiên rộng, mùa hè, ban ngày anh kê giá vẽ sáng tác, buổi tối, pha ấm trà hoặc ly cà phê vừa nhâm nhi vừa hứng những làn gió lồng lộng từ khơi xa thổi vào, cuộc sống êm đềm biết bao."

"Chỉ mình anh thôi à?"

"Em là một nửa của anh, làm sao một mình được."

Lâm say sưa với viễn cảnh, tôi nghe, tuy bùi tai nhưng có vẻ xa thực tế, tôi nghĩ.

"Nhưng không được đâu anh?"

"Tại sao?"

"Công việc của em ở Sài Gòn, ra đây ở, em đi làm cách nào?"

Lâm cười lớn,

"Thì bỏ việc."

"Bỏ! cạp đất mà sống à?"

"Đất nước không còn đói nghèo như xưa, bây giờ ăn cốt ngon

và mặc cốt đẹp. Nghề của em rất đắc dụng, thành phố này chưa có cửa hàng thiết kế thời trang, ra đây em mở một cái, bước đầu không có vốn thì mình làm nhỏ, vài ba thợ may tay nghề cao. Em vẽ mẫu, họ may, dần dần khi đã có uy tín mình sẽ khuyếch trương."

"Không giản dị thế anh ơi."

Tôi và Lâm tranh luận sôi nổi nhưng chưa tìm ra điểm đồng qui.

Càng về khuya gió càng lớn, tôi rùng mình,

"Em lạnh."

"Mình vào nhé?"

Ngày.... Tháng...

Sau bữa điểm tâm chúng tôi lên đường

Xe chạy tốc độ vừa phải, Lâm không muốn chạy nhanh,

"Để thoải mái ngắm cảnh." Lâm nói. Con lộ rộng hai chiều phẳng lì, phân chia xuôi ngược bởi vạch sơn trắng chính giữa, chạy dọc ven biển. Cảnh sắc thay đổi không ngừng, có lúc biển bị che khuất bởi rừng thông dài hàng vài cây số; có lúc biển xanh thẳm bên ngoài bãi cát rộng trắng tinh chói chang nắng; có lúc con lộ sát bờ đá chất chồng thoai thoải trước khi chồm ra biển nhấp nhô sóng nhẹ; có lúc bờ lau cao bông như đuôi chồn sắc ngà rạp mình theo chiều gió; có lúc hoa dại vàng rực trên nền cỏ; có lúc làng chài thưa cư dân nằm nép mình dưới những tán dừa lao xao gió lộng; có lúc thị trấn nhỏ nhưng không thiếu nhà cao tầng vươn lên giữa những mái ngói đỏ thẩm; có lúc đồng xanh bao la bắt đầu chuyển sang sắc vàng, chả bao lâu nữa sẽ đến mùa gặt. Chiến tranh đã lùi xa ngót nửa thế kỷ, rõ ràng đã mất hẳn dấu vết đạn bom, sự yên bình, trù phú hiện rõ trong từng thôn xóm, làng mạc xe ngang qua. Tôi nhớ nhận xét của ba bữa ông cùng nhậu với Lâm cận ngày tết. Chiến tranh thật khốn kiếp. Đúng thế, ba nói ngày xưa đường từ Nam ra Trung chỉ chưa đầy nghìn cây số nhưng đi lại khó khăn, đường sá lồi lõm ổ gà, phu lục lộ còn lao động theo kiểu thời Pháp thuộc, hắc in nấu trong thùng phuy, nhân công dùng gáo cán dài múc từng gáo tưới trên những thước đường vừa được đổ đá dăm và nện bằng sức người, hoàn toàn vắng bóng phương tiện cơ khí: xe hủ lô, xe nấu nhựa đường… . Chưa nói đến tình trạng đắp mô, giật sập cầu của người anh em bên kia… . Thiếu thốn trăm bề, chết chóc, thương tật, ruộng đồng hoang vu vì thiếu người canh tác, mái tranh, vách đất tiêu điều.

Tôi kể với Lâm những lời nói của ba, Lâm bảo,

"Mong sự hồi sinh này sẽ mãi mãi, đất nước khổ quá rồi, bốn ngàn năm lập quốc nhưng thanh bình chẳng được bao nhiêu, hết ngoại xâm đến nội chiến."

Tôi nói,

"Ra xứ người mới thấy mình thật tội nghiệp, chẳng có một công trình nào đáng giá để khoe với thiên hạ."

Lâm gật đầu tán thành,

"Em nói đúng, đừng nói đâu xa, quanh mình có *Capuchia* với Đế Thiên Đế Thích, kiến tạo bằng đá kỳ vĩ và hàng ngàn tượng thần thánh cùng phù điêu quanh những cổ tháp; Thái Lan với những chùa Vàng uy nghi rực rỡ; *Myanmar* với Quần thể Tháp Phật bằng đá đồ sộ và không ít chùa chiềng dát vàng chả kém láng giềng Thái Lan… Còn mình, nếu có, cũng bị ngoại bang xóa sạch hoặc triều đại này lên hủy phá những tàn tích của triều đại cũ."

Lâm im lặng một lúc rồi thở dài,

"Ngày nay thanh bình, người ta bắt đầu xây dựng những công trình qui mô thì không ít dư luận mỉa mai, bỉ thử, cho rằng đất nước chưa dư giả, nhân dân còn đói nghèo, sao không dùng của cải ấy cải thiện dân sinh… Ý nghĩ thiển cận, phát sinh từ tàn dư của hai mươi năm nội chiến kẻ thua bên thắng hoặn những thành phần vì lý do nào đó thù ghét chế độ! Phải khách quan đánh giá, những công trình ấy trước mắt là kỹ nghệ không khói, thu hút du khách, và về lâu về dài, có cái để nở mày nở mặt."

Chúng tôi qua nhiều thị trấn, thành phố, làng mạc. Không ít địa danh xưa kia chỉ là quận lỵ nhỏ bé, ít người biết, thế mà ngày nay đã trở thành phố thị đông cư dân với tất cả mọi dịch vụ thiết yếu: siêu thị, cửa hàng, nhà hát, rạp chiếu phim, công viên rộng đẹp, quảng trường với những tượng đài các danh nhân, vỉa hè lát gạch dành cho khách đi bộ, và đặc biệt nhất là ẩm thực mang đậm dấu ấn vùng miền.

Chúng tôi ghé một thành phố ven biển đã xế trưa và cùng đồng ý sẽ lưu lại nơi này một ngày.

Thứ nhất, để thưởng thức các món đặc sản nổi tiếng: bún cá ngừ ngọt nước, vị thanh cay cay mùi ớt; Gỏi cá cơm trộn xoài xanh hay đu đủ đượm mùi rau răm, tiêu sọ và nước mắm thơm lừng; Các món ăn làm từ con dông, một loại bò sát xưa kia chỉ sống chui nhũi ở những gò đống hoang vu, một số ít người dám ăn, và cũng chỉ chế biến vài món sơ sài, nhưng nay đã có trang trại gầy giống, chăn nuôi cung cấp cho các nhà hàng, được những đầu bếp trứ danh nấu nướng, trở thành đặc sản cao cấp với hàng chục món ngon: chiên bơ , xào lăn, gỏi…

Thứ hai, để hít thở không khí trong lành ở vùng biển bao la xanh thẳm màu nước, gió từ khơi xa đưa hương muối no căng buồng phổi. Leo lên những cồn cát trắng trải dài chập chùng ngút mắt dưới bầu trời cao không gợn mây, rồi ngồi trên ván trượt, lao xuống chân đồi, nếm trải cảm giác lạ.

Thành phố này trong thời chiến ngót năm mươi năm trước - theo lời kể của ba - chỉ là một thị trấn nhỏ, đường sá hẹp, ổ gà khắp cùng và bụi tung mù mịt mỗi lần xe qua, nhà cửa còn tùy tiện, mái tôn vách ván bên cạnh nhà gạch mái đúc quét vôi vàng nham nhở quê mùa. Bây giờ thay da đổi thịt hoàn toàn, phố xá mở rộng khang trang, nhà cửa qui hoạch khoa học và mỹ thuật. Ba nói, nếu chưa biết thành phố này ngày xưa, chắc chắn không hình dung được sự đổi thay như phép lạ.

Chúng tôi tiếp tục hành trình qua nhiều thị trấn, thành phố kế tiếp, cảnh sắc thơ mộng, hiền hòa và gần gủi thân quen, dù không có những công trình đồ sộ, qui mô, nhưng tình cảm của tôi và Lâm vẫn đầy ắp buồng tim.

Và nhất là, như đã nói, mỗi vùng miền đều có những đặc sản tiêu biểu: Nước dừa ngọt thanh, buổi trưa nắng nóng, uống ly nước dừa, cảm nhận hương vị thấm qua lưỡi, lan tỏa khắp châu thân, mát từng đường gân thớ thịt. Và các món ăn chế biến từ một sinh vật sống trong cây dừa: con đuông. Sinh vật này là một loại sâu, trưởng thành nhờ tiêu thụ dưỡng chất kết tụ trong thân cây dừa. Người ta bắt những con sâu này, dân địa phương gọi là con đuông, chế biến thành những đặc sản cực kỳ ngon và bổ dưỡng: chiên bơ, nướng trên phiến đá mỏng đặt trên bếp than, xào với các loại rau thơm, hoặc cầu kỳ hơn, nướng trong ống tre sau khi đã ướp đường, tiêu, dầu hào, nước mắm, hành, tỏi, sả. Đặc biệt nhất là món đuông còn sống dầm nước mắm, món này nghe cư dân địa phương nói ngon và bổ cực kỳ nhưng chúng tôi không dám thưởng thức vì nhìn những con đuông quằn quại trong đĩa nước mắm ớt tỏi thấy ghê sợ quá

Con đuông sống dầm nước mắm ớt tỏi

Món đặc sản đuông không phải chỉ có ở vùng này mà rất phổ biến ở miền Tây cũng như địa phương nào trồng nhiều dừa.

Điểm kế cận chúng tôi đến là một thành phố được báo chí tụng ca và bình chọn là địa danh đáng sống nhất nước, không chỉ có nhiều đặc sản bình dân nhưng rất ngon, như mì Quảng chính gốc không pha tạp, Cao lầu phố cổ Hội An, gỏi cá Thanh Khê, bún bò Huế cay xé đặc trưng, bánh tráng nướng nhúng nước cuốn thịt heo ba chỉ, tôm luộc, rau thơm chấm mắm nêm pha chanh đường ớt trái… mà mọi mặt khác cũng tuyệt vời không kém: môi trường, vui chơi, giải trí, những công trình hiện đại như cầu rồng phun lửa, cầu quay bắt qua sông. Đặc biệt nhất là những điểm nghỉ dưỡng trong các biệt thự tiện nghi, nằm dọc bờ biển hoặc thấp thoáng sau các bờ cây trên ngọn đồi nhìn ra đại dương êm sóng, rải rác những cánh buồm trên nền nước xanh thẳm. Không khí trong lành, cảnh quang thơ mộng.

Một điểm du lịch nửa, rất qui mô, được xem là tiêu biểu nhất của đia phương nói riêng, cả nước nói chung: khu du lịch Bà Nà Hills,

Tôi và Lâm đã nghĩ qua đêm ở một khách sạn đối diện con sông lộng gió, con sông có cầu rồng phun lửa mỗi tối cuối tuần. Qua cảm nang du lịch, tôi biết khái quát địa danh chúng tôi sẽ tham quan:

Năm 1901, Quan toàn quyền Đông Dương Paul Doumer muốn tìm một nơi tương tự như Đà Lạt để xây dựng khu nghỉ mát, nghỉ dưỡng, chữa bệnh cho các quan chức, binh lính và sĩ quan người Pháp. Nhiệm vụ được giao cho Debay, một Đại úy thủy quân lục chiến, trực tiếp chỉ huy tìm kiếm.

Đại úy Debay phải mất nhiều tháng trời lang thang khắp Việt Nam để tìm một Đà Lạt thứ hai. Tháng 4/1901, ông phát hiện ra "Núi Chúa" (tức Bà Nà), một ngọn núi cao với địa hình tương đối bằng phẳng, khí hậu bán ôn đới dễ chịu mát mẻ, tương tự như Đà Lạt, chỉ cách thành phố Đà Nẵng về phía Tây chừng 46km.

Nhận định đây là vùng đất lý tưởng có thể xây dựng khu nghỉ dưỡng. Ngày 30/11/1911, Quan toàn quyền Paul Doumer đã ra nghị định biến Bà Nà thành một khu bảo tồn lâm nghiệp để tiện cho việc nghiên cứu về Bà Nà được kỹ lưỡng hơn.

Sau Chiến tranh thế giới thứ nhất (1914-1918), người Pháp đẩy mạnh xây dựng khu nghỉ mát Bà Nà, hoàn tất con đường nối Bà Nà với đường thuộc địa số 1 (sau này là quốc lộ 1) ngay trong năm 1919, tạo điều kiện dễ dàng cho những công sở, quan chức và kiều dân Pháp đầu tư xây dựng khu nghỉ dưỡng, kinh doanh ở Bà Nà. Tháng 5 năm 1919, luật sư Beisson trở thành người đầu tiên xây dựng nhà nghỉ ở Bà Nà. Tính đến 23/7/1921, tại Bà Nà đã có 39 lô đất được cấp phép xây dựng của 36 chủ đầu tư, phân bố trải đều theo cụm.

Thống kê của Pháp năm 1925 cho biết, chỉ có chừng 120 du khách chọn Bà Nà để nghỉ ngơi. Năm 1928, đường lên đỉnh núi được hoàn tất, số du khách mới tăng dần, đến năm 1937 đã đạt được con số hơn 1.000 người, phần lớn là người Pháp và quan chức người Việt. Các dịch vụ như điện, nước, bệnh viện, bưu điện, ngân hàng, khách sạn... đã được đưa vào phục vụ du khách. Bà Nà dần trở thành một khu nghỉ dưỡng nổi tiếng không chỉ ở Trung Kỳ mà ở toàn khu vực Đông Dương.

Năm 1938, Bà Nà đã được Phòng Du lịch Đông Dương đưa vào tour du lịch 8 ngày bằng xe hơi tuyến Sài Gòn - Đà Lạt - Nha Trang - Quy Nhơn - Đà Nẵng - Huế - Vinh - Hà Nội - Hải Phòng và ngược lại. Kiệu ghế được xem là một phương tiện di chuyển đầy lý thú và rất điển hình cho du lịch Bà Nà xưa với lượng du khách ngang với những khu nghỉ mát thời đó như *Le Bockor* (*Campuchia)*, Mũi *Saint Jacques* (Vũng Tàu), Tam Đảo, Sapa....

Sau Cách mạng tháng Tám năm 1945, Bà Nà dần vắng bóng người. Khi Pháp quay trở lại xâm lược Việt Nam lần thứ 2, nhân dân địa phương thực hiện chủ trương tiêu thổ kháng chiến nên đã triệt hạ các công trình xây dựng ở Bà Nà. Từ đấy, khu nghỉ mát hoang phế dần và bị cây rừng che phủ trong quên lãng gần nửa thế kỷ.

Đến giai đoạn chiến tranh Việt Nam, quân đội Mỹ chọn đỉnh núi Bà Nà làm nơi quan sát quân sự. Để tạo hành lang an toàn cho đồn bốt, tất cả các công trình còn lại từ thời Pháp bị phá hủy dưới các nòng súng tầm xa của họ.

Tới giai đoạn 1975, hòa bình lập lại, những người dân khó khăn quanh vùng làm lâm nghiệp men theo đường mòn lên núi Bà Nà tìm kiếm một số đồ đạc còn sót lại từ các tàn tích trên núi và đem về phục vụ mục đích sử dụng cá nhân.

Vào ngày 30/11/1997, UBND thành phố Đà Nẵng quyết định xây dựng lại Bà Nà thành một khu du lịch sinh thái có quy mô lớn với hệ thống nhà nghỉ, nhà hàng, khu bảo tồn... Một con đường huyết mạch từ chân lên tới đỉnh núi dài 15km được trải nhựa, tạo thuận lợi cho việc chuyên chở vật liệu lên xây dựng cơ sở vật chất trên đỉnh núi.

Sau năm 2000, thị trấn du lịch Bà Nà đã được đánh thức. Các doanh nhân Đà Nẵng cùng với chính quyền thành phố đã xây dựng Bà Nà thành khu du lịch sinh thái kết hợp nghỉ dưỡng với nhiều cơ sở dịch vụ được đưa vào khai thác. Bà Nà nhanh chóng lấy lại ngôi vị của một trong những khu du lịch nổi tiếng nhất thành phố Đà Nẵng.

Tuy nhiên, ngôi vị ấy được duy trì không lâu. Do tính chất nhỏ lẻ, thiếu đồng bộ của các công trình, dịch vụ ở Bà Nà khi đó, cộng với cách quản lí thiếu chuyên nghiệp, khu lịch du lịch sinh thái đã không thực sự thu hút và đáp ứng được nhu cầu đa dạng và phong phú về du lịch, vui chơi, nghỉ ngơi… của du khách thập phương. Chỉ một thời gian ngắn sau khi được xây dựng lại, du khách thưa dần, Bà Nà lại chìm trong quên lãng.

Năm 2007, UBND thành phố Đà Nẵng quyết định chuyển giao toàn bộ khu du lịch Bà Nà cho Tập đoàn *Sun Group* - Việt Nam quản lý. Nhằm phục vụ nhu cầu du lịch khám phá, nghỉ dưỡng và du lịch tâm linh của đông đảo du khách, Công ty Cổ phần Dịch vụ Cáp treo Bà Nà đã đầu tư xây dựng tuyến cáp treo Bà Nà - Suối Mơ và chính thức khai thác tuyến cáp treo này vào ngày 25/3/2009 sau 12 tháng thi công và 2 tháng chuẩn bị. Đây là tuyến cáp treo hiện đại bậc nhất thế giới tại thời điểm ấy được xây dựng theo tiêu chuẩn châu Âu với tổng mức đầu tư khoảng 300 tỷ đồng.

Tiếp đó, nhiều công trình mới được xây dựng, gia tăng trải nghiệm vui chơi tham quan cho du khách tới Bà Nà, nổi bật như khu vui chơi giải trí trong nhà rộng 21.000m2 *Fantasy Park*; tuyến cáp treo bốn kỷ lục thế giới *L'Indochine* – Thác Tóc Tiên; Tàu hỏa leo núi; Làng Pháp... đáp ứng nhu cầu tham quan và lưu trú của du khách trong và ngoài nước.

Năm 2017, thêm 2 tuyến cáp treo Hội An – *Marseille* và *Bordeaux – Louvre* tiếp tục được đưa vào hoạt động. Cũng trong năm này, Bà Nà *Hills Mountain Resort* chính thức trở thành thành viên của Tập đoàn *Sun World*, với tên gọi *Sun World Ba Na Hills*, cùng với *Sun World Danang Wonders* (Đà Nẵng), *Sun World Halong Complex* (Hạ Long, Quảng Ninh), *Sun World Fansipan Legend* (Sa Pa, Lào Cai), *Sun World Hon Thom Nature Park* (An Thới, Phú Quốc).

Tháng 6/2018, tại Bà Nà có thêm công trình Cầu Vàng - sớm nổi danh trên thế giới nhờ các bài đánh giá trên các tạp chí hàng đầu như: New York Times, Forbes, CNN,...

Cầu vàng

Năm 2019 & 2020, Bà Nà Hills sẽ đưa vào hoạt động tiếp 2 tuyến cáp treo mới, lâu đài phép thuật, khách sạn *M Gallery* & Cầu Bạc.

Độ ẩm trung bình ở Bà Nà lên đến 93% nên thường có sương mù xuất hiện vào buổi chiều và sau các cơn mưa giông tạo nên một cảm giác mát mẻ tuyệt vời. Những cơn mưa ở Bà Nà thường diễn ra trong thời gian ngắn, sau đó bầu trời thoáng đãng, những làn mây trắng đọng lại ở lưng chừng sườn núi tạo nên một cảm giác bồng bềnh, kì diệu.

Bà Nà nằm gần sát biển có gió biển thổi nhẹ êm dịu, vì độ cao của núi nên khí hậu luôn mát lạnh và ôn hòa.

Một ngày ở Bà Nà luôn có 4 mùa: mùa xuân êm dịu, trưa là mùa hạ chói chang, mùa thu vào buổi chiều khi màn đêm buông xuống và sương mùa đông se lạnh vào ban đêm. Khí hậu mát mẻ quanh năm ở Bà Nà là một trong lý do khiến địa danh này có sức hút kì diệu đối với du khách.

Ngoài những đặc điểm như khí hậu, cảnh quan, vui chơi, giải trí, Bà Nà còn là địa điểm trải nghiệm tâm linh với:

- Chùa Linh Ứng, tọa lạc ở độ cao trên 1.400m, được khánh thành ngày 05/03/2004. Kiến trúc chùa chữ Tam gần giống với kiến trúc của chùa Tam Thai, cả khoảng sân rộng được lát bằng đá. Phía trước chùa có một cây thông ba lá quý hiếm có tên trong sách Đỏ Việt Nam. Chùa có một bức tượng Thích Ca Phật đài uy nghi, cao 27m màu trắng mà những ngày nắng ráo, từ thành phố Đà Nẵng có thể nhìn thấy bức tượng trắng muốt này.

Thích Ca Phật đài (cao 27m)

2- Miếu Bà, được lập từ năm 1931 bởi người Pháp. Tương truyền thuở ấy, khi Bà Nà - Núi Chúa còn hoang sơ, âm u, cư dân làm nghề rừng còn thưa thớt, trong dân gian vẫn lưu truyền câu "Nhất Cọp Bà Nà, nhì ma Phú Túc". Vì thế, người dân thường thờ cúng thần linh, các "Bà" để cầu cho cuộc sống bình an, yên ổn. Các quan cai trị người Pháp lên khai phá Bà Nà - Núi Chúa xưa cũng tỏ ra kính cẩn những truyền thuyết về Bà và đã cho lập miếu thờ Bà.

Chiến tranh liên miên nhưng Miếu Bà vẫn không bị tàn phá. Dân đi rừng Bà Nà đặc biệt sùng tín và quan tâm gìn giữ Miếu Bà, hiện đã được trùng tu, nâng cấp và trở thành điểm dừng chân của du khách hành hương vãn cảnh, cầu nguyện may mắn, an lành.

- Đền Lĩnh Chúa Linh Từ, nằm trên đỉnh cao nhất của Bà Nà,1.487m, đền Lĩnh Chúa Linh Từ (còn gọi là Mẫu Thượng Ngàn hoặc Lâm Cung Thánh Mẫu) là nơi tôn thờ Bà Chúa linh thiêng của cả vùng núi Bà Nà.

Chuyện kể lại rằng, người dân vùng Bà Nà từ bao đời nay được Mẫu Thượng Ngàn che chở, khi có bất kỳ điều gì xảy ra, họ đều đến đây, khấn Bà phù hộ, và tin rằng bà luôn ở bên họ, cho họ sự yên bình, sáng suốt và thanh thản.

Theo truyền thuyết, Bà là con gái của Sơn Tinh và công chúa Mỵ Nương. Lúc còn con gái, Bà có tên là La Bình. Khi Sơn Tinh và Mỵ Nương, theo lệnh Ngọc Hoàng trở về trời thành hai vị thánh bất tử thì La Bình cũng được phong là công chúa Thượng Ngàn, thay cha trông coi tất cả các miền núi non hang động, các miền trung du, đồi, bãi của nước ta.

Một con đường dốc quanh co dẫn lên khoảng sân rộng phía bên trái ngôi đền. Giữa sân là ngôi nhà lục giác, hai tầng mái ngói, làm nơi an vị pho tượng Phật Di Lặc ngồi khá lớn. Sau nhà lục giác là bình phong, án trước khoảng sân nhỏ trước chính điện.

Ngôi chính điện có ba gian, ba tầng mái ngói theo kiến trúc đền miếu truyền thống. Bên ngoài đền có treo bảng sơn nền đỏ, chạm bốn chữ màu vàng bằng Hán tự “Lĩnh chúa linh từ”.

Ngôi đền được trùng tu lại vào năm 2011. Cả 26 góc mái và đầu giông của ngôi nhà lục giác và chính điện đều có đầu rồng chạm trổ khá chi tiết, hay còn gọi là Chùa Bắc, được xây dựng hoàn toàn bằng gỗ Lim, theo kiến trúc điển hình của các ngôi chùa ở phía Bắc. Với diện tích 650m², bao gồm Tiền đường, hậu cung và sân vườn. Tiền đường gồm 3 gian, 2 chái, 2 tầng, 8 mái đao. Hậu cung gồm 2 gian, 3 tầng, 12 mái đao. Ba gian giữa được lắp 3 bộ cử bức bàn “thượng song, hạ bản”, 2 chái xây tường, lắp cửa sổ “sắc không”. Hệ thông cửa được gắn vào hàng cột tạo nên mái hiên rộng, thoáng mát trước chùa.

- Thích Ca Phật Đài, tọa lạc ở độ cao khoảng 1.400m, trong khuôn viên chùa Linh Ứng Bà Nà, cao 27m, ngang gối 14m, thiền định trên đài sen cao 6m, tượng được xây bằng xi măng cốt sắt. Bên dưới đài sen là Tám bức phù điêu, khắc họa cuộc đời của Đức Phật Thích ca. Từ phía thành phố Đà Nẵng, vào những ngày nắng ráo, có thể nhìn thấy bức tượng này nổi bật trên nền xanh của núi rừng.

- Vũ Trà Quán, nằm trong quần thể tâm linh trên Núi Chúa, bên cạnh đền Lĩnh Chúa Linh Từ, phía trên là Linh Phong Bảo Tháp với không gian, cảnh sắc thanh tịnh, Vũ Trà Quán có diện tích 350m², bao gồm 3 khối nhà, được xây theo lối kiến trúc truyền thống của miền Bắc Việt Nam, bên trong được bài trí theo thiền. Du khách tham quan thường tới đây để thưởng trà, tĩnh tâm trong âm nhạc thiền.

- Lầu Chuông được xây dựng theo lối kiến trúc nhà Phật, nơi đặt chiếc chuông đồng nặng 1 tấn được đúc ngay tại đỉnh Bà Nà, trong thời gian chưa đến một năm.

Linh Phong Bảo Tháp được thiết kế với chín tầng, mỗi tầng bốn mặt có gắn tượng đức Phật Thích Ca Mâu Ni bằng đá trắng quay mặt ra bốn hướng Đông, Tây, Nam, Bắc. Xung quanh tháp có tượng Tứ Đại Thiên Vương uy phong hộ trì và trấn giữ.

Tàu hỏa leo núi là một loại hình vận chuyển sử dụng công nghệ thang máy và công nghệ của ngành đường sắt, ra đời từ cuối thế kỷ 15, đầu thế kỷ thứ 16 tại Áo, dùng để vận chuyển hàng hóa vật liệu lên các tòa thành cao của lâu đài *Hohensalzburg*. Đến nửa cuối của thế kỷ thứ 19, loại hình vận chuyển này mới được sử dụng cho cư dân thành thị.

Ở Bà Nà, tuyến tàu hỏa leo núi vận chuyển khách tham quan qua các thắng cảnh như: Chùa Linh Ứng, vườn hoa Le Jardin, khu biệt thự cổ. Từ trên tàu, du khách được ngắm cảnh sắc ấn tượng từ núi rừng Bà Nà hùng vĩ.

Tàu hỏa leo núi tại Bà Nà chính thức khai trương vào ngày 26/4/2014, có sức chứa 80 người một cabin, vận tốc 5 m/s, công suất vận hành 1.600 khách một giờ và được *Garaventa* của Thụy Sĩ sản xuất, có thể vận hành tốt trong bất kỳ điều kiện thời tiết nào.

Hầm rượu Debay: Trong quãng thời gian từ năm 1919 đến năm 1938, đồng thời với việc xây dựng hàng trăm ngôi biệt thự cùng bệnh viện, bưu điện, ngân hàng… để phục vụ nhu cầu nghỉ mát của các quan chức, sĩ quan quân đội, thương gia người Pháp và những người Việt giàu có trên đỉnh Bà Nà, người Pháp đã cho xây dựng hầm rượu này vào năm 1923. Mục đích cơ bản của việc xây dựng hầm rượu là để làm nơi cất giữ các loại rượu, đặc biệt là rượu vang mà người Pháp mang sang từ cố Quốc.

Hầm rượu Debay độc đáo bởi nó được đào xuyên vào lòng núi, có tổng chiều dài từ lối vào đến lối ra khoảng 100 mét, chiều cao 2,5 mét, rộng khoảng 2 mét, bên trong có các hầm cất giữ rượu, bar rượu, lò sưởi, sảnh. Vách hầm được xây bằng đá núi và vữa làm từ hỗn hợp đường và nhựa cây bời lời - một loại cây khá phổ biến ở vùng Quảng Nam - Đà Nẵng. Trần hầm được đào theo hình vòm cung, mang đậm lối kiến trúc Pháp. Kiến trúc hình vòm còn giúp tạo nên sự vững chắc cho hầm rượu. Đó là lý do vì sao gần 100 năm qua, hàng trăm ngôi biệt thự lộng lẫy nguy nga một thời nay chỉ còn là những phế tích nhưng hầm rượu vẫn trường tồn với thời gian, bất chấp sự khắc nghiệt của thiên nhiên và sự tàn phá của bom đạn trong chiến tranh. Đây cũng là công trình duy nhất của người Pháp còn lại khá nguyên vẹn tại Bà Nà.

Bên trong hầm rượu hiện có tất cả 14 hốc rượu, gồm có 9 hốc nhỏ và 5 hốc lớn. Chủ nhân của mỗi hốc rượu cũng là chủ nhân của những ngôi biệt thự hoặc khách sạn tại Bà Nà thời đó. Một số người lớn tuổi trước đây từng làm phu cho người Pháp ở Bà Nà kể lại rằng người Pháp cất giữ rượu vang trong những hốc này và mang ra tiếp đãi khách quý trong những buổi khánh tiết.

Cách đây gần 100 năm, người Việt Nam bình thường hầu như không có cơ hội đặt chân đến đây. Lý do là vì đây là nơi chỉ dành cho giới thượng lưu gồm các quan chức, sĩ quan cao cấp trong quân đội Pháp, các thương gia Pháp và một số rất ít những người Việt Nam giàu có thân Pháp. Đây là nơi người Pháp gặp gỡ, giao lưu và tổ chức các buổi dạ tiệc, khiêu vũ, khánh tiết…

Năm 1945, khi người Pháp rời khỏi Việt Nam, Bà Nà đã chìm vào quên lãng và hầm rượu cũng chịu chung số phận bị bỏ hoang trong một thời gian dài, bị bom đạn đánh sập một phần. Cùng với sự phát triển của thành phố Đà Nẵng, Bà Nà đã được khôi phục và hầm rượu cũng được phục chế lại tương đối hoàn chỉnh như ban đầu.

Vườn hoa Bà Nà, được mở cửa từ tháng 4 năm 2014, Khu vườn hoa *L'Jardin d' Amour* có tổng diện tích 8206m² bao gồm 10 khu vườn được thiết kế dựa theo các theo kiểu vườn hoa độc đáo của Châu Âu, gồm: Quảng trường Ước hẹn, Vườn Uyên Ương, Vườn Thiêng, Vườn Địa đàng, Vườn Suối Mơ, Vườn Kí Ức, Vườn Thần Thoại, Vườn Suy Tưởng, Vườn Nho, vườn Bí Ẩn. Mỗi khu vườn mang một chủ đề, được trồng trang trí nhiều loại hoa, tạo nên một không gian thiên nhiên rực rỡ sắc màu, hấp dẫn khách tham quan.

Fantasy Park, lấy cảm hứng từ 2 cuốn tiểu thuyết "Hành trình vào trung tâm trái đất" và "Hai vạn dặm dưới biển" của nhà văn người Pháp Jules Verne, *Fantasy Park* là khu vui chơi giải trí trong nhà diện tích 21.000m² với thiết kế 3 tầng bao gồm hơn 100 trò chơi:

- Tầng B1 "Trò chơi mạo hiểm"
- Tầng B2 "Miền phiêu lưu kỳ thú"
- Tầng B3 "Thế giới huyền bí".

Các trò chơi tiêu biểu: Công viên khủng long đầu tiên ở Việt Nam có đủ các loại khủng long từ kỷ Jura đến kỳ cận đại, Tháp rơi và xoay tự do trong nhà cao nhất Việt Nam 29m, 3 rạp phim công nghệ: 3D 360, 4D, 5D, xe điện, leo núi trong nhà với vách núi cao 21m, đường trượt đôi tốc độ cao 2 vòng xoắn kép…

Khu trưng bày tượng sáp, được khởi công xây dựng tháng 8/2012 và chính thức khai trương ngày 11/7/2013, sau gần 1 năm xây dựng. Đây cũng là khu trưng bày tượng sáp đầu tiên tại Việt Nam.

Hiện khu trưng bày tượng sáp sở hữu 49 tác phẩm nghệ thuật tượng sáp tinh xảo, được thực hiện bởi những nghệ nhân người Ý, là bản sao của các ngôi sao điện ảnh, ca nhạc, doanh nhân, chính trị gia nổi tiếng thế giới như: ca sỹ Lady Gaga, diễn viên Thành Long, cựu tổng thống Mỹ Barack Obama, doanh nhân Steve Job, diễn viên Angelina Jolie...

- Làng Pháp được thiết kế dựa trên những nét phác thảo trong cuốn ghi chép của nhà truyền giáo Pigneau De Behaine kể về cuộc hành trình xuyên nước Pháp đầy thú vị của ông. Làng Pháp là bức tranh thu nhỏ của nước Pháp thời trung cổ, được khôi phục lại từ những thị trấn, làng mạc khác nhau trên khắp nước Pháp mà Pigneau từng đi qua.

Làng Pháp thời trung cổ thu nhỏ

Với diện tích 45.300 m², Làng Pháp được chia thành 7 khu vực khác nhau gồm: ngôi làng của xứ *Bretagne* được mệnh danh đẹp nhất nước Pháp; ngôi làng nguyên sơ nhất thời trung cổ ở Pháp là *Conques Aveyron*; khu vực lâu đài *Chateau De Chenonceau*; Thánh đường *St Denis*;

Cầu Vàng khánh thành đầu tháng 6/2018, nối từ nhà vòm *Button* ở cao tới vườn Giác quan thuộc quần thể khu vực vườn Thiên Thai, nằm ở độ cao 1.414m so với mực nước biển.

Cầu Vàng gồm 8 nhịp, 7 trụ với tổng chiều dài 150m. Bề rộng toàn bộ cầu là 5m, trong đó phần mặt cầu dành cho người đi lại rộng 3m, hai bồn hoa mỗi bên rộng 1m. Thiết kế độc đáo với ý tưởng hai bàn tay một vị thần nâng đỡ thân cầu, Cầu Vàng đã được nhiều tờ báo, hãng thông tấn uy tín tại Việt Nam và quốc tế như CNN, BBC, The New York Times, Time, FoxNews, The Guardian, Archdaily... ca ngợi. Ngày 23/8/2018, Cầu Vàng lọt top 100 điểm đến tuyệt vời nhất thế giới cho tạp chí TIME bình chọn.

Trên núi Bà Nà, các khu vực nghỉ mát của binh lính Pháp xuất hiện từ đầu thế kỷ 20. Nhưng cho tới nay, các khu nghỉ mát này chỉ còn tồn tại trong các phế tích giữa rừng.

Hiện các ngôi biệt thự, nhà nghỉ đã được xây dựng lại, hiện đại như Bà Nà by night, Biệt thự Hoàng Lan... Năm 1997, thành phố Đà Nẵng đã đầu từ, khôi phục và xây dựng một số biệt thự cổ, khu văn hóa Phật giáo, hầm rượu và hàng loạt khách sạn, biệt thự, quán bar, sân tennis, sân cầu lông,...

Năm 2007, tập đoàn *Sun Group* được thành phố Đà Nẵng trao quyền trở thành chủ đầu tư xây dựng khu du lịch *Sun World Ba Na Hills*. Hiện trong khuôn viên Làng Pháp của Khu du lịch này cũng có thêm khách sạn nghỉ dưỡng *Mercure Danang French Village Ba Na Hills* đạt tiêu chuẩn 4 sao.

Suối Mơ, khi đi Cáp treo để lên đỉnh Bà Nà, du khách nhìn xuống dưới có thể thấy dòng suối Mơ đang chảy ở bên dưới khe núi. Nơi đây có ngọn thác Tóc Tiên 9 tầng trông giống như mái tóc của một nàng tiên.

Từ đỉnh núi Bà Nà, về phía Tây là dãy Trường Sơn, Phía Đông là đồng lúa Hòa Vang. Từ đây dễ dàng nhìn thấy bán đảo Sơn Trà, sông Thu Bồn, Hội An và nội thành Đà Nẵng.

Tại khu du lịch Bà Nà Hills, có nhiều lễ hội được tổ chức định kỳ hàng năm, tiêu biểu nhất là:

Lễ hội Hoa. Thời gian tổ chức: Tháng 2 đến tháng 3 hàng năm.

Lễ hội bia B'estival. Được tổ chức Kỷ lục Việt Nam trao tặng kỷ lục: "Lễ hội bia có số lượng người tham gia đông nhất Việt Nam" vào ngày 10/06/2018. Thời gian tổ chức: Tháng 5 đến tháng 9 hàng năm.

Lễ hội *Halloween*. Thời gian tổ chức: Tháng 9 đến tháng 10 hàng năm.

Lễ hội Mùa Đông. Thời gian tổ chức: Tháng 11 đến tháng 12 hàng năm.

Ngày... tháng...

Chúng tôi trở lại khách sạn sau một ngày viếng thăm các điểm đã có trong cẩm nang du lịch.

Tôi và Lâm đứng sau cửa sổ nhìn thành phố về đêm, chưa khuya nhưng đã lắng mọi sinh hoạt, tôi chỉ vùng đất sáng đèn bờ bên kia,

"Thuở xưa nơi ấy là một làng chài nghèo, mấy mươi năm dần dần thay đổi, nhà cửa, đường sá được sửa sang, nâng cấp và qui hoạch, không kém khu đô thị bên này sông, cũng từ làng chài đến Ngũ Hành Sơn chỉ là cồn cát dài tận chân núi, hoang vu, thế mà chỉ non nửa thế kỷ, dân từ khắp nơi, nhất là miền Bắc, đổ về, bây giờ nhà cửa san sát, chợ búa, hàng quán tấp nập, *thương hải biến vi tang điền"*

"Nơi nào cũng thế, cứ gì vùng đất kia. Đúng vậy, *thương hải biến vi tang điền*, Ngày hôm trước, hôm sau đã khác, huống gì ngót năm mươi năm!"

"Từ ngày thống nhất, có thêm bao nhiêu thành phố, thị trấn ra đời, em sống trong nước cũng không thể biết hết."

"Dân số tăng, nhân lực phong phú, đẩy đất nước phát triển mọi mặt. Nhiều quốc gia, Đại Hàn chả hạn, y khoa tiến triển giúp con người sống lâu hơn, nhưng trẻ ra đời lại quá thấp, khiến chính phủ phải tài trợ, phụ cấp, nhằm khuyến khích sinh sản để có thêm tài nguyên nhân lực, hầu giúp đất nước đi lên."

"Nhưng thời gian qua nhanh làm em sợ!"

"Sợ?"

"Nghĩ đến ngày nào em già, tóc bạc răng long, anh sẽ không còn yêu em!"

Lâm cười thành tiếng,

"Bộ anh không già sao?"

Và ôm tôi, hôn lâu,

"Anh sẽ mãi mãi yêu em, không trở lực nào làm anh thay đổi."

"Chắc?"

"Chắc!"

Tôi nép sát người vào Lâm, lòng lân lân. Trời đã mưa nhẹ từ bao giờ, mặt lộ loáng nước dưới ánh đèn đường, gió hiu hiu đưa hơi nước từ mặt sông khiến tôi gây lạnh. Tôi ôm chặt Lâm tìm chút hơi ấm.

Đêm xuống sâu, mọi tiếng động chừng như im hẳn. Thành phố chìm trong giấc ngủ.

Lâm nói,

"Vào thôi, đứng đây không khéo cảm hàn, ngày mai còn phải lên đường."

Sáu giờ sáng chúng tôi khởi hành, nắng chưa lên, khí hậu mùa xuân khá ấm. Xe ra khỏi thành phố, đến làng chài Nam Ô, một ngôi làng cổ, hình thành cách ngày nay nhiều trăm năm, nằm bên vịnh Đà Nẵng, dưới chân đèo Hải Vân.

Tôi từng đến địa danh này hai năm trước trong chuyến du lịch tập thể do công ty tổ chức và từng được nghe hướng dẫn viên kể lại khá chi tiết về lai lịch của làng chài này: Nam Ô thuộc vương quốc *Champa,* về sau, vào khoảng đầu thế kỷ mười bốn, Chế Mân dâng châu Ô, châu Lý cho Đại Việt vào năm 1306 để cưới công chúa Huyền Trân, vùng đất này trở thành cửa ô phía Nam của Đại Việt nên có tên gọi Nam Ô. Từ thời điểm đó, người Việt bắt đầu di cư đến sinh sống ở vùng này. Năm 1471, trong cuộc Nam tiến của vua Lê Thánh Tông, lại có thêm rất nhiều dân ở các tỉnh Thanh Hóa, Nghệ An, Hà Tĩnh, Quảng Bình,... vào vùng đất "ô châu ác địa" này để sinh sống. Năm 1558, khi Nguyễn Hoàng vào trấn thủ xứ Đàng Trong, các đợt di dân vào vùng đất này diễn ra ngày càng nhiều, biến vùng "ác địa" trở nên rộng lớn, mật độ dân cư đông, nhiều nghành nghề khai sinh, chủ yếu là đánh bắt thủy hải sản, làm nước mắm và làm pháo. Trải qua bao biến thiên của lịch sử, Nam Ô teo tóp dần, trở thành một làng chài nghèo. Mãi đến những năm đầu thế kỷ 20, chính quyền sở tại nhận thấy vùng đất này hội đủ mọi yếu tố để trở thành một khu du lịch nên giao cho một tập đoan chuyên trách du lịch khai thác. Tập đoàn này đã mời một kiến trúc sư, người được tạp chí Times bình chọn là "ông hoàng của những khu nghỉ dưỡng quyến rũ nhất hành tinh", thiết kế chi tiết khu du lịch. Qua phù phép của tay kiến trúc sư tài ba, làng chài nghèo heo hút đã nhanh chóng thay đổi, trở thành một khu nghĩ dưỡng với tất cả mọi hạng mục thiết yếu và hiện đại như các khách sạn cao cấp cung cấp nhiều nhu cầu, từ ăn uống, ngủ nghỉ đến thư giản, vui chơi giải trí, thể thao, lướt ván, dù lượn…, đồng thời cũng qua tay kiến trúc sư trên, đã tôn tạo, trùng tu các địa điểm vốn đã tồn tại từ xa xưa, bị bỏ quên, hoang phế, không ai thèm ngó ngàng, trở thành những đền miếu linh thiêng phục vụ nhu cầu tâm linh của khách du lịch như lăng Ngư Ông, miếu Âm Hồn, miếu Bà Liễu Hạnh, mộ Tiền Hiền, giếng vuông…

Bỏ qua mọi râu ria kiểu vẽ rắn thêm chân như những truyền thuyết, những truyện kể, hầu hết đều được thêm mắm dặm muối, nhuốm màu huyền hoặc nhằm lôi cuốn khách thập phương, tôi phải công nhận làng chài này là điểm du lịch ấn tượng, phong cảnh tuyệt đẹp. Rừng cây xanh chập chùng đồi nui, tiếp giáp với những ghềnh đá cao, nhìn xuống chân sóng tung bọt trắng xóa. Những bãi cát vàng trải dài hàng cây số chạy dọc vùng biển bao la, điểm xuyến những cánh buồm trắng trên màu xanh của nước, yên bình và thơ mộng. Những hàng dừa lã bóng ngày đêm rì rào gió lộng ven sông Cu Đê và cây cầu sắt, đường ray xe lửa bắc ngang có tuổi đời trên trăm năm, từ thời Pháp thuộc.

Xe qua khỏi làng chài Nam Ô, tiến dần đến chân núi cao. Tôi hỏi Lâm,

"Mình lên đèo hay qua hầm?"

"Qua hầm thì nhanh và an toàn, nhưng sẽ không được ngắm cảnh. Lên đèo nhé?""

Tôi gật đầu biểu đồng tình, nhưng không quên cảnh giác, "Cẩn thận nghe anh."

"Yên trí, bao nhiêu năm ở nước ngoài, chưa một lần vi phạm luật giao thông. Cẩn thận anh có thừa"

Đường đèo quanh co, nhiều vòng cung gấp khúc rất cheo leo, hiểm trở, càng lên cao cảnh quan càng ngoạn mục, hùng vĩ, một bên là vách núi hoặc dốc đứng bạt ngàn rừng cây, một bên là biển xanh dưới thấp lóa trong nắng. Lên đến đỉnh, nơi đây là bãi rộng, điểm ngơi nghỉ cho xe cộ trước khi đổ dốc xuống chân đèo bên này hoặc hên kia, Lâm dừng xe, chúng tôi xuống, đến ngồi trên mỏm đá bên cạnh tháp gạch cao, có lẽ là đài quan sát xưa kia, nhìn xuống biển cả mênh mông, thấp thoáng trong thảm mây trắng lãng đãng hư thực. Bây giờ tôi mới hiểu tại sao người xưa đặt tên là Hải Vân cho ngọn đèo này. Một dãi mây tựa dãi lụa mềm sà thấp trên mặt nước, tôi chợt nhớ câu thơ của một nhà thơ nữ: *Xé mây may áo cho người*. Không biết tác giả của câu thơ kia đã từng nhìn thấy cảnh quan này chưa? Dù thế nào thì trí tưởng tượng và sự lãng mạn thật đẹp. Bất giác tôi xoay nhìn Lâm thầm nhủ, em không có được óc tưởng tượng và lãng mạn như của thi sĩ nhưng em nguyện sẽ gửi trao cả hồn lẫn xác của em cho anh, không chỉ kiếp này mà kiếp sau, kiếp sau nữa nếu có những hậu kiếp khi xác thân về với đất.

Xe đổ dốc xuống chân đèo, bắt đầu vào địa phận vịnh Lăng Cô, chốn "bồng lai tiên cảnh"

Được mệnh danh là một trong những vịnh biển quyến rũ và đẹp nhất thế giới, với cảnh sắc thiên nhiên trữ tĩnh, hội tụ đủ cả sông, núi, biển và đầm phá nhờ vị trí đắc địa: nằm giữa một nhánh của dãy Trường Sơn, hai bên là đèo Hải Vân và đèo Phú Gia hùng vĩ.

Là một địa điểm du lịch lý tưởng, với nét đẹp yên bình, thơ mộng của những bãi cát trắng trải dài lên tới 10km, chạy hun hút tới tận chân trời và gần như nguyên sơ với làn nước xanh ngắt của biển cả bao la tuyệt đẹp.

Ngày... tháng....

Lâm muốn lưu lại vịnh biển này vài ngày để tham quan những thắng tích, thắng cảnh. Dĩ nhiên tôi đồng tình với tâm trạng rất vui vì hai lý do. Thứ nhất: tôi được gần Lâm thêm vài ngày nữa, với tôi bây giờ, mỗi ngày bên cạnh Lâm là một ân sũng lớn. Thứ hai: Tôi được dịp tiếp cận với mọi thắng tích, thắng cảnh tôi đã đọc, đã nghe nhưng chưa có cơ hội diện kiến.

Lâm nói,

"Trước tiên chúng ta tìm khách sạn ngơi nghỉ, tắm rửa, ăn uống, sau đó sẽ lên kế hoạch đến những đâu."

Chúng tôi tạm trú trong một restaurant loại nhỏ hướng ra vịnh Lăng Cô. Buổi sáng, nắng chưa lên, trời còn tờ mờ. Chúng tôi ra ngồi ăn điểm tâm ngoài hành lang, nhìn ra vịnh cát trắng trải dài mút mắt, ngoài khơi xa những chiếc thuyền dường như đứng yên. Chân trời dần rựng sáng, và chả mấy chốc mặt trời to như chiếc nong nhô lên đỏ ối, càng lúc càng cao, màu đỏ chuyển sang màu cam rồi trắng lóa, vài dãi mây sẫm màu viền quanh ánh sáng rực rỡ.

Lâm trầm trồ,

"Đẹp quá!"

Tôi phụ họa,

"Đẹp thực, trong thành phố không thể nào nhìn thấy cảnh này."

Lâm cười,

"Thành phố chỉ toàn xe cộ, nhà cửa và đèn điện, làm sao thấy được ánh trăng rằm hay mặt trời rạng đông!"

Lâm uống cạn cốc cà phê rồi đứng dậy,

"Vào thu xếp hành trang, đợi nắng lên cao, mình khởi hành."

Ngót hai ngày chúng tôi đã tham quan gần hết những thắng cảnh: Rừng Bạch mã với thác Đỗ Quyên cao dễ chừng cả trăm mét, đổ xuống những ghềnh đá, như dãi lụa bạc, tạo thành các ghềnh bậc thang, ầm vang, hùng tráng; Hồ nước lớn tập hợp bởi năm hồ nước nhỏ phẳng lặng; Làng chài cổ khai sinh từ 250 năm trước với những ngôi nhà nhỏ khiêm nhường núp dưới những rặng cây rợp bóng râm; Những khách sạn bề thế và các resort cao cấp hiện đại với hồ bơi, sân tenis, sân gôn mênh mông; Bờ biển dài, những con thuyền neo bình yên dọc bờ cát; Hồ Lập An thoát ẩn thoát hiện dưới những cuộn mây trắng lãng đãng sà thấp; Lên Vọng Hải Đài nhìn xuống màu xanh nhiều sắc độ, từ xanh thẫm đến xanh nhạt, vàng chanh, nâu đỏ đan chen, chập chùng ngút mắt; Và vịnh Lăng Cô, bãi cát trắng men theo bờ biển nước trong màu ngọc bích; Những khách san sơn trắng, những mái ngói đỏ ẩn hiện giữa những vòm lá; Cung đường ray xe lửa vượt non 17km đưa du khách từ thành phố Huế đến cây cầu dài bắt ngang vũng biển sang vịnh Lăng Cô; Con đường quanh co chạy dọc triền đồi; Thiền viện Trúc Lâm yên bình trong rừng thông, nơi trụ trì của thiền sư Thích Thanh Từ, người đã xây cất thắng tích này cũng như khai sáng thiền phái Trúc Lâm, khởi từ Phật hoàng Trần Nhân Tông, cũng là nơi nhiều khóa tu dưỡng được tổ chức để Phật tử từ mọi miền, kể cả nước ngoài về hội tụ.

Cảnh đẹp như tranh thủy mạc và thơ mộng tựa chốn bồng lại. Tuy không phải tín đồ nhưng tôi và Lâm cảm thấy lòng thanh tịnh, dường như mọi bụi bặm trần thế tan biến khi đối diện thiền viện này.

Vịnh Lăng Cô

Trước khi tiếp tục hành trình, chúng tôi không quên viếng lăng vua Khải Định, được xem là lăng tẩm lớn và đẹp nhất. Đó là quần thể nguy nga với kiến trúc độc đáo pha trộn giữa Đông và Tây phương, với cổng tam quan hao hao giống kiến trúc Ấn Độ, sân chầu có hai hàng quan viên văn võ bằng đá dẫn đến chín bậc cấp, tới ngôi lăng mái lợp ngói tráng men xanh, cong vuốt hình đầu thuyền, rồng cuộn từ đỉnh xuống các đầu chái, đắp bàng ciment cẩn mảnh sành được đập vỡ từ vô số chén kiểu quý hiếm. Nhìn tổng thể, công trình mang dáng vẻ mọi đền chùa khắp các vùng miền trong lãnh thổ Việt Nam nhưng uy nghi bề thế nhiều chục lần hơn. Bước vào nội thất, tôi và Lâm bị choáng ngợp trước cảnh tượng cực kỳ huy hoàng với nhiều bức hoành phi, trướng rũ vĩ đại sơn son thép vàng lấp lánh dưới ánh điện, những bích họa vẽ bởi các họa sĩ được mời từ Pháp sang, mô tả cảnh sinh hoạt chốn cung đình, và nhất là không gian thờ với những cột trụ và các bức tường được chạm khắc cực kỳ tinh xảo. Phía trên phần mộ là pho tượng vua Khải Định ngồi uy nghi trên ngai vàng, lớn hơn người thật, được đúc bằng đồng mạ vàng. Công trình này cũng do một điêu khắc gia người Pháp thực hiện.

Lăng vua Khải Định

Tôi nói với Lâm,

"Nhìn cảnh này rồi so sánh với những hình chụp của người Pháp trong các tư liệu còn lưu lại cảnh các thôn làng khắp nơi với dân đen khố rách áo ôm chui rúc dưới các mái tranh vách đất tồi tàn, mới thấy sự cách biệt đến tàn nhẫn của thời đại phong kiến ngự trị suốt mấy ngàn năm."

Lâm nói,

"Không riêng gì Việt Nam, mọi quốc gia trên hành tinh này, từ Đông sang Tây, qui mô có khác nhưng tựu chung đều như thế cả."

Xe qua cầu Trường Tiền vào phố.

Tôi đã đến đây bốn năm trước, nhìn chung, thành phố không thay đổi nhiều, cầu Trường Tiền vẫn như bao đời nay, vẫn "sáu vai mười hai nhịp", vẫn một màu trắng, khác chăng là ngày xưa, nghe mẹ nói, dân ở đây mỗi khi ra đường đều ăn mặc chỉnh tề, nhất là đàn bà con gái, bao giờ cũng áo dài tha thướt, ngay cả những người buôn gánh bán bưng cũng thế. Tôi nghĩ mẹ đã cường điệu, làm gì những người buôn gánh bán bưng cũng áo dài? Vừa bất tiện vừa coi không được! Chả lẽ ngồi bán cá ngoài chợ cũng áo dài? Vô lý! Tuy nhiên thỉnh thoảng tôi nhìn thấy hình ảnh trong các tờ báo hoặc sách vở viết về thời xa xưa, các nữ sinh đạp xe đạp qua cầu Trường Tiền, gió tung bay những tà áo dài, những mái tóc thề. Đẹp, nên thơ lắm. Bây giờ đã khác, như mọi thành phố từ nam ra bắc, họ đều ăn mặc như nhau, cũng áo phông, quần jean, cũng váy ngắn váy dài, cũng kiểu cọ thời thượng. Phương tiện giao thông, truyền thông truyền hình và nhất là điện thoại thông minh, internet, đã xóa bỏ khoảng cách địa lý. Ngày trước giữa Đà Nẵng và Huế chỉ non một trăm cây số, thế mà muốn đi lại cũng là một vấn đề, đường sá tồi tệ, xe cộ thô sơ, đèo Hải Vân hiểm trở. Những lực cản tuy không lớn song khiến người ta ngại. Bây giờ với đường hầm xuyên núi, nếu đi xe hơi mất không quá hai tiếng, nếu xe gắn máy tối đa ba tiếng. Muốn ăn một tô bún bò hay một bát cơm hến đúng điệu Huế, chỉ cần lên xe phóng một lèo là cái bao tử được đáp ứng dễ dàng.

Không riêng gì Đà Nẵng, Huế, các tỉnh thành khác cũng thế. Chỉ cách nhau bảy tám mươi cây số, thậm chí gần hơn, năm ba mươi cây, thế mà đi lại cũng khó khăn. Chúng ta không lạ gì ở thôn quê, nhiều người từ khi ra đời đến ngày về với đất chỉ quẩn quanh trong lũy tre làng, nếu xa hơn cũng từ làng này sang làng khác, khoảng cách không quá nửa ngày đường đi bộ.

Tôi từng du lịch nhiều lần các nước phương Tây, nhận thấy các tỉnh thành xa nhau những bảy tám trăm cây số, thậm chí cả ngàn cây, vẫn na ná như nhau, về mọi mặt, từ tiếng nói đến âm thực, cá tính, lối xử kỷ tiếp vật... Nước ta khác, Đà Nẵng, Huế chỉ non trăm cây số, Quảng Nam, Quảng Ngãi, Bình Định, Phú Yên, Qui Nhơn... cũng chỉ tương đương, có khi gần hơn, năm bảy mươi cây, thế mà từ thổ âm đến thức ăn đồ uống, bản chất, cách đối đãi... đều khác nhau đến lạ lùng. Suy nghĩ rốt ráo chúng ta không khó tìm ra câu trả lời: ngoài thổ ngơi, nguồn nước uống, đất đai, khí hậu, truyền thông, đi lại là những yếu tố then chốt làm nên sự khác biệt. Thử so sánh: Huế là đất thần kinh, từ lời ăn tiếng nói đến giao tiếp đều ảnh hưởng cung cách cư xử của vua quan, quí tộc: nhỏ nhẹ, văn hoa, thâm trầm, khác xa với Quảng Nam, đất cày lên sỏi đá, canh tác cực nhọc mà thu hoạch không được bao nhiêu, khổ cực trăm bề, ăn mắm mút giòi, cái khổ làm tính tình trở nên cộc cằn, nói năng kiểu dùi đục chấm mắm nêm, cứ thế từ đời này sang đời nọ, ăn sâu vào máu, trở thành quán tính. Vào miền nam, sông rạch ngang dọc, đất đai màu mỡ, ruộng đồng cò bay thẳng cánh, lúa gạo dư thừa, cá tôm, cây trái ê hề, vật chất no đủ tạo thành bản chất: hào sảng, trượng nghĩa, rộng rãi.

Ngày... tháng...

Buổi tối, sau khi đã thuê khách sạn, tắm rửa ăn uống xong, chúng tôi đi dạo một vòng phố xá, từ ngoại đến nội thành. Ghé vào quán giải khát mang cái tên thực dân dã, *Cà phê Vườn*, có nhạc sống. Đúng như tên quán, bàn ghế cho khách được kê dưới những gốc xoài, mít, nhãn lồng, vải, bòn bon, măng cụt..., và sân khấu là bục gỗ thấp giữa sân trước ngôi nhà kiểu cổ cột kèo lên nước đen bóng, giàn nhạc đặt dưới mái hiên, gồm một tay trống, ba guitar. Ca sĩ cũng chỉ ba người chủ lực: một cụ bà tóc bạc trắng, đẹp lão, tôi đoán cũng phải gần tám mươi, một thiếu phụ cỡ bốn mươi, một cô gái trên dưới hai mươi, họ cùng hát một nhạc phẩm của Trầm Tử Thiêng, nhạc sĩ này vượt biên ra hải ngoại, định cư tại nam Califona, Hoa Kỳ, hầu hết sáng tác của ông đều bị cấm phổ biến. Nhưng từ ngày đổi mới, như nhiều nhạc sĩ khác của miền nam xưa, vài tác phẩm của họ được cho hát lại.

Tôi và Lâm thực sự xúc động khi nghe ba người đại diện ba thế hệ cùng trình diễn ca khúc *Chuyện một chiếc cầu đã gãy* thật hay:

Một ngày vào thuở xa xưa trên đất thần kinh
Người bỏ công lao xây chiếc cầu xinh
Cầu đưa lối cho dân nối liền cuộc đời
Khắp cố đô dân lành an vui ca thành điệu Nam Bình
Niềm vui bao lâu ước mơ giờ trên xứ thơ cầu nối liền bờ
Thỏa lòng người dân hằng chờ có ngày hẹn hò
tình đẹp như mơ

Ngày ngày cầu đã đưa em qua nhóm chợ khuya
Cầu đã đưa anh qua xới ruộng nâu
Giờ êm ái quen nghe tiếng hò Ngự Bình
Nước dưới cầu nước vẫn trong xanh như
lòng người dân lành
Cầu đưa ta đi sớm trưa tìm trong nắng mưa
niềm vui ngày mùa
Hết lòng gìn giữ nhịp cầu nối liền tình người
đẹp đời mai sau

Từng đoàn người dệt tương lai đi nắng về trưa
Dập dìu trong tay chan chứa tình thương
Cầu êm bóng xa xa nắng tre rập đường
Áo trắng về trắng cầu quê hương mỗi lần chiều tan trường
Cầu quen đưa bao chuyến xe nhiều khi vẫn nghe
buồn vui tràn trề
Âm thầm người đi, người về trót ghi lời thề
ngoài miền sơn khê

Ngày nào cầu đã đưa anh qua phố tìm em
Cầu đã đưa ta sang chỗ hẹn nhau
Cầu tha thiết khuyên anh giữ trọn tình đầu
Nước dưới cầu vẫn trong veo như cuộc tình duyên nghèo

Tình yêu ta như nước trong dù qua mấy sông
lòng vẫn một lòng
Thương người nhìn qua đầu cầu hứa hẹn ngọt ngào
tình bền duyên lâu

Tình người về giữa đêm xuân chưa dứt cuộc vui
Trận địa qua đây gây cảnh nổi trôi
Cầu thân ái đêm nay gẫy một nhịp rồi
Nón lá sầu khóc điệu Nam Ai tiếc thương lời vắn dài
...

Nhìn lối trình diễn cùng giọng hát, tôi và Lâm có chung nhận xét, cụ bà hẳn là một ca sĩ xưa kia, thiếu phụ và cô gái cũng thế, cách cầm micro, bước tới lui rất nhịp nhàng, ăn khớp thật chuyên nghiệp, gây cho người xem ấn tượng khó quên.

Nữ sinh trên sông Hương

Sáng hôm sau chúng tôi vào thăm các lăng miếu trong hoàng thành, tất cả đều được tôn tạo khá hoàn thiện, có lẽ không khác xưa kia, thời trị vì của các vua. Lâm rất thích lăng Tự Đức, không bề thế uy nghi như lăng Khải Định, mà u trầm tịch mịch nằm giữa hồ sen, phản ảnh trung thực bản chất của vị vua này: yếu đuối, bệnh tật, không con cái nối dõi, sính thơ văn, là tác giả một bài thơ được sáng tác khi nhớ đến một phi tần ông rất sũng ái, chết vì bạo bệnh, người đời sau vẫn truyền tụng hai câu:

Đập cổ kính ra tìm lấy bóng
Xếp tàn y lại để dành hơi

Tuy không phải là bạo chúa, song vì nhu nhược nên dưới triều đại ông có một biến cố lớn gây tử vong hàng ngàn người và không khí nghi kỵ, tìm kiếm, tra hỏi những dư đảng làm kinh thành sống trong nơm nớp một thời gian dài.

Vào thời đó khắp xứ Huế, không mấy ai không biết tiếng chàng học trò hay chữ Đoàn Hữu Trưng, được Tùng Thiện vương Miên Thẩm, vị tôn thất nổi tiếng hay thơ yêu mến đến độ gả con gái là nàng Thể Cúc cho. Không chỉ lọt vào nơi trâm anh thế phiệt, Đoàn Hữu Trưng còn nghiễm nhiên trở thành em rể họ của nhà vua, bởi Miên Thẩm chính là chú ruột của vua Tự Đức. Thế nhưng chàng thư sinh có tiếng tài cao chí lớn này lại vô cùng bất mãn với triều đình, cho rằng nhà vua quá nhu nhược, dâng đất cho Pháp, để nhân dân đói khổ lầm than mà mình thì cứ ngồi yên trên ngai vàng. Chỉ có một cuộc chính biến mới có thể thay đổi được tình hình.

Bấy giờ ở kinh thành Huế có nhiều thi viên, thi xã. Đoàn Hữu Trưng cùng hai em là Đoàn Tư Trực, Đoàn Hữu Ái và hai người bạn thân cũng nhân đấy mở Đông Sơn thi tửu hội. Dưới vỏ ngoài ngâm thơ vịnh nguyệt, rượu sớm trà trưa, họ gặp gỡ nhau bàn việc khởi sự.

Để có danh nghĩa thu phục nhân tâm, họ dự định sẽ tôn phù Đinh Đạo là con trai của Hồng Bảo lên làm vua. (Hồng Bảo chính là anh của Tự Đức, bất mãn vì không được chọn làm người kế vị nên đã mưu phản, bị bắt và tự tử trong ngục) Một khi âm mưu được thực hiện, họ sẽ phong Tự Đức lên làm Thái thượng hoàng, thực chất là "ngồi chơi xơi nước", không còn quyền hành gì nữa. Mục đích của họ, như qua câu thơ còn truyền lại:

Trong trừ tà đạo cho thanh
Ngoài cùng Tây giặc tranh giành một phen.

Đoàn Tư Trực cải trang làm người bán sách lân la tìm gặp Đinh Đạo đang bị quản thúc trong ngục. Đoàn Hữu Ái cạo đầu giả làm sư, đi vận động các sư sãi và phật tử, đươc nhà sư Nguyễn Văn Quý trụ trì chùa Pháp Vân nhận làm quân sư. Đoàn Hữu Trưng móc nối được với một số quan quân trong thành làm nội ứng. Hữu Trưng rất yêu vợ con. Song lường trước nguy hiểm đến với mình, ông lấy cớ vợ thiếu lễ độ với mẹ chồng, đã "trả" Thể Cúc về phủ Tùng Thiện vương.

Khi ấy, Tự Đức đang lo xây lăng tẩm cho mình, đặt tên là Vạn Niên Cơ với mong muốn sẽ trường tồn mãi mãi. Hơn ba nghìn lính và phu phen ngày đêm nai lưng làm việc, ăn đói, mặc rét dưới làn roi của các tên đốc công tàn ác. Những người trong hội thi tửu Đông Sơn ra sức truyền bá câu thơ:

Vạn Niên là Vạn Niên nào
Thành xây xương lính, hào đào máu dân.

Không những thế, họ còn dự tính sẽ dùng lực lượng binh phu này làm quân khởi nghĩa.

Để có cớ tập trung đông người, vợ Đinh Đạo xin phép nhà vua cho làm lễ cầu siêu cho cha chồng là Hồng Bảo. Vua Tự đức chuẩn y, vì trong thâm tâm vua vẫn áy náy về việc mình lên ngôi khiến anh phải tự tử hơn mười năm về trước. Lễ cầu siêu được sư Nguyễn Văn Quý cử hành tại chùa Pháp Vân, cách công trường xây lăng chừng một cây số. Rạng sáng ngày 16/9/1866, ngày thứ ba của buổi lễ, từ chùa Pháp Vân, Đoàn Hữu Trưng cùng một tốp người cải trang tiến sang công trường Vạn Niên Cơ. Hữu Trưng ngồi võng lọng, có quân lính theo hầu đóng vai Tham tri Bộ công theo lệnh vua đến tra xét công trình. Lính canh giữ không nghi ngờ gì cả. Lọt được vào bên trong, ông ra lệnh bắt trói hai tên đốc công nổi tiếng tàn ác, sau đó đứng ra kể tội triều đình và hô hào lật đổ nhà vua. Hơn ba ngàn người hò reo xin được đi theo. Để làm vũ khí, họ vác theo những chiếc chày vôi, nên về sau sử gọi là "Loạn Chày Vôi". Đoàn Hữu Trưng chia quân làm 3 đạo để tiến đánh và tiếp ứng lẫn nhau.

Đoàn quân do Hữu Trưng chỉ huy làm chủ soái rầm rộ vượt sông Hương tiến đến hoàng thành. Lá cờ "Ngũ đại hoàng tôn" (chỉ Đinh Đạo, cháu năm đời vua Gia Long) reo bay phần phật. Sau tiếng súng lệnh nổ vang, nghĩa quân ào vào như nước. Viên chưởng cơ Hồ Oai chỉ huy đội Long Võ nghe tiếng huyên náo xông ra chặn đánh. Bị số đông áp đảo, Hồ Oai không chống cử nổi, phải chạy vào cửa Tả Sương cài then sắt lại. Tự Đức bấy giờ mới giật mình thức dậy, không hiểu có chuyện gì. Đoàn Hữu Trưng thét viên chưởng cơ mở cửa, nhưng Hồ Oai vẫn dùng thân mình áp chặt then sắt không chịu mở. Hữu Trưng dùng thanh gươm lùa qua khe cửa chặt đứt một bàn tay của Hồ Oai. Một tốp nghĩa quân khỏe mạnh cùng hò dô lấy sức tông mạnh, nhưng cánh cửa không suy chuyển. Biết không thể chậm trễ, Hữu Trưng cho tất cả nghĩa quân tập trung tại sân điện Thái Hòa. Ông sai Đoàn Hữu Trực đi phá khám giam đón Đinh Đạo về để lên ngôi.

Nhưng quân triều đình đã kịp kéo đến vây kín hoàng thành. Một trận chiến đẫm máu diễn ra ngay trong sân điện Thái Hòa. Quân Chày Vôi lăn xả vào đánh, nhưng thiếu khí giới, lại chưa từng được luyện tập nên chẳng mấy chốc hộ bị giết hết. Anh em họ Đoàn bị bắt tại chỗ.

Cánh quân thứ hai do nhà sư Nguyễn Văn Quý chỉ huy, chưa kịp vượt sông Hương, biết tin thất trận nên vội tháo chạy. Nhà sư trốn về chùa Pháp Vân, nhưng hôm sau cũng bị bắt. Cánh quân thứ ba do Trương Trọng Hòa, một thành viên của hội Đông Sơn chỉ huy, tiến vào trại Thần Cơ ngoài hoàng thành, đoạt được kho vũ khí và nghi trượng. Không nhận được tin của đạo tiền quân, họ xông vào cửa Chương Đức. Bị quân triều đình chặn đánh, hai bên giao chiến ác liệt, nhưng chẳng mấy chốc hàng ngũ nghĩa quân bị rối loạn, thủ lĩnh Trương Trọng Hòa cũng bị bắt.

Lăng vua Tự Đức

Một cuộc tàn sát khốc liệt diễn ra sau đó. Anh em họ Đoàn bị xử tội lăng trì (còn gọi là tội tùng xẻo, hình phạt cực kỳ man rợ: tội nhân bị trói vào cột, một hồi trống vang lên, tội nhân bị cắt lưỡi, một hồi trống nữa, đến đôi mắt bị móc, và cứ thế, tai, mũi, miệng bị xẻo, rồi từng miếng thịt khắp cơ thể, cho đến chết vì mất máu. Cuộc hành hình kéo dài có khi nửa ngày, tội nhân bị xẻo hết thịt, trơ xương. Do những vết xẻo chỉ ngoài da, không phạm đến lục ngủ tạng gây tử vong ngay, tội nhân sẽ đau đớn đến hơi thở cuối cùng). Họ Đoàn bị tru di tam tộc. Vợ Đoàn Hữu Trưng tuy đã bị chồng "đuổi" nhưng vẫn bị bắt phải đổi sang họ khác và buộc cắt tóc đi tu. Con trai ông bị đưa cho người khác nuôi, nhưng về sau cũng bị thủ tiêu "mất tích". Tùng Thiện vương Miên Thẩm bị hạch tội kén rể không kĩ, nhưng là chú vua nên chỉ bị tước bổng lộc ba năm. Nhà sư Nguyễn Văn Quý bị chém bêu đầu, chùa Pháp Vân bị san phẳng. Cuộc truy xét, tố giác lẫn nhau kéo dài làm cả kinh thành nơm nớp sống trong lo sợ. Nguyễn Tri Phương được triệu từ Gia Định ra làm tổng trấn kinh thành. Ông thấy không khí kinh thành ngột ngạt bất an, bèn tâu vua cho khép lại vụ án để yên lòng dân. Bản thân Tự Đức cũng thấy việc xây dựng lăng tẩm cho mình là thất nhân tâm. Cho nên ông đã đổi tên Vạn Niên Cơ thành Khiêm Cung với nghĩa là khiêm tốn, khiêm nhường. Về sau, lăng này được gọi là Khiêm Lăng.

Ngày.... tháng...

Rời Huế, cuộc hành trình tiếp tục ra phía bắc.

Địa danh kế chúng tôi ghé là động Phong Nha, một thắng cảnh nổi danh không chỉ trong nước mà còn lan tỏa khắp thế giới.

Vườn quốc gia Phong Nha – Kẻ Bàng nằm tại huyện Bố Trạch và Minh Hóa, tỉnh Quảng Bình, cách thành phố Đồng Hới khoảng 50km về phía Tây Bắc, cách thủ đô Hà Nội khoảng 500km về phía nam. Vườn quốc gia này giáp khu bảo tồn thiên nhiên Hin Namno ở tỉnh Khammouan, Lào về phía tây; cách Biển Đông 42km về phía đông kể từ đường biên giới của vườn quốc gia này.

Phong Nha-Kẻ Bàng là một khu vực núi đá vôi rộng khoảng 201.000 ha thuộc lãnh thổ Việt Nam, phần còn lại thuộc lãnh thổ Lào. Diện tích vùng lõi của vườn quốc gia là 85.754 ha và một vùng đệm rộng 195.400 ha. Tháng 8 năm 2013, Thủ tướng chính phủ đã có quyết định mở rộng vườn quốc gia này lên 1.233,26 km². Vườn được thiết lập để bảo vệ một trong hai vùng caster lớn nhất thế giới với khoảng 300 hang động và bảo tồn hệ sinh thái bắc Trường Sơn ở khu vực Bắc Trung Bộ Việt Nam. Đặc trưng của địa phận này là các kiến tạo đá vôi, 300 hang động, các sông ngầm và hệ động thực vật quý hiếm nằm trong Sách đỏ Việt Nam và Sách đỏ thế giới. Các hang động ở đây có tổng chiều dài khoảng hơn 80km nhưng các nhà thám hiểm hang động Anh và Việt Nam mới chỉ thám hiểm 20km, trong đó 17km ở khu vực Phong Nha và 3km ở khu vực Kẻ Bàng.

Tháng 4 năm 2009, một đoàn thám hiểm thuộc Hiệp hội Hang động Hoàng gia Anh đã phát hiện và công bố hang Sơn Đoòng là hang động có kích thước lớn nhất thế giới (dài trên 5km, cao 200m - thử hình dung nếu xây một cao ốc 60 tầng thì sân thượng vẫn chưa chận nóc - và rộng 150m), lớn hơn nhiều so với hang *Deer* ở Vườn quốc gia *Gunung Mulu ở Sarawak, Malaysia.* Trong nhiều đợt khảo sát các đoàn thám hiểm cũng tìm thấy 41 hang động nữa. Biến Quảng Bình thành một thành phố có hang động nhiều nhất Đông Nam Á.

Lâm chạy chậm về phía bến đò sông Son, nơi bắt đầu hành trình tham quan Phong Nha, một trong hơn 40 hang động của địa danh này.

Chúng tôi xuống một chiếc thuyền làm bằng tôn sơn xanh dương nhạt, như rất nhiều thuyền khác cùng kích cở và màu sơn. Thiếu phụ lái đò trạc 40 tuổi, có lẽ trước đây là nông dân, như rất nhiều người khác sống ở vùng này, nay chuyển sang phục vụ du lịch.Thiếu phụ chỉ tay quán giải khát trên bãi trống ven bờ, nói,

"Ông bà có thể vào trỏng uống cà phê, chừng nào đủ khách tôi sẽ gọi."

Lâm hỏi,

"Thuyền chở được mấy người?"

"Tám, kể cả một hướng dẫn viên."

"Đã nhiêu người rồi?"

"Mới mình ông bà, nhưng không lâu đâu, sẽ đủ ngay thôi."

"Tôi sẽ bao luôn số khách còn lại, chị có thể đi ngay."

"Thế thì tốt quá, tôi sẽ gọi hướng dẫn viên rồi đi.

Thiếu phụ nói lớn về phía phòng hướng dẫn cũng nằm trong bãi trống,

"Chúng tôi sẽ khởi hành, khách cần hướng dẫn viên."

Thuyền chèo tay, lướt chậm ngược dòng trên con sông hẹp, những dề lục bình gần như đứng yên, núi cao rợp cây xanh in đậm trên bầu trời trong, nhiều mây, một đàn cò trắng bay ngang, trên cao. Phong cảnh thơ mộng, đẹp như tranh thủy mạc.

Tôi nhìn khung cảnh còn mang đậm nét hoang sơ, nói

"Ngày xưa chắc hẳn nơi này không vết chân người."

Lâm nói,

"Có đấy, đất này nguyên thủy của người Chăm, Chế Bồng Nga đã dâng cho Đại Việt để cưới Huyền Trân công chúa. Người ta từng tìm thấy những mảnh gốm, chứng tỏ xưa kia con người đã từng đến nơi này."

Thuyền chui vào cửa hang thấp, càng đi sâu khí hậu càng se lạnh, những giọt nước nhỏ tí tách xuống mặt sông, đồng thời ánh sáng đã yếu dần tạo bầu khí lung linh khiến du khách có cảm tưởng đang lạc vào cõi mộng. Bỗng ánh nắng lại chóa lòa, thuyền ra khỏi phần thứ nhất của hang, du khách sẽ theo hướng dẫn viên đi tiếp bằng đường bộ, sông đã chui vào hang thấp, thuyền không vào được, phải quay về. Từ đây du khách mới thực sự tiếp cận sự kỳ vĩ của thiên nhiên. Ba người phải cúi rạp, gần như bò, men theo dãi đá nổi lên bên bờ trái để qua vòm hang, khoảng ba mươi mét, bất ngờ hang mở rộng và cao, dòng sông chảy về hướng khác. Những vách đá và những cột nhũ to, cao chạm nóc hang, đủ mọi hình dáng, màu sắc, được hình thành từ hàng trăm triệu năm trước do hơi sương trên nóc hang biến thành nước, nhỏ xuống; Những dòng suối chảy róc rách; Tiếng đập cánh và tiếng kêu của loài dơi khiến tôi rờn rợn, bất giác tôi níu chặt cánh tay Lâm, anh nhìn tôi mĩm cười,

"Sợ à?"

Tôi nói cứng,

"Không."

Lâm cười thành tiếng,

"Ha… anh thì sợ muốn vải ra quần!"

Tôi cắn vào tay Lâm,

"Anh này… ăn với nói…"

Động Phong Nha, Kẻ Bàng

Bầu khí lung linh nhạt dần, màu nắng soi rõ cảnh vật, tôi nhìn lên, "lỗ thủng" trên trần hang lớn như sân cầu lông, mặt trời xối xuống luồng ánh sáng chóa lòa, Lâm thốt kêu,

"Đẹp quá!"

Tôi nhình quanh, cũng như Lâm, tôi không thể không sửng sốt,

"Đẹp thực!"

Nắng vàng như lụa rải trên rừng cây nhiều màu. Những bụi cỏ cao, chen lẫn vô số bông hoa trắng soi bóng dưới dòng suối trong, những bụi sim sai trái màu tím thẩm, những con cá lớn bằng ba ngón tay, dài khoảng hai tất, thân vàng nghệ lốm đốm những chấm tròn đen nhởn nhơ bơi chậm. Dọc bờ suối vài cây vươn gần đến "lỗ thủng", tán xòe tròn như được cắt tỉa, xanh bên dưới, chuyển dần sang đỏ đậm, cuối cùng thành màu trắng trên ngọn. Từ những kẻ đá trên vách hang nức ra loại cây lá dài tựa lưỡi kiếm, và dày, xang mướt, thòng xuống cùng dây nhiều hoa màu đỏ từ cuống, lan dần sang vàng nghệ rồi hồng phấn, to như tách uống trà, tám cánh dày bung nở bao quanh nhụy hoa xanh thẩm,

Tôi hỏi Lâm,

"Hoa gì vậy anh? Em chưa từng thấy."

"Anh không biết, như em, anh cũng mới thấy lần đầu."

Người hướng dẫn viên lên tiếng,

"Đó là thạch lan, chỉ có ở đây"

"Thạng lan, lan đá, hay nhỉ." Lâm tán thán.

Tôi hỏi người hướng dẫn viên,

"Bứng về trồng được không anh."

"Hoa sẽ héo và rụng cánh ngay khi ra khỏi hang, nó chỉ thích nghi với môi trường này. Chúng tôi đã nhiều lần thử như cô nói nhưng đều thất bại"

Một con vật tựa kỳ nhông, thân hình màu trắng, vằn vện những đường sọc màu đen và nâu sẩm, hai mắt to tròn lồi hẳn ra phía trước, miệng rộng môi dày, từ một lùm cây phóng ra rồi mất biến vào một lùm cây khác, tôi giật mình níu chặt cánh tay Lâm,

"Anh"

Người hướng dẫn viên cười,

"Thằn lằn hổ, trông dữ tợn thế nhưng hiền lắm, chỉ ăn quả dại trong mảnh rừng này."

Qua hết thảm thực vật, chúng tôi đi tiếp, ánh sáng dần lung linh như trước, hang động có lúc hẹp, thấp, có lúc rộng và cao, nhủ đá vẫn đa sắc và hình thù không ngớt đổi thay. Thỉnh thoảng chúng tôi phải nhảy qua những tảng đá trồi lên từ dòng suối cạn.

Hướng dẫn viên nói,

"Chúng ta có thể tiếp tục cho đến khi ánh sáng không soi tới, tuy nhiên tôi nghĩ hành trình đến đây là vừa."

Ngày... tháng...

Trưa, dù nắng gắt nhưng gió biển làm không khí dễ chịu. Bãi biển kín người, tôi nhận thấy, so với Vũng Tàu, Sầm Sơn có vẻ đông hơn.

Trước thế kỷ 20, nơi này là một làng chài nghèo và lạc hậu, dân hầu hết đều thất học, nhà tranh vách đất, thậm chí không có tên trên bản đồ.

Biển Đồ Sơn 1905, rất hoang sơ, không có gì ngoài ngư dân lao động nặng nhọc và lạc hậu

Thập niên hai mươi thế kỷ trước, người Pháp nhận thấy Sầm Sơn có phong cảnh đẹp, biển trong xanh, bãi cát trắng mịn chạy dài hàng chục cây số, nhiều nơi đá tảng chất chồng hoang sơ nhưng thơ mộng, khí hậu trong lành khá lý tưởng nên đã biến nơi này thành khu nghỉ dưỡng dành riêng cho tầng lớp thực dân "mắt xanh mũi lỏ" và vua quan triều Nguyễn. Pháp thua trận rút về nước, Đồ Sơn tuy vẫn là nơi thư giản tốt nhưng suốt thời kỳ Nam Bắc qua phân khiến nơi này chưa thể phát triển. Mãi sau khi hòa bình, ngành du lịch được chính phủ và giới tư bản quan tâm, đầu tư, Đồ Sơn từ một quận lỵ nhỏ thua sút mọi mặt so với nhiều địa danh khác trên cả nước đã hóa thân thành một thành phố và bãi biển hiện đại, xưa kia chỉ có khoảng mười nhà nghỉ của các doanh nghiệp và công chức cao cấp của nhà nước, nay đã có gần bảy trăm khách sạn lớn bé phục vụ du khách, sân gol, những tụ điểm vui chơi, giải trí, đường sá, nhà cửa, cao ốc, đại lộ rộng hai chiều xuôi ngược, mỗi bên hai lằn ranh, xe bus, xe ôm, taxi đưa đón khách, xe gắn máy, xe hơi của khách thập phương cùng thành phần khả giả bản địa tấp nập. Biển Sầm Sơn nói riêng, tỉnh Thanh Hóa nói chung thay da đổi thịt, trở thành nơi nghỉ dưỡng lý tưởng, hàng năm có trên dưới bốn triệu du khách. Kinh tế nhờ vậy trở nên phồn vinh, "đất lành chim đậu", dân từ các nơi đổ về, cuộc sống của mọi người được nâng cấp, cải thiện rõ rệt. *Thanh Hóa ăn rau má dọc đường ray* thủa xưa, những tháng năm đói nghèo do chiến tranh đã trở thành dĩ vãng, Sầm Sơn bây giờ không thua kém thành phố biển tiên tiến nào như Đà Nẵng, Nha Trang, Phan Thiết, Vũng Tàu…

Sau khi tham quan các thắng cảnh, thắng tích như núi Trường Lệ (núi Sam), đền Độc Cước, chùa Cô Tiên, đền Tô Hiến Thành, chùa Khải Nam, tôi và Lâm trở về nơi tạm trú, ngồi thưởng thức những món hải sản tươi ngon dưới mái hiên rộng của khách sạn, nhìn ra bãi biển đông kín người. Lâm rủ tôi tắm biển. Chúng tôi xuống bãi, trông Lâm cởi trần, quần cụt, cường tráng, làm tôi nhớ tiểu thuyết Trống Mái của Khá Hưng, một trong ba cột trụ của Tự Lực Văn Đoàn (Nhất Linh, Hoàng Đạo và Khái Hưng). Câu chuyện cảm động nói về mối tình đơn phương của anh chàng chài lưới ít học. Tuy đã đọc rất lâu, những năm còn ở tuổi teen nhưng ấn tượng về mối tình đơn phương của anh chàng ngư phủ quê mùa, chân quê làm tôi nhớ mãi. Hiền, cô thiếu nữ Hà thành học trường Tây, trí thức, đi nghỉ mát ở Sầm Sơn, tình cờ gặp một thanh niên làm nghề đánh cá tên Vọi. Nhìn thân hình lực lưỡng, cuồn cuộn bắp thịt khi gồng mình cùng bạn nghề đẩy chiếc tàu đánh cá lên bờ, Hiền bị cuốn hút bởi vẻ đẹp thể hình như lực sĩ ấy nên xin chụp hình và chủ động làm quen, để rồi khám phá ra con người thật thà, chất phát lại rất đôn hậu, thương người của anh ta.

Với tính khí táo bạo, cấp tiến, Hiền tìm hiểu gia cảnh, nghề cá. Nghe Vọi nói về hòn Trống Mái, Hiền bắt Vọi đưa lên đấy chơi. Dần dà qua giao tiếp và sự giúp đỡ chân thành của Hiền khi em Vọi bị ốm, Vọi có cảm tình và bắt đầu yêu Hiền, môt tình yêu đơn phương, tuyệt vọng vì sự chênh lệch quá xa mọi mặt. Riêng Hiền, chỉ là xúc cảm tự nhiên trước vẻ đẹp thể hình của một trai tráng mạnh khỏe, thế thôi, tuyệt không phải là tình yêu!

Chuyện kết thúc bằng cái chết của Vọi khi đi biển. Mùa hè năm sau, nàng trở lại Sầm Sơn, thì nghe Vòi, cô em Vọi thuật lại chuyện trước khi anh cô mất do tai nạn đi biển, thường lên hòn Trống Mái khắc rất nhiều hai chữ V-H khắp các vách đá.

Câu chuyện cảm động và lãng mạng một thời nổi tiếng, ghi dấu giai đoạn bước ngoặc kể từ Tố Tâm của Hoàng Ngọc Phách và những tiểu thuyết nam bộ của Hồ Biểu Chánh.

Biển Đồ Sơn ngày nay

Buổi tối, qua cửa sổ, tôi nhìn bãi biển sáng rỡ ánh điện, tuy đã vắng người tắm nhưng trên bờ, dọc đại lộ không ít các tụ điểm vui chơi, vũ trường, nhà hàng, quán nhậu nhộn nhịp khách vào ra Sinh hoạt về đêm ở đây không khác những thành phố lớn như Sài Gòn, Hà Nội.

Đúng là *thương hải biến vi tang điền*, làm sao những người sống cách đây trên trăm năm có thể hình dung được một làng chài nhỏ bé, nghèo nàn và lạc hậu đến không có tên trên bản đồ, thế mà ngày nay trở thành một thành phố nghỉ dưỡng trọng điểm của cả nước nói riêng, quốc tế nói chung, với tất cả mọi tiện nghi hiện đại nhất, bất giác tôi bật cười, nhẹ lắc đầu.

Lâm hỏi,

"Em cười gì vậy?"

Tôi nói với Lâm suy nghĩ của mình, Lâm tán dồng,

"Tương lai luôn là một ẩn số, hôm qua đã khác ngày mai, huống gì trên trăm năm, bao nhiêu dâu bể biến thiên! Lắm quốc gia một thời hùng cường, bây giờ co cụm nhỏ bé, có khi diệt vong không mấy ai biết đến, ngược lại, nhiều đất nước lạc hậu, nghèo nàn bỗng trở nên giàu nhờ phát hiện mình đang nằm trên mỏ dầu, một sớm một chiều thay đổi như tuồng ảo hóa. Nước Mỹ trên ba trăm năm trước hình thành do một nhóm tội phạm bị lưu đày và bọn giang hồ tứ chiếng, thế mà ngày nay lại là một cường quốc văn minh và giàu có nhất thế giới."

Bóng đèn ngủ tỏa ánh sáng mát diu khắp căn phòng, ngoài trời chợt đổ mưa, nhỏ thôi, nhưng gió mạnh thổi qua cửa sổ làm không khí trở nên lạnh.

Tôi kéo cao tấm chăn mỏng đắp kín người, Lâm ngồi dậy ra đóng khung kính, ánh điện bên ngoài in rõ thân thể cường tráng của Lâm trên nền bầu trời tối. Đẹp. Tôi dang hai tay đón khi Lâm trở lại giường. Tôi ôm siết và hôn lên khuôn ngực vạm vỡ, khuôn ngực khiến tôi liên tưởng đến chàng ngư phú trẻ của Khái Hưng, Vọi, cùng mối tình đơn phương. Tôi thì thào một lần nữa, không nhớ lần thứ bao nhiêu,

"Em yêu anh."

Lâm mỉm cười cúi xuống hôn dài lên môi tôi,

"Anh cũng yêu em."

Tôi siết chặt vòng tay. Chắc chắn suốt quảng đời còn lại tôi không thể thiếu người đàn ông này.

Ngày... tháng...

Theo những di chỉ khảo cổ tại Cổ Loa cho thấy con người đã xuất hiện ở khu vực Hà Nội từ cách đây hai vạn năm. Các hiện vật khảo cổ giai đoạn tiếp theo, từ đầu thời đại đồ đồng đến đầu thời đại đồ sắt, minh chứng cho sự hiện diện của Hà Nội ở cả bốn thời đại văn hóa: Phùng Nguyên, Đồng Đậu, Gò Mun và Đông Sơn. Trải qua bao hưng vong, mãi đến năm 1019 vua Lý Thái Tổ, theo truyền thuyết, khi dời đô tới Đại La, ngài nhìn thấy một con rồng bay lên, vì vậy đặt tên kinh thành mới là cho Hà Nội là Thăng Long, khi đó chỉ giới hạn bởi ba con sông: sông Hồng ở phía Đông, sông Tô phía Bắc và sông Kim Ngưu phía Nam. Khu hoàng thành được xây dựng gần hồ Tây với cung điện hoàng gia cùng các công trình chính trị. Phần còn lại của đô thị là những khu dân cư, bao gồm các phường cả nông nghiệp, công nghiệp và thương nghiệp. Ngay trong thế kỷ X, nhiều công trình tôn giáo nhanh chóng được xây dựng như chùa Diên Hựu phía Tây hoàng thành xây năm 1049, chùa Báo Thiên xây năm 1057, Văn Miếu xây năm 1070, Quốc Tử Giám dựng năm 1076. Chỉ sau một thế kỷ, Thăng Long trở thành trung tâm văn hóa, chính trị và kinh tế của cả quốc gia.

Phố Hàng Mắm, khoảng năm 1902.

Năm 1430, thành phố được đổi tên thành Đông Kinh, đến 1466 được gọi là phủ Trung Đô. Hoàng thành Thăng Long dưới thời nhà Lê tiếp tục được mở rộng. Bên cạnh, khu vực dân cư được chia thành 2 huyện Vĩnh Xương và Quảng Đức, mỗi huyện 18 phường. Thời kỳ này, đứng đầu bộ máy hành chính là chức Phủ doãn. Thành phố tiếp tục của những phường hội buôn bán, tuy bị hạn chế bởi tư tưởng ức thương của nhà Lê. Trong giai đoạn tranh giành quyền lực giữa nhà Lê, nhà Mạc và chúa Trịnh, Thăng Long vẫn duy trì vị trí kinh đô. Sự phức tạp của chính trị thời kỳ này cũng đem lại cho thành phố một điểm đặc biệt: Bên cạnh hoàng thành của vua Lê, phủ Chúa Trịnh được xây dựng và là trung tâm quyền lực thực sự. Nhờ nền kinh tế hàng hóa và sự phát triển ngoại thương, đô thị Thăng Long bước vào thời kỳ phồn vinh, thu hút thêm nhiều cư dân tới sinh sống. Câu ca "Thứ nhất Kinh kỳ, thứ nhì Phố Hiến" nói lên sự sầm uất giàu có của thành phố, giai đoạn này còn có tên gọi khác là Kẻ Chợ. Nhà truyền giáo người Pháp Alexandre de Rhodes ước tính dân số Thăng Long khi đó khoảng 1 triệu người. William Dampier, nhà phiêu lưu người Anh, đưa ra con số được xem hợp lý hơn, khoảng 2 vạn nóc nhà.

Mùa hè năm 1786, quân Tây Sơn tiến ra miền Bắc lật đổ chính quyền chúa Trịnh, chấm dứt hai thế kỷ chia cắt Đàng Trong – Đàng Ngoài. Sau khi Nguyễn Huệ cùng quân Tây Sơn quay về miền Nam, năm 1788, nhà Thanh đưa quân xâm lược Đại Việt. Tại Phú Xuân, Nguyễn Huệ lên ngôi ngày 22 tháng 12 năm 1788 rồi đưa quân ra Bắc. Sau chiến thắng ở trận Ngọc Hồi – Đống Đa, nhà Tây Sơn trị vì Đại Việt với kinh đô mới ở Phú Xuân. Hoàng đế Quang Trung đổi tên Thăng Long thành Bắc Thành.

Triều đại Tây Sơn sụp đổ sau một thời gian ngắn ngủi, Gia Long lên ngôi năm 1802 lấy kinh đô ở Phú Xuân, bắt đầu nhà Nguyễn. Năm 1805, Gia Long cho phá tòa thành cũ của Thăng Long, xây dựng thành mới, dấu vết còn lại tới ngày nay, bao bọc bởi các con đường Phan Đình Phùng, Hùng Vương, Trần Phú và Phùng Hưng. Năm 1831, trong cuộc cải cách hành chính của Minh Mạng, toàn quốc được chia thành 29 tỉnh, Thăng Long thuộc tỉnh Hà Nội. Với hàm nghĩa "nằm trong sông", tỉnh Hà Nội khi đó gồm 4 phủ, 15 huyện, nằm giữa sông Hồng và Sông Đáy, gồm thành Thăng Long, phủ Hoài Đức của trấn Sơn Tây, và ba phủ Ứng Hoà, Thường Tín, Lý Nhân của trấn Sơn Nam; trong đó Phủ Hoài Đức gồm 3 huyện: Thọ Xương, Vĩnh Thuận, Từ Liêm; phủ Thường Tín gồm 3 huyện: Thượng Phúc, Thanh Trì, Phú Xuyên; phủ Ứng Hoà gồm 4 huyện: Sơn Minh (nay là Ứng Hòa), Hoài An (nay là phía nam Ứng Hòa và một phần Mỹ Đức), Chương Đức (nay là Chương Mỹ – Thanh Oai); và phủ Lý Nhân gồm 5 huyện: Nam Xang (nay là Lý Nhân), Kim Bảng, Duy Tiên, Thanh Liêm, Bình Lục. Hà Nội có tên gọi bắt đầu từ đây.

Hà Nội thời kỳ này còn xuất hiện thêm những công trình tín ngưỡng, tôn giáo như đền Ngọc Sơn, chùa Báo Ân. Nhà Đấu xảo được xây dựng cho hội chợ quốc tế 1902 khi Hà Nội trở thành thủ đô của Liên bang Đông Dương

Ngày 19 tháng 7 năm 1888, Tổng thống Pháp Sadi Carnot ký sắc lệnh thành lập thành phố Hà Nội, có diện tích nhỏ bao gồm 2 huyện Thọ Xương và huyện Vĩnh Thuận thuộc phủ Hoài Đức. Phạm vi thành phố bó hẹp nằm trong khu vực thành Đại La mở rộng thời nhà Mạc. 3 phủ Hoài Đức, Thường Tín, Ứng Hòa thuộc về tỉnh Hà Đông. Phủ Lý Nhân tách ra tạo thành tỉnh Hà Nam. Một thời gian ngắn sau, khu vực phía Tây vườn bách thảo và khu vực tương ứng với các quận Đống Đa, Tây Hồ ngày nay được tách ra thành huyện Hoàn Long, trực thuộc tỉnh Hà Đông, đến khoảng năm 1940 thì sáp nhập trở lại.

Đến năm 1902, Hà Nội trở thành thủ đô của toàn Liên bang Đông Dương. Qua quy hoạch của người Pháp, thành phố dần có được bộ mặt mới. Lũy thành thời Nguyễn đã bị triệt hạ, chỉ còn lại Cột Cờ, Cửa Bắc với vết đạn năm 1873, Đoan Môn và lan can rồng đá ở trong hoàng thành cũ; đến năm 1897 thì lũy thành hầu như bị phá hủy hoàn toàn. Năm 1901, các công trình phủ Thống sứ, Nhà bưu điện, Kho bạc, Nhà đốc lý, Nhà hát lớn, cầu Long Biên, Ga Hà Nội, những quảng trường, bệnh viện... được xây dựng. Hà Nội cũng có thêm trường đua ngựa, các nhà thờ Cơ Đốc giáo, trường Đại học Y khoa, Đại học Đông dương, Đại học Mỹ thuật, các trường Cao đẳng Pháp lý, Nông lâm cùng những nhà máy sản xuất rượu bia, diêm, hàng dệt, điện, nước... . Khi những nhà tư bản người Pháp tới Hà Nội ngày một nhiều hơn, các rạp chiếu phim, nhà hát, khách sạn... dần xuất hiện, những con phố cũng thay đổi để phù hợp với tầng lớp dân cư mới. Vào năm 1921, toàn thành phố có khoảng 4.000 dân châu Âu và 100.000 dân bản địa.

Sự xuất hiện của tầng lớp tư sản Việt Nam khiến văn hóa Hà Nội cũng thay đổi. Nền văn hóa phương Tây theo chân người Pháp du nhập vào Việt Nam kéo theo những xáo trộn trong xã hội. Không còn là một kinh thành thời phong kiến, Hà Nội ít nhiều mang dáng dấp của một đô thị châu Âu. Thành phố vẫn tiếp tục giữ vai trò trung tâm tri thức, nghệ thuật của cả quốc gia, nơi tập trung các nhà thơ mới, những nhạc sĩ tân nhạc cùng những trí thức, học giả nổi tiếng.

Giữa thế kỷ XX, Hà Nội chịu những biến cố phức tạp của lịch sử. Sự kiện Nhật Bản tấn công Đông Dương năm 1940 khiến Việt Nam phải nằm dưới sự cai trị của cả đế quốc Pháp và Nhật. Ngày 9 tháng 3 năm 1945, tại Hà Nội, quân đội Nhật đảo chính Pháp. Nhưng chỉ năm tháng sau, quốc gia này phải đầu hàng quân Đồng Minh, kết thúc cuộc Chiến tranh thế giới thứ hai. Vào thời điểm thuận lợi đó, lực lượng Việt Minh tổ chức cuộc Cách mạng tháng Tám thành công, lật đổ nhà nước Đế quốc Việt Nam, buộc vua Bảo Đại thoái vị, giành lấy quyền lực. Ngày 2 tháng 9 năm 1945, Hồ Chí Minh đọc tuyên ngôn độc lập tại quảng trường Ba Đình, khai sinh nước Việt Nam Dân chủ Cộng hòa với thủ đô Hà Nội. Sau độc lập, thành phố chia thành các khu phố, đổi tên nhiều vườn hoa, đường phố, như đại lộ (*Avenue*) Paul Doumer đổi tên là Nhân Quyền, đường (*Rue de la*) *République* đổi tên là Dân Quyền, đại lộ *Puginier* đổi tên là Dân Chủ Cộng Hòa, đường *Ollivier* đổi là Hạnh Phúc, đường *Dr Morel* đổi là Tự Do...

Cuối năm 1945, quân đội Pháp quay lại Đông Dương. Sau những thương lượng không thành, Chiến tranh Đông Dương bùng nổ vào tháng 12 năm 1946 và thành phố Hà Nội nằm trong vùng kiểm soát của người Pháp. Sau khi Quốc gia Việt Nam được thành lập năm 1949, Hà Nội được Pháp chuyển giao cho quản lý. Quốc trưởng khi đó là Bảo Đại đã bổ nhiệm dược sĩ Thẩm Hoàng Tín làm Thị trưởng thành phố. Năm 1954, chiến thắng Điện Biên Phủ giúp Việt Minh kiểm soát toàn bộ miền Bắc Việt Nam, Hà Nội tiếp tục giữ vị trí thủ đô của Việt Nam Dân chủ Cộng hòa. Ngày 30 tháng 9 năm 1954, Việt Nam Dân chủ Cộng hòa và Pháp ký Hiệp định chuyển giao Hà Nội về quân sự; ngày 2 tháng 10, ký Hiệp định chuyển giao Hà Nội về hành chính. Vào thời điểm được tiếp quản, thành phố gồm 4 quận nội thành với 34 khu phố, 37.000 dân và 4 quận ngoại thành với 45 xã, 16.000

dân. Cuối thập niên 1950 và đầu thập niên 1960, Hà Nội nhiều lần thay đổi về hành chính và địa giới. Năm 1958, bốn quận nội thành bị xóa bỏ và thay bằng 12 khu phố. Năm 1959, khu vực nội thành được chia lại thành 8 khu phố, Hà Nội cũng có thêm 4 huyện ngoại thành. Tháng 4 năm 1961, Quốc hội quyết định mở rộng địa giới Hà Nội, sáp nhập thêm một số xã của Hà Đông, Bắc Ninh, Vĩnh Phúc và Hưng Yên. Toàn thành phố có diện tích 584 km^2, dân số 91.000 người. Ngày 31 tháng 5 năm 1961, bốn khu phố nội thành Hoàn Kiếm, Hai Bà Trưng, Ba Đình, Đống Đa và 4 huyện ngoại thành Đông Anh, Gia Lâm, Thanh Trì, Từ Liêm được thành lập.

Sau chiến tranh cho đến ngày nay, Hà Nội tiếp tục giữ vai trò thủ đô của quốc gia Việt Nam thống nhất

Với tuổi đời hơn 1000 năm, Hà Nội là thủ đô lâu đời nhất trong 11 thủ đô của các quốc gia thuộc khu vực Đông Nam Á.

Hà Nội ngày nay với kiến trúc tiêu biểu, cao ốc Keangnam Hanoi Landmark Tower, Cao 326m, ở quận Nam Từ Liêm, là một trong những tòa nhà cao nhất Việt Nam.

Tôi đọc và tóm lược tài liệu Lâm đưa trước khi cùng Lâm suốt hai ngày tham quan mọi thắng tích. So với những những công trình của các Nước Á châu và Tây phương tôi đã biết trong các lần du lịch thì những thắng tích này quá đỗi khiêm nhường, nhưng lại ghi đậm trong tôi ấn tượng mạnh. Nhìn Lâm đứng rất lâu trước những bia đá ghi tên các tiến sĩ trên lưng những con rùa trong Văn miếu, tôi đoan chắc trong lòng Lâm không thể không bồi hồi xúc động nghĩ đến thời điểm xa xưa, khi những sĩ tử với lều chỏng, bút nghiên, từ khắp mọi miền đất nước lặn lội đường xa, vượt sông, trèo núi, băng rừng tìm về kinh đô ứng thí.

Cái học ngày trước sao mà gian nan thế.

Chả trách nào đỗ được tiến sĩ lập tức tên tuổi được khắc vào bia đá, lưu danh hậu thế! Chẳng những thế, còn ra làm quan nhà cao cửa rộng, nở mặt nở mày cho dòng họ tổ tiên.

Tôi bật cười nghĩ đến các tiến sĩ ngày nay, đầy đường, không mấy ai thèm để ý, vật chất còn thua quá xa một ca sĩ nổi danh tôi từng đọc thấy trên báo, ở dinh thự với hồ tắm dát vàng và đồ nội thất loại thượng hạng được nhập cảng từ Âu châu, Á châu, ra đường được quần chúng trầm trồ ngưỡng mộ.

Thời thế đổi thay, mọi giá trị cũng đảo lộn theo. Ngày trước thành phần *xướng ca vô loại* bị xã hội coi khinh, đến nỗi một trong những điều lệ được ghi rõ ràng bằng văn bản của các triều đại phong kiến, là nếu lỡ có dây mơ rễ má với giai tầng này đều bị cấm đi thi, có nghĩa dù học cao, tài trí đến bao nhiêu cũng chả bao giờ có cơ hội thi thố tài năng, trở thành giai cấp thượng lưu quyền cao chức trọng.

Thế mà ngày nay lại là mơ ước của hầu hết mọi người, nhất là giới trẻ!

Bởi vì học để trở thành Ph D, nếu có điều kiện và kiên trì, chịu dùi mài đèn sách thì ai cũng đạt được. Duy để trở thành nghệ sĩ, bao gồm cả tài tử sân khấu đến điện ảnh thì dù đã được đào tạo từ các giảng đường, học viện danh giá, nào mấy ai thành danh nếu không có năng khiếu trời cho. Chúng ta đã từng biết qua các phương tiện truyền thông, nhiều minh tinh có tài sản bạc tỉ (đô la), có chuyên cơ riêng, có kẻ hầu người hạ và và vệ sĩ không thua các ông vua Trung Đông - quê hương của dầu mỏ - giàu có, xa hoa và quyền uy, thường mời sang trình diễn mỗi khi có lễ lạc hoặc biến cố nào đó như lễ đăng quang, cưới hỏi của các công chúa, hoàng tử, thậm chí nhỏ hơn, sinh nhật chả hạn…, ngoài thù lao lên tới bạc triệu, các ông bà hoàng không ngại này được tiếp đãi cực kỳ trọng hậu, ở khách sạn ngoại hạng lên đến chục ngàn đô la mỗi đêm, giường ngủ dát vàng, ẩm thực cao lương mỹ vị với những món ngon tiêu biểu của nhiều quốc gia, với chén đĩa ly tách cũng bằng vàng, uống những chai rượu quí hàng ngàn đô mỗi bữa ăn, di chuyển đến bất cứ nơi nào bằng *limousine* có tài xế túc trực 24/24, sẵn sàng đưa đón. Chưa kể nhiều thú vui không tiện công bố.

Ngày... Tháng...

Tôi và Lâm ngồi giải khát trong quán nhỏ đối diện tượng đài nữ tướng Lê Chân sau khi từ bốn ngày qua chúng tôi đã thăm viếng hầu hết các thắng tích.

Xế chiều, nắng đã dịu, gió từ sông thổi lên hiu hiu mát.

Lâm nói,

"Trong suy nghĩ của anh, Hải Phòng không có gì đặc biệt, thế nhưng thực tế khiến anh ngạc nhiên, thành phố này nhiều cái, từ kiến trúc đến con người, danh thắng, ẩm thực… đều rất đặc biệt."

"Em cũng thấy thế, đọc các tác phẩm thời tiền chiến, em hình dung Hải Phòng như mọi thành phố khác của miền Bắc, chật hẹp, xưa cũ, đâu ngờ bây giờ trông hiện đại không khác các đô thị tiên tiến của mọi quốc gia đông tây em từng đến."

Tối hôm qua, để phần nào nắm bắt được những nét tiêu biểu những nơi chúng tôi sẽ đến, nên đã cùng đọc vài tài liệu nói về

Hải Phòng, thành phố lớn thứ ba của Việt Nam, sau Hà Nội và Sài Gòn, có một tên khác hữu tình: *thành phố hoa phượng đỏ* vì khắp nơi, hai bên đường, trong công viên… đều rợp bóng cây phượng, đến mùa hè đỏ rực màu hoa. Hải Phòng còn được gọi là Đất Cảng hay Thành phố Cảng, hiện lưu giữ nhiều nét hấp dẫn về kiến trúc, bao gồm kiến trúc truyền thống và của Pháp thời thời thuộc địa, cùng bãi tắm và khu nghỉ dưỡng Đồ Sơn, nổi tiếng không thua Vũng Tàu, Sầm Sơn…

- Điểm đầu tin chúng tôi đến là Đồ Sơn, một bán đảo nhỏ được bao quanh bởi núi, vươn dài ra biển, có những bãi cát mịn, và những rừng phi lao rợp bóng triền miên động gió. Ngày nay Đồ Sơn là điểm du lịch với vẻ đẹp vừa xưa cũ (trong quá vãng, Đồ Sơn là nơi nghỉ ngơi của vua chúa, quan lại đô hộ, với ngôi nhà bát giác kiên cố của Bảo Đại - ông vua cuối cùng triều đại phong kiến Việt Nam, nổi tiếng ăn chơi, với rất nhiều lâu đài, dinh thự rải rác khắp mọi miền, là những tụ điểm yến tiệc, nhảy đầm, thù tạc rượu ngon, gái đẹp, và những cuộc săn bắn trên các vùng cao nguyên). Vừa hiện đại, gồm nhiều khách sạn, nhà hàng qui mô ngày đêm bổng trầm tiếng nhạc, cùng mọi tiện nghi nghỉ dưỡng, khí hậu lý tưởng, rất nhiều thú vui, giải trí, ẩm thực phong phú, tươi ngon. Đồ Sơn còn có casino (duy nhất ở Việt Nam), và hệ thống sân golf đạt chuẩn quốc tế.

- Tiếp theo là đảo Cát Bà, đảo lớn nhất trong hệ thống quần đảo gồm 366 đảo nhỏ thuộc vịnh Lan Hạ (một phần của Vịnh Hạ Long, Đảo Cát bà là đảo lớn nhất Vịnh Hạ Long), Cát Bà có những bãi biển trong xanh trải dài trên những bãi cát trắng mịn. Đến Cát Bà du khách có thể đến thăm vịnh Lan Hạ, động Trung Trang, động Trung Sơn, động Phù Long, vườn quốc gia Cát Bà hay tham gia tắm biển, chèo thuyền, lặn biển. Đặc biệt trong khu rừng nguyên sinh Cát Bà có loài Voọc đầu vàng, loài thú cực quý hiếm trên thế giới chỉ có tại Cát Bà.

- Rồi đến Hòn Dáu, một đảo nhỏ với những gốc si cổ thụ khổng lồ, rễ cây lớn tua tủa đâm sâu vào lòng đất, tán lá rộng và rậm, phủ bóng râm trên mái ngói rêu xanh của Đền Thờ Nam Hải Vương, ngôi đền có lẽ đã có từ rất lâu. Mỗi lần ra khơi dân chài bản địa đều không quên đến cúng bái, cần xin may mắn, yên bình. Và để bảo tồn, gìn giữ chốn linh thiêng này, không ai có thể lấy đi bất cứ thứ gì, dù một hòn đá, thậm chí một cành cây, một chiếc lá. Vì vậy trải qua hàng trăm năm Hòn Dáu vẫn giữ được nét hoang sơ, tĩnh mịch, nhuốm màu tâm linh huyền bí.

Ngoài những thắng cảnh thành phố này còn có rất nhiều thắng tích chúng tôi không thể bỏ quqa:

- Đền Nghè (thờ nữ tướng Lê Chân - người khai sinh ra thành phố Hải Phòng ngày nay.

Tương truyền, Lê Chân quê ở trang Yên Biên (tên Nôm là làng Vẻn, nghĩa là bìa, rìa), huyện Khúc Dương, quận Giao Chỉ (nay thuộc thôn An Biên, xã Thủy An, thị xã Đông Triều, tỉnh Quảng Ninh). Cha Lê Chân là Lê Đạo và mẹ bà là Trần Thị Châu. Có tài liệu chỉ ghi mẹ bà họ Trần. Ông Lê Đạo làm nghề thầy thuốc, sống rất nhân từ, quảng đại và sẵn lòng bao dung cứu giúp kẻ nghèo khó, sa cơ lỡ bước. Những ân nghĩa của ông ban ra làm dân chúng xa gần mến phục. Bà vợ ông là một người phụ nữ thuỳ mị, đảm đang, phúc hậu, nổi tiếng về tài chăn tằm, dệt vải.

Hiềm một nỗi hai ông bà tuổi đã cao mà chưa sinh được người con nào để vui cảnh tuổi già hôm sớm. Ông bà đã đi lễ bái, cầu phúc cửa Phật. Nghe tiếng Yên Tử là nơi có ngôi chùa rất linh ứng, dù đường sá hiểm trở, hai ông bà cũng tìm đến thành tâm cầu nguyện. Đêm ấy, ông Lê Đạo nằm mơ thấy hai vị thiên sứ. Một vị mặc áo xanh tay cầm kim mâu, một vị mặc áo tía tay cầm bảo kiếm dẫn ông lên thiên cung. Ông bàng hoàng kinh sợ vội sụp lạy trước một vị đại quan ngồi trong điện, đầu đội mũ bách tinh, mình mặc áo bào vàng. Bên trái, và phải mỗi bên có một vị quan tay cầm giấy bút. Ông văng vẳng nghe thấy lời truyền bảo: "Nhà ngươi có phúc lớn, tiếng đến thiên đình. Nay nhân có một tiên nữ phạm lỗi, Ngọc Hoàng sai đày xuống trần bốn mươi năm, cho đầu thai làm con nhà ngươi, sau sẽ làm rạng rỡ gia đình, con trai cũng không sánh kịp". Bỗng chuông trống chói tai làm ông chợt tỉnh, biết là nằm mơ. Vợ chồng ra về. Một buổi sáng sớm, bà Châu đi ra ngoài ấp thì thấy một vết chân lớn, đưa chân ướm thử, thấy người xúc động rồi có thai. Bà sinh được một con gái má phấn môi son, mày ngài mắt phượng, sắc đẹp nghiêng nước nghiêng thành. Ông bà đặt tên con là Lê Chân.

Lê Chân lớn lên ngoài nhan sắc, còn tinh thông võ nghệ lại có tài thơ phú. Một hôm, Thái thú Tô Định, một kẻ tham tàn, bạo ngược đi kinh lý qua trang Yên Biên. Nghe kẻ nịnh thần tâu bày về sắc đẹp của nàng Lê Chân, Tô Định bèn dùng quyền thế ép về làm tì thiếp nhưng bị dứt khoát chối từ. Tức tối, Tô Định giết hại cả cha mẹ nàng. Lê Chân phải rời bỏ quê theo Kinh Tây (nay là sông Kinh Thầy) xuôi xuống phía Nam, đến vùng Vụ Nông, khu vực ngã ba sông Kinh Thầy, sông Vận và sông Cấm ngày nay (vùng đất Lê Chân lập trang lúc bấy giờ chỉ là một bãi đất phù sa mới bồi lên, lơ thơ mấy khóm cây dại, mấy túp lều tranh của phường chài lưới). Thấy địa hình, đất đai thuận lợi, bà dừng lại lập trại khai phá.

Cùng với thân quyến và người làng mà bà cho đón ra, Lê Chân còn phát triển nghề trồng dâu, nuôi tằm và đánh bắt thủy hải sản.Tại đây bà đã chiêu mộ trai tráng để luyện binh và được sự ủng hộ của nhân dân quanh vùng. Binh sĩ của Lê Chân được huấn luyện chu đáo và có sở trường về thủy trận. Năm Kiến Vũ thứ 16 đời Hán Quang Vũ đế, Hai Bà Trưng dấy binh khởi nghĩa, bà đã đem theo binh lính gia nhập quân khởi nghĩa của Hai Bà Trưng. Trong các trận đánh, bà thường được cử làm nữ tướng quân tiên phong, lập nhiều chiến công. Đạo quân của Lê Chân từ mạn biển xứ Đông đánh thốc lên Luy Lâu (Thuận Thành, Bắc Ninh) - trụ sở quận Giao Chỉ, nơi có bộ máy thống trị của bọn Tô Định, phối hợp với quân của Hai Bà Trưng và các thủ lĩnh nghĩa quân khác, giải phóng quận thành. Tô Định vội vã tháo chạy về đất Nam Hải (Trung Quốc). Sau khi thu phục sáu mươi lăm thành, Tô Định phải lui về nước, Trưng Trắc được suy tôn làm vua (Trưng Vương). Lê Chân được Trưng Vương phong là Thánh

Chân công chúa, giữ chức Chưởng quản binh quyền nội bộ, đứng ra tổ chức, luyện tập quân sĩ, gia tăng sản xuất..

Năm bốn mươi hai, Mã Viện lại đưa quân sang xâm lược nước ta. Đội quân thường trực phòng thủ ven biển Đông Bắc do Chưởng quản binh quyền Lê Chân chỉ huy đã ra quân kịp thời chặn, đánh quyết liệt đoàn thuyền binh đông đảo của giặc ngay từ cửa sông Bạch Đằng. Theo lệnh của Trưng Vương, trên bộ nữ tướng Thánh Thiên đem quân lên đánh giặc ở biên giới, còn nữ tướng Bát Nàn chặn cánh quân trên bộ của Mã Viện ở cửa biển, phối hợp với nữ tướng Lê Chân.

Suốt dọc sông Bạch Đằng, Đá Bạc, dưới nước và trên bờ hai đạo quân, đa số là phụ nữ chiến đấu quyết liệt. Lê Chân cho dựng chướng ngại vật trên sông, dùng những chiếc thuyền chiến nhỏ, nhẹ, dễ cơ động tập kích vào mạn sườn đoàn thuyền to lớn, nặng nề của giặc, làm chúng tổn thất không ít. Song do quá chênh lệch về lực lượng, trang bị, vũ khí so với địch nên hai nữ tướng phải lui quân.

Đội thuyền binh của Lê Chân nhỏ gọn, ngược sông Bạch Đằng tiến rất nhanh, còn binh thuyền của Mã Viện to lớn, nặng nề nên đuổi theo rất chậm. Chẳng mấy chốc quân ta đã bỏ xa quân địch. Theo đường sông Bạch Đằng - Kinh Thầy - sông Đuống, thủy quân của Lê Chân tập kết về vùng hồ Tây, Hoàng Mai bên bờ hữu sông Hồng. Trong thời gian ngắn trú quân ở đây, nữ tướng Lê Chân gấp rút củng cố lực lượng, tuyển thêm binh sĩ, đóng thêm thuyền chiến. Bà cho binh sĩ luyện tập võ nghệ, mở lò đấu vật. Mọi việc đã xong, nữ tướng Lê Chân gấp rút hành quân về bảo vệ kinh đô Mê Linh.

Thế rồi quân Hai Bà Trưng chống cự không nổi, phải lui về Cấm Khê (Hà Nội). Nhưng do giặc quá mạnh, Hai Bà đã trầm mình xuống sông Hát tự vẫn. Lê Chân đem quân về lập căn cứ địa ở Lạt Sơn (nay thuộc huyện Kim Bảng, Hà Nam) nhằm khôi phục cơ đồ. Cùng với xây dựng căn cứ, nữ tướng Lê Chân gấp rút chiêu mộ thêm binh sĩ chủ yếu là người vùng Lạt Sơn và các vùng lân cận, lập nhiều cơ đội. Đạo quân của Đô Dương đã bổ sung một bộ phận binh sĩ, trong đó có nhiều người họ Dương cho căn cứ Lạt Sơn. Nhưng khi căn cứ vừa hình thành chưa được bao lâu thì Mã Viện đem lực lượng lớn tới tấn công, nghĩa quân chống trả quyết liệt nhưng không bảo toàn được lực lượng. Cuối cùng, Lê Chân đã lên núi Giát Dâu gieo mình tự vẫn để bảo toàn khí tiết, quyết không sa vào tay giặc.

Theo truyền thuyết dân gian, trong các lễ hội, ngày 8 tháng 2 âm lịch là ngày sinh và 25 tháng 12 âm lịch là ngày mất của Lê Chân.

Gần một ngàn năm trăm năm sau, nhóm ngư dân của trang Yên Biên, tổng Vĩnh Đại, huyện Đông Triều (tương đương với hậu duệ đời thứ 60 của nữ tướng Lê Chân) về vùng ven sông Tam Bạc, huyện An Dương khai hoang lập ấp vào cuối thời Lê sơ, họ không quên nơi chôn rau cắt rốn của mình đã đặt tên mảnh đất này là trang An Biên. Đến đầu thời Nguyễn thì An Biên trở thành đơn vị hành chính cấp xã (làng). Còn làng Vẻn do Lê Chân lập lúc đầu có mười tám người, sau thời gian quá dài bị mất tên, nay thuộc khu vực bên triền Hữu sông Cấm thuộc xã Đại Bản, huyện An Dương và bên triền Tả sông Cấm thuộc xã Hợp Thành, huyện Thủy Nguyên, Hải Phòng ngày nay.

Để nhớ công ơn khai khẩn của Bà, Hải Phòng đặt tên một quận mang tên Bà và dựng tượng Bà trước Trung tâm Triển lãm và Mỹ thuật thành phố Hải Phòng (quận Lê Chân, trung tâm thành phố; đồng thời, tên của bà được đặt tên cho giải thưởng "Nữ tướng Lê Chân" để trao cho những phụ nữ có thành tích xuất sắc của đất Cảng.

- Đền Tam Kì (thờ Quan Lớn đệ Tam thoải phủ). Được xây dựng năm 1738, là nơi thờ Mẫu Thượng ngàn - Phương Dung công chúa, con gái vua Hùng. Đến nay, đền còn giữ được gần như nguyên vẹn kiến trúc ban đầu theo kiểu "nội công ngoại quốc". Mặt chính của đền quay về hướng đông, nhìn thẳng ra dòng sông Lô lịch sử. Tại cổng đền có đôi liễn mang nội dung: "Lô giang tại kỳ tiền, La sơn tại kỳ hậu/ Nguy nga thiên cổ miếu, Quốc tộ phúc tâm dân", nghĩa là: "Phía trước là sông Lô, phía sau là núi La/ Ngôi đền cổ nguy nga, đất nước vững vàng do lòng dân". Tích truyền lại rằng, Bà vốn là một tiên nữ trên chốn Thiên Cung, sau khi giáng trần vào nhà một gia đình họ Vũ tại đất Cấm Giang (ngày nay thuộc tỉnh Hải Phòng). Lớn lên, Bà trở thành một vị nữ tướng tài ba thuộc chỉ huy của Ngô Vương. Do sự tin tưởng của vua, bà được giao trọng trách quản lý toàn bộ kho quân lương và tiếp tế của bản doanh Gia Viên tại Làng Cấm (ngày nay chính là phố Cấm).

Tất cả mọi việc dưới sự quản lý của bà đều toàn vẹn, chu toàn được cho toàn bộ quân binh có đủ lượng quân nhu chống giặc. Với khẩu hiệu "Thực túc binh cường", nghĩa là nếu quân được ăn no đủ thì mới đánh được giặc. Cùng với khả năng chỉ huy vô cùng tài ba của Ngô Vương kèm theo sự hậu thuẫn quân nhu chu đáo của bà đã khiến sĩ khí của các tướng sĩ được nâng cao đã tạo nên chiến thắng lừng lẫy ghi vào sử sách trên sông Bạch Đằng.

Sau khi thác hóa (khoảng năm 939 đến năm 944) về trời, Bà đã được trao quyền cai quản năm phương của trời đất, nên đã được người dân tôn thờ là Bà Chúa Quận Năm Phương.

Tại ngôi đền này có cây đa mười ba gốc. Tuy chỉ là một ngôi đền nhỏ, nhưng đền rất nổi tiếng với truyền thuyết Chúa Bà Năm Phương cùng đi xe kéo với hai hầu cận của mình lúc nửa đêm và biến mất tại cây đa 13 gốc. Đúng như tên gọi, đền có một cây đa đã ba trăm tuổi có khoảng 13 gốc và cao trên 10 mét.

Đây cũng có thể được coi là một kỳ quan của thiên nhiên thu hút được rất nhiều khách thập phương tới thăm quan và chiêm ngưỡng.

- Từ Lương Xâm, quận Hải An (cách gọi khác là đền Ngô Quyền - thờ Ngô Vương Ngô Quyền, có công đánh tan quân Nam Hán xâm lược trên sông Bạch Đằng năm 938. Đây là di tích lịch sử cấp quốc gia và là nơi đặt tượng đài Ngô Quyền lớn nhất Hải Phòng)

- Đền Long Sơn (hay còn gọi là đền Suối Rồng tại Đồ Sơn thờ chính cung cô Chín Cửu Tỉnh), là công trình tín ngưỡng có từ lâu đời, nơi này gắn liền với đời sống tâm linh của người dân Đồ Sơn. Lối kiến trúc cổ kính cùng không gian tĩnh mịch của ngôi đền tạo những ấn tượng sâu sắc trong lòng du khách.

- Cây đa Mười Ba Gốc, đền Tiên Nga, vườn hoa chéo.. (thờ Chúa bà Năm Phương – Vũ

Quận Quyến Hoa công chúa - Hộ quốc trang dân - Thượng đẳng tôn thần. Chúa bản cảnh Hải Phòng)

Lâm nâng ly cà phê sửa đá hớp một ngụm nhỏ. Nhìn khuôn mặt Lâm trong ánh sáng nhá nhem hoàng hôn, đôi mắt sáng, cằm vuông, hai khóe môi hơi nhích cao khiến miệng lúc nào cũng như mĩm cười, lòng tôi lại xao động. Người đàn ông này càng ngày càng trở nên quá đổi cần thiết. Tưởng tượng một ngày, vì lý do nào đó, Lâm xa lìa, liệu tôi còn sống nổi?

Để xua đi suy nghĩ tiêu cực, tôi nói,

"Những thắng tích đã gây cho em ấn tượng mạnh, tuy nhiên có điều em cảm thấy lấn cấn là người ta đã hư cấu, tô vẽ biến các thắng tích trở nên huyền hoặc phản khoa học. Nên chăng?"

"Nếu nhìn bằng nhãn quan duy vật biện chứng thì quả thực những hư cấu, tô vẽ kia mang màu sắc mê tín dị đoan, song ngẫm sâu lại mang dấu ấn tâm linh rất cần để nuôi dưỡng phần hồn của dân tộc. Điều này không riêng gì ta, mọi quốc gia khác, từ đông sang tây đều thế. Ngay cả những tôn giáo lớn cũng vậy, nhiều chuyện nếu xét trên bình diện khoa học không thể chấp nhận được, thế nhưng lại là tố chất góp phần nuôi dưỡng đức tin, tính hướng thiện trong tuyệt đại đa số quần chúng."

Đêm đã hoàn toàn làm chủ cảnh quan, Lâm đứng dậy,

"Hôm nay mình ngủ sớm lấy sức để ngày mai tiếp tục."

Chúng tôi về phòng. Sau khi tắm, làm vệ sinh, tôi vào

giường nằm cạnh Lâm, hạ thấp ánh sáng đèn ngủ, rúc đầu vào nách Lâm, thì thào,

"Em yêu anh."

Lâm ôm tôi, mỉm cười, nhìn tôi âu yếm,

"Anh cũng yêu em."

Và như mọi đêm suốt nhiền ngày nay, tôi chết lịm dưới thân thể cường tráng của Lâm.

Sẽ khốn khổ biết chừng nào nếu mất Lâm. Không, bằng mọi giá, tôi nhất định không để ngày ấy xảy ra. Tôi thầm lặp lại không thể nhớ lần thứ bao nhiêu: "Lâm, em yêu anh."

Ngày... Tháng...

Tôi và Lâm đã dành nguyên hai hôm để tham quan các thắng tích và thắng cảnh một thị trấn vùng cao, Sa Pa.

Theo tài liệu thì Sa Pa là tên gọi của thị xã xuất phát từ tên thị trấn Sa Pa cũ. Thị trấn này ra đời vào năm 1905, khi người Pháp phát hiện đây là địa điểm lý tưởng để xây dựng khu nghỉ mát.

Là nơi sinh sống của dân cư 6 dân tộc Kinh, H'Mông, Dao đỏ, Tày, Giáy, Xá Phó. Tỉ lệ các dân tộc H'Mông chiếm 51,65%, Dao chiếm 23,04%, Kinh chiếm 17,91%, Tày chiếm 4,74%, Giáy chiếm 1,36%, Phù Lá chiếm 1,06%, Hoa và các dân tộc khác chiếm 0,23%,... Mặc dù phần lớn cư dân Sa Pa là những người dân tộc thiểu số, nhưng khu vực trung tâm thị xã lại tập trung chủ yếu những người Kinh sinh sống bằng nông nghiệp và dịch vụ du lịch.

Các dân tộc ở Sa Pa đều có những lễ hội văn hóa mang nét đặc trưng:

Hội *Roóng pọc* của người Giáy vào tháng giêng âm lịch.

Hội *Sải sán* (đạp núi) của người H'Mông.

Lễ *Tết nhảy* của người Dao diễn ra vào tháng tết hàng năm.

Chợ Sa Pa có sức hấp dẫn đặc biệt, nhộn nhịp vào tối thứ bảy và kéo dài đến chủ nhật hàng tuần. Người ta còn gọi nó là "chợ tình Sa Pa" vì ở đây nam nữ thanh niên người dân tộc H'Mông, Dao đỏ có thể nhờ âm thanh của khèn, sáo, đàn môi, kèn lá hay bằng lời hát để tìm hay gặp gỡ bạn tình.

SaPa từng bị tàn phá nhiều theo chủ trương tiêu thổ kháng chiến năm 1947 và trong chiến tranh biên giới Việt - Trung 1979. Hàng ngàn ha rừng thông bao phủ thị trấn bị đốt sạch, nhiều toà biệt thự cổ do Pháp xây cũng bị phá huỷ. Vào thập niên 1990, Sa Pa được xây dựng, tái thiết lại. Nhiều khách sạn, biệt thự mới được xây dựng. Từ 40 phòng nghỉ vào năm 1990, lên tới 300 vào năm 1995. Năm 2003, thị trấn Sa Pa có khoảng 60 khách sạn lớn nhỏ với 1.500 phòng. Lượng khách du lịch tới thị trấn tăng lên từ 2.000 khách vào năm 1991 đến 60.000 khách vào 2002.

Điểm đầu tiên chúng tôi đến là bản Cát Cát, nơi đông đúc đồng bào dân tộc H'Mông sinh sống. Ở đây chúng tôi được mời chào thuê trang phục của người H'Mông và chụp ảnh trong khung cảnh bản làng, chập chùng đồi núi cùng những thung lũng với ruộng bậc thang màu vàng chanh trong nắng sớm và sương mây bồng bềnh, đẹp như trong mộng. Tôi và Lâm rất ấn tượng khi nhìn những lũng sâu với với vách núi gần như thẳng đứng, người ta đã tạo nên những thửa ruộng kỳ vĩ. Cái câu chúng ta thường nghe, đến sáo rỗng: *với sức người sỏi đá cũng thành cơm*, lại phù hợp vô cùng với cảnh quan này.

Ruộng bậc thang

Kế tiếp, tọa lạc ngay trung tâm thị xã Sapa, là nhà thờ Đá Sapa được xây dựng từ năm 1895 được coi là một dấu ấn kiến trúc cổ toàn vẹn nhất của người Pháp còn sót lại. Nhà thờ đã được tôn tạo và bảo tồn, trở thành một hình ảnh không thể thiếu khi nhắc đến thị xã du lịch Sapa mù sương. Nhà thờ có khá nhiều tên gọi do thói quen của người dân và khách du lịch như nhà thờ đá cổ Sapa, nhà thờ Đức Mẹ Mân Côi,... Nhà thờ được xây từ thời Pháp thuộc, khoảng đầu thế kỉ 20. Theo một số ghi chép lại, nhà thờ đã được lựa chọn có mặt tiền quay về hướng Đông, tức là hướng mặt trời mọc. Có giải thích cho rằng đó là hướng đón nguồn sáng của Thiên Chúa. Ở khu có tháp chuông, tức là phía cuối nhà thơ, được quay về hướng Tây, có ý nghĩa là nơi sinh thành của Chúa Kitô. Nhà thờ được xây từ đá đẽo, theo lối kiến trúc Gothic của La Mã. Các mối liên kết khuôn đá với nhau là hỗn hợp của cát, vôi và mật mía. Phần tường của cánh thánh giá được thiết kế tạo nhám khiến cho người xem cảm giác như đang có nhũ đá chảy xuống, làm tăng nét đẹp tự nhiên. Trước kia, mái nhà được làm bằng vôi rơm, nay đã thay mới và lợp ngói.

Nhà Thờ Đá

Hôm sau chúng tôi đến Thung lũng Mường Hoa, nơi có 196 hòn đá chạm khắc nhiều hình kỳ lạ của những cư dân cổ xưa cách đây hàng ngàn vạn năm mà nhiều nhà khảo cổ học vẫn chưa giải mã được những thông tin đó. Khu chạm khắc cổ đã được xếp hạng di tích quốc gia và đang được Nhà nước Việt Nam đề nghị xếp hạng di sản thế giới.

Điểm tiếp theo, Thác Bạc từ độ cao trên 200m với những dòng nước đổ ào ào tạo thành âm thanh vang vọng khắp núi rừng. Nhìn giải nước trắng xóa đổ xuống giữa rừng cây xanh, tôi liên tưởng đến thác Cam ly, Đà Lạt. Hùng vĩ và thơ mộng.

Một may mắn, chúng tôi đến Sa Pa đúng vào cuối tuần, nhờ thế được tham dự chợ phiên, họp vào ngày chủ nhật tại vuông đất rộng trước nhà thờ đá. Người dân vùng xa thường phải đi từ ngày hôm trước. Vào tối thứ bảy, chúng tôi cùng thức và chung vui với họ, được dịp nghe những bài hát dân ca của trai gái bản làng người H'mông, người Dao, bằng những âm thanh của đàn môi, sáo, khèn... Người ta gọi đó là "chợ tình".

Vào ngày chủ nhật, tại chợ có thể mua các loại dược phẩm, lâm thổ sản quý hiếm, sản phẩm nhân tạo truyền thống của các dân tộc như hàng thổ cẩm thủ công; các món ăn dân tộc như thắng cố, thịt hun khói, cải mèo, su su, rượu ngô, rượu mầm thóc xã Thanh Bình, rượu táo mèo, rượu San Lùng; các lâm sản và dược liệu như củ hoàng liên, nấm linh chi, cây mật gấu,...

Khí hậu Sa Pa trong lành và mát, thích hợp cho những loại rau ôn đới như bắp cải, su hào, su su, cây dược liệu quý và nhiều loại cây ăn quả như đào, lê,... Đặc biệt có mận tam hoa và mận hậu rất nổi tiếng.

Sa Pa với 6 tộc người cũng cư trú, mỗi tộc người có một vốn văn hoá riêng. Đặc trưng nổi bật của Sa Pa là lễ hội "Roóng pọc" của người Giáy ở bản Tả Van vào ngày Thìn tháng giêng âm lịch, cùng với lễ hội Roóng pọc còn hội "Sải Sán" (đạp núi) của người Mông, lễ "Tết nhảy" của người Dao đỏ, tất cả đều diễn ra vào tháng tết hàng năm.

Thị trấn Sa Pa

Chúng tôi ăn trưa tại một quán trung bình trong thị trấn, tuy trung bình vẫn đầy đủ những món ăn đặc trưng vùng miền, như thịt trâu gác bếp tê cay, gà nướng bản săn chắc, cơm lam dẻo mềm chấm muối vừng, lợn cắp nách quay có lớp vỏ bì giòn rụm và hơn 50 món ăn đặc sắc khác. Nhìn phố xá, đường hẹp, nhà cửa san sát, tuy đã trưa nhưng sương mù vẫn còn lãng đãng khiến cảnh quan như hư như thực, chả khác gì trong chiêm bao… Tôi nhớ bài thơ *Còn Một Chú Gì* của Vũ Hữu Định, tuy bài thơ nói đến Pleiku, nhưng không khác lắm Sa Pa:

Phố núi cao phố núi đầy sương
phố núi cây xanh trời thấp thật buồn
anh khách lạ đi lên đi xuống
may mà có em đời còn dễ thương

phố núi cao phố núi trời gần
phố xá không xa nên phố tình thân
đi dăm phút đã về chốn cũ
một buổi chiều nao lòng bỗng bâng khuâng

em Pleiku má đỏ môi hồng
ở đây buổi chiều quanh năm mùa đông
nên mắt em ướt và tóc em ướt
da em mềm như mây chiều trong

xin cảm ơn thành phố có em
xin cảm ơn một mái tóc mềm
mai xa lắc bên đồi biên giới
còn một chút gì để nhớ để quên.

Dùng bữa xong chúng tôi ra xe đi ngay đến Fansipan - đỉnh núi cao nhất của Hoàn Liên Sơn, được mệnh danh là nóc nhà Đông Dương - cách thị trấn Sa Pa khoảng 9 km về phía Tây Nam, giáp ranh hai tỉnh Lào Cai và Lai Châu. Người dân tộc nơi đây gọi Fansipan là "Hủa Xi Pan", có nghĩa là phiến đá khổng lồ chênh vênh.

Không thể leo núi bằng đôi chân như các vận động viên hoặc thanh niên có sức khỏe, tôi, một thị dân, bước ra đường là lên xe, đi bộ chừng năm bảy trăm thước đã ngất ngư, nói gì phải leo trèo hàng vài cây số, vượt qua không biết bao nhiêu chướng ngại, dĩ nhiên không thể, vì thế Lâm chọn lên đỉnh bằng cáp treo.

Từ khi có cáp treo việc chinh phục đỉnh Fansipan trở nên dễ dàng, nam phụ lão ấu đều có thể, nếu muốn. Đi bằng hai chân, ngoài cảnh quan, người ta còn được hưởng cái thú "thót tim" mỗi khi phải vượt qua những chướng ngại, ví dụ một dốc núi có độ nghiêng trên 45 độ, hay một tảng đá lớn ngăn đường, phải tìm lối khác. Đi bằng cáp treo, cả đất trời Tây Bắc hùng vĩ đẹp đến nao lòng nằm trong tầm mắt, những cánh rừng xanh ngắc bạt ngàn, những mỏm núi cheo leo lãng đãng trong sương mây.

Từ thị trấn Sa Pa lên đến đỉnh Fansipan, chúng tôi không thể không bồi hồi, kính ngưỡng trước quần thể tâm linh vừa cổ xưa u trầm, vừa kỳ vĩ hiện đại:

Bảo An Thiền Tự - Chùa Trình: Nằm ở độ cao 1.604m, là điểm đến đầu tiên khi chúng tôi dừng chân tại ga cáp treo. Chùa mang nét đẹp và kiến trúc đặc trưng của chùa chiền Việt Nam. Đến đây không chỉ được vãng cảnh chùa giữa núi mây trùng điệp, mà còn lễ Phật, cầu nguyện và dâng hương, nếu là Phật tử.

Bích Vân Thiền Tự: Sững sừng giữa không gian đỉnh Fansipan rộng lớn, dù trải qua hơn nghìn năm vẫn giữ nguyên dấu ấn kiến trúc Phật giáo thời Trần và nghệ thuật điêu khắc độc đáo.

Đại tượng Phật: là pho tượng đồng cao nhất Việt Nam với chiều cao 21,5m, uy nghiêm giữa bốn bề mây trời sương khói. Chinh phục 600 bậc thang, chúng tôi đặt chân đến khu vực Đại Tượng Phật đẹp như chốn bồng lai. Đứng ở khu vực này, dù mệt chúng tôi vẫn cảm thấy lòng lâng lâng trước một không gian chẳng thể lãng mạn hơn: một bên là tàu lửa Mường Hoa leo chầm chậm lên đỉnh núi, một bên là triền núi trải dài một màu xanh.

Đại tượng Phật A Di Đà

Tượng Quan Thế Âm: Ở một ngã rẽ khác, chúng tôi đi đến tượng Quan Thế Âm khoan thai hướng về hướng Đông, tay phải cầm cành dương liễu, tay trái với bình cam lộ. Tất cả biểu trưng cho tâm đại từ bị và cứu khổ, cứu nạn chúng sinh. Tượng cũng đúc đồng, cao ngất ngưỡng, không kém gì tượng Thích Ca, luôn chìm trong mây, tạo cảm giác huyền nhiệm linh thiêng.

Kim Sơn Bảo Thắng Tự: Là công trình lớn nhất trong quần thể văn hóa tâm linh Fansipan, bao gồm Bảo tháp 11 tầng làm bằng đá, nhà tổ, Đại Hùng Bảo Điện, dãy hành lang tả vu - hữu vu,... Chùa sử dụng chủ yếu là chất liệu gỗ, được chạm khắc tinh tế, kết hợp với mái ngói mũi hài, mang sự mộc mạc và gần gũi.

Bước qua cổng trời Thanh Vân Đắc Lộ, chúng tôi như lạc vào chốn thiên thai giữa vùng trời Tây Bắc, văng vẳng là tiếng chuông chùa ngân vang.

Con đường La Hán: dài 800m. Đi dọc lối mòn rợp bóng đỗ quyên và hàng cây cổ thụ, nhìn các tượng La Hán với đủ mọi tư thế, nét mặt, chúng tôi thấy được biểu trưng ý nghĩa của 18 vị La Hán trong Phật giáo.

Con đường La Hán

Đền Ông Hoàng Bảy - Lào Cai (hay còn gọi là đền *Bảo Hà*): Là một di tích lịch sử - văn hóa nổi tiếng cả nước, thờ vị Thần vệ quốc Hoàng Bảy - người đánh đuổi giặc phương Bắc và bảo vệ cuộc sống vùng biên ải. Nằm dưới chân Đồi Cấm và bên cạnh sông Hồng. Phong cảnh hữu tình với bến thuyền tĩnh lặng và núi rừng xanh rợp một khoảng trời.

Đền Ông Hoàng Bảy là một khuôn viên gồm cổng tam quan, sân đền, phủ chúa Sơn Trang, Cung Cấm, Cung Nhị, vườn cây quả xum xuê,...Tất cả không gian không quá rộng lớn, nhưng được xây dựng kỳ công và vẫn giữ được vẻ đẹp cổ kính theo thời gian.

Những ngày lễ Tết (tháng giêng âm lịch) và ngày giỗ Tướng Hoàng Bảy (17/7 âm lịch) là thời điểm đông du khách đến lễ đền nhất trong năm. Khách thập phương đến đây để cầu phúc, cầu lộc cho một năm suôn sẻ, tham gia các hoạt động văn hóa (rước kiệu, dâng hương,...) và bày tỏ lòng thành kính, biết ơn với vị anh hùng dân tộc kiệt xuất.

Đền Mẫu Thượng: Được biết đến như là một trong những ngôi đền linh thiêng nhất Sapa, là nơi thờ đức Thánh Mẫu Liễu Hạnh - vị công chúa vì nước vì dân, phò trợ triều đình chống giặc ngoại xâm, bảo vệ bình yên cho cuộc sống vùng biên cương đất nước. Nhìn từ xa, chúng tôi đã thấy thấp thoáng bóng ngôi đền lưng tựa vào dãy núi hùng vĩ, mặt hướng ra không gian rộng lớn, thoáng đãng. Bước vào trong đền, chúng tôi thấy ngay tượng đúc công chúa Liễu Hạnh trong dáng vẻ ngồi thiền, hai tay chắp trước ngực đầy trang nghiêm.

Du lịch tâm linh tại Sapa vào mùa hè, du khách sẽ có cơ hội tham dự lễ hội Đền Mẫu Thượng từ ngày 9/4 đến hết ngày 14/4 âm lịch. Các hoạt động tín ngưỡng đặc sắc được tổ chức có thể kể đến là hát chầu văn, các màn rước kiệu, lễ tế dân gian,...

Đền Mẫu Sơn: Cũng là một địa điểm tâm linh thờ Công chúa Liễu Hạnh, nằm khá gần trung tâm thị trấn Sa Pa, thuận tiện cho việc thăm viếng và di chuyển. Với tuổi đời hơn 200 năm, ngôi đền được xây dựng theo lối kiến trúc quen thuộc của Phật giáo miền Bắc. Đi vào trong là chính điện nghi ngút khói hương, các bia đá chạm khắc tinh xảo và gian thờ nghiêm trang.

Ẩn mình giữa núi non Tây Bắc, giữa không gian đầy tĩnh lặng, đền Mẫu Sơn mang vẻ đẹp kỳ bí và đầy linh thiêng, khiến du khách tứ phương tò mò và tìm hiểu điển tích về Bà Mẫu Liễu Hạnh. Với tấm lòng biết ơn thành kính, người dân nơi đây xem Bà Chúa Thượng Ngàn như một nguồn sức mạnh tâm linh mạnh mẽ, là người mẹ bảo vệ sự an yên và thịnh vượng của cuộc sống vùng cao. Vào những ngày lễ và ngày rằm, đền sẽ trở nên đông đúc và nhộn nhịp bởi các đoàn hành hương đến cúng lễ và cầu bình an cho gia đình, bản thân.

Đền Hàng Phố: Được xây dựng từ trước thế kỷ 19 và vẫn còn tồn tại đến ngày nay, đền Hàng Phố là một trong ba ngôi đền lớn của vùng và là địa điểm du lịch tâm linh Sapa nổi tiếng. Nơi đây thờ và tưởng nhớ công ơn của Hưng Đạo Vương Trần Quốc Tuấn và các vị tướng tài ba trong ba lần đại chiến quân Nguyên - Mông xâm lược.

Với thế đất "Tiền Thủy Hậu Sơn", đền Hàng Phố tọa lạc trên một vị trí đắc địa: mặt hướng về thung lũng Mường Hoa xinh đẹp, lưng dựa vào núi đá vững chãi. Du khách đến Đền Hàng Phố không chỉ để cúng bái, tận hưởng không gian yên bình chốn tâm linh; mà còn để ngắm cảnh đẹp và tiện đường ghé thăm chợ Sapa sầm uất cách đó không xa.

Vào ngày 20/8 âm lịch hằng năm, lễ tưởng nhớ Hưng Đạo Vương được tổ chức vô cùng long trọng, bài bản theo phép tắc cung đình xưa. Du khách sẽ được tận mắt chứng kiến các hương đình áo gấm, mũ vải thực hiện nghi thức "Tặng rượu" và "Thổi sáo" trong những hồi trống giòn giã và tiếng cờ mở phấp phới oai phong, lẫm liệt.

Thiền viện Trúc Lâm Đại Giác: Thuộc phái Trúc Lâm Thiên Tử, đi theo đường lối tu hành đậm bản sắc Việt, tin vào sự phát triển hưng thịnh và bền vững của đất nước sẽ hình thành từ sự từ bi, trí tuệ Phật giáo. Không chỉ dựa vào tông chỉ nhà Trần, kiến trúc của Thiền viện cũng chịu ảnh hưởng từ triều đại này. Trải rộng khắp diện tích 9.000m2 là chánh điện 2 tầng, gác chuông, thiền đường, nhà tổ,... với nghệ thuật điêu khắc nức tiếng thời đại.

Tại Thiền viện Trúc Lâm Đại Giác, du khách có thể tham gia các hoạt động văn hóa Phật giáo như các buổi hướng dẫn Phật tử tu học phật pháp. Ngoài ra, Thiền viện cũng thường xuyên tổ chức những khóa tu mùa hè cho thiếu nhi, hoạt động thiện nguyện hỗ trợ địa phương và trẻ em dân tộc...

Kim Sơn Bảo Thắng Tự: Là công trình lớn nhất trong quần thể văn hóa tâm linh Fansipan, bao gồm Bảo tháp 11 tầng làm bằng đá, nhà tổ, Đại Hùng Bảo Điện, dãy hành lang tả vu - hữu vu,... Chùa sử dụng chủ yếu là chất liệu gỗ, được chạm khắc tinh tế, kết hợp với mái ngói mũi hài, mang sự mộc mạc và gần gũi.

Bước qua cổng trời Thanh Vân Đắc Lộ, du khách sẽ đến được chốn thiên thai giữa vùng trời Tây Bắc, văng vẳng là tiếng chuông chùa ngân vang và trải nghiệm không gian tâm linh trang trọng.

Nhìn bức tượng Phật A Di Đà ngồi thiền trên tòa sen khổng lồ ẩn hiện giữa biển mây tôi băn khoăn,

"Làm thế nào người ta đưa được tượng Phật khổng lồ này lên đây?"

Lâm giải thích,

"Họ đúc từng phần, dùng trực thăng đưa lên, ráp lại bằng hàn xì rồi mài dũa, đánh bóng."

Bia đá trên đỉnh Fasipan

Điểm cuối cùng chúng tôi đến là đỉnh Fansipan với trụ đá hình tam giác khắc hai dòng chữ:

FASIPAN
3.143m

Mặt trời buổi chiều chìm dần cuối chân trời. Những dãi mây rực sáng. Cảnh quan mênh mông phiếu diễu bềnh bồng trong mây. Tôi nhớ chàng Lưu Nguyễn trong chuyện cổ tích lạc vào cõi thiên thai

Lâm kên nhỏ,

"Đẹp quá"

Và quàng tay ôm tôi,

"Ngót tháng qua chúng ta đã rong ruổi từ miền Nam đến đây là điểm chót, chỉ còn vùng cao nguyên, tiếc, anh phải trở lại Ý để thu xép một số công việc trước khi trở về hẳn quê nhà."

Tôi hỏi giọng buồn,

"Anh về thực chứ?"

Lâm siết chặt vòng ôm,

"Em hỏi lạ, đã nhiều lần anh nói với em quyết định này, em không tin anh sao?"

"Tin, nhưng em vẫn phập phồng lo sợ."

Lâm cười lớn,

"Em trẻ con quá."

Tôi dụi đầu vào ngực lâm, thầm nhủ,

"Anh phải trở về với em, anh yêu."

Mặt trời xuống sâu, ngày đang hấp hối.

Chúng tôi trở lại ga cáp treo để xuống núi. Nép mình trong vòng tay Lâm, tôi, một lần nữa, được hít no lồng ngực mùi đàn ông bây giờ đã quá đỗi thân quen, đến ghiền. Hơn bao giờ hết, tôi cầu xin các đấng linh thiêng xóa bỏ mọi bất ưng có thể sẽ đến với tôi trong tương lai. Đừng nữa mọi buồn lo. Xin đời bình yên.

14/6/2024
Khánh Trường

MỤC LỤC:

CÙNG MỘT TÁC GIẢ

• ĐÃ IN:

- **Nhà Văn & Tác Phẩm**, cùng 7 tác giả khác, *thơ, truyện*, Thế Giới Lưu Vong 1987.
- **Đoản Thi Khánh Trường**, *thơ*, Sống Mới 1987.
- **Có Yêu Em Không?**, *tập truyện*, Tân Thư 1987. Tái bản 1989.
- **Chỗ Tiếp Giáp Với Cánh Đồng**, *tập truyện*, Tân Thư 1989.
- **Chung Cuộc**, *tập truyện*, Tân Thư 1992.
- **Nude Oil Painting,** *40 tranh khỏa thân đen trắng*, Tân Thư 1992.
- **20 Năm Văn Học Việt Nam Hải Ngoại 1975- 1995**, cùng Cao Xuân Huy, Trương Đình Luân, 2.000 trang, khổ 6x9 ins., Đại Nam 1995.
- ***Truyện Ngắn* Khánh Trường**, Nhân Ảnh 2016.
- **Khánh Trường Oil Painting**, *150 tranh sơn dầu màu*, Nhân Ảnh 2017.
- **44 Năm Văn Học Việt Nam Hải Ngoại (1975-2018),** cùng Nguyễn Vy Khanh, Luân Hoán, 5.000 trang, khổ 6x9 ins., Mở Nguồn 2018.
- **Chuyện Bao Đồng**, *tạp bút*, Mở Nguồn 2018.
- **Tịch Dương**, *tiểu thuyết*, Mở Nguồn 2019.
- **Dấu Khói Tàn Tro**, *tiểu thuyết*, Mở Nguồn 2020
- **Bãi Sậy Chân Cầu**, *tiểu thuyết*, Mở Nguồn 2020
- **Có Kẻ Cuồng Điên Khóc**, *tiểu thuyết*, Mở Nguồn 2020
- **Xuyên Giấc Chiêm Bao**, *tiểu thuyết*, Mở Nguồn 2021
- **Đừng Theo Dông Bão**, *tiểu thuyết*, Mở Nguồn 2021
- **Nắng qua đèo**, *tiểu thuyết*, Mở Nguồn 2021
- **Năm tháng buồn thiu**, *tiểu thuyết*, Mở Nguồn 2023
- **Cùng nhau đất trời**, *tiểu thuyết*, Mở Nguồn 2024
- **Thơ Khánh Trường**, Mở Nguồn 2024

• SẼ IN:

- **Phỉnh**, tiểu thuyết
- **Ba điều bốn chuyện**, tạp văn.
- **Hoàng hôn**, tùy bút
- **Dặm trường**, tiểu luận hội họa.
- **Ngày… tháng…**, nhật ký.

MỞ NGUỒN

Lê Hân
Email: han.le359@ gmail.com
&
FB Lê Hân (nhắn tin)

*

Khánh Trường
Email: khtruong07@gmail.com
&
FB khánh trường (nhắn tin)

www.ingramcontent.com/pod-product-compliance
Lightning Source LLC
LaVergne TN
LVHW032110041026
849525LV00005B/1488
9798330300921